வயல் மாதா
சிறுகதைகள்

வயல் மாதா

சி று க தை க ள்

டானியல் ஜெயந்தன்

கருப்புப் பிரதிகள்

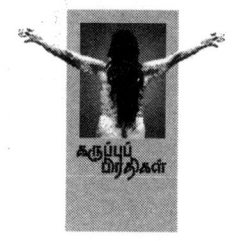

வயல் மாதா
சிறுகதைகள்
© டானியல் ஜெயந்தன்
முதற்பதிப்பு: ஏப்ரல் 2023

வெளியீடு: கருப்புப் பிரதிகள்
 பி 55, பப்பு மஸ்தான் தர்கா, லாயிட்ஸ் சாலை,
சென்னை 600 005
பேச: 94442 72500
மின்னஞ்சல்: karuppupirathikal@gmail.com
முகப்பு: ஜீவமணி
உள்வடிவமைப்பு: தர்மு பிரசாத்
அச்சாக்கம்: ஜோதி எண்டர்பிரைஸ், சென்னை 600 005

விலை: ரூ.220

ஐ.எஸ்.பி.என் : 978-93-95256-06-3

Vayal madha
Shortstory
© Daniel Jeyanthan

First Edition: April, 2023
by Karuppup Pradhigal
B55, Pappu Masthan Darga, Lloyds Road,
Chennai 600 005, Tamil Nadu, South India
Mobile: 94442 72500
Email: karuppupradhigal@gmail.com
Cover: Jeevamani
Layout: Dharmu Pirasath
Mobile: 94442 72500
Email: karuppupirathikal@gmail.com
Printed by: jothy enterprises, Chennai 600 005

Price: 220₹
ISBN: 978-93-95256-06-3

சமர்ப்பணம்

அம்மா செல்வதி, அப்பா டானியல் அன்ரனி

நினைவுகளுக்கு..

டானியல் ஜெயந்தன்

யாழ்ப்பாணம் நாவாந்துறையில் பிறந்த டானியல் ஜெயந்தனின் இயற்பெயர் டானியல் அன்ரனி ஜெயந்தன். மனைவி சாலினி. பிள்ளைகள் சமரன் மற்றும் ஏரன். தாயார் செல்வதி. தந்தையார் டானியல் அன்ரனி இலங்கைத் தமிழ் எழுத்தாளர்.

டானியல் ஜெயந்தன் 1996 ஆம் ஆண்டு யாழ்ப்பாணத்திலிருந்து மன்னாருக்கு இடம் பெயர்ந்தார். அங்கு சென் சேவியர் கல்லூரியில் கல்வி கற்று, தொழில் நிமித்தமாக கட்டாரின் டோகாவிற்கு சென்றார். பின் அங்கிருந்து பிரான்ஸ் சென்ற அவர் தற்போது அங்கேயே வசித்து வருகிறார்.

தந்தையின் அடியொற்றி எழுதத் தொடங்கிய டானியல் ஜெயந்தனின் முதல் சிறுகதை காலம் இதழில் வெளி வந்தது. அதன் பின் தொடர்ந்து இணைய, அச்சு இதழ்களில் எழுதினார். பிறந்த நாவாந்துறையின் கடற்கரை சூழலும், போரினால் இடம் பெயர்ந்து வாழ்ந்த மன்னாரின் கடலும், பின் பணிபுரியச் சென்ற கட்டாரின் டோகாவும், தற்போது வசிக்கும் பிரான்ஸும் டானியல் ஜெயந்தன் கதைகளில் ஊடும் பாவுமான அனுபவச் சேகரங்களாகப் பதிவாகின்றன.

வயல்மாதா இவருடைய முதல் சிறுகதைத் தொகுப்பு.

மின்னஞ்சல் : aj.danial23@gmail.com

பேச : *+33 7 81 95 50 10*

கருப்புக் குறிப்புகள்

பேரினவாதத்திற்கெதிரான தமிழீழப் போராட்டம் விதித்த புலப்பெயர்வு தமதிருப்பின் அகத்தையும் புறத்தையும் உலகச் சமூகங்களின் பொதுவெளியில் வைத்து விமர்சித்து கொண்டு தமது வாழ்வை இலக்கிய வெளிகளின் திறப்புகளாக நிகழ்த்திக் கொண்டதன் சாட்சியமாக உள்ளன டானியல் ஜெயந்தனின் இளமைத் துடிப்பான இச்சிறுகதைகள்.

ஜாதி, மத, பால் நிலை, இன வேறுபாடுகள் புரையோடிய தமிழ் நில வெளி, மன வெளிகளிலிருந்து தப்பியலைவதை தமது சுயேட்சைத் தன்மைகளாக கொண்ட இக்கதைகள், இளம் கால்பந்தாட்டக்காரன் தமது துடிப்பையும் துள்ளலையும் கொண்டு பார்வையாளரை வசியப்படுத்துவதைப் போன்றே பிரெஞ்சு தேசத்தின் இந்த இளம் அகதியின் எழுத்து அனைவரையும் ஈர்த்து வசியப்படுத்தும் தன்மையை கொண்டவை.

இலங்கையில் இடதுசாரி போராட்ட மனம் கொண்டு வாழ்ந்து மறைவுற்ற தனது தந்தை தோழர் டானியல் ஆன்டனியின் வர்க்கப் பார்வையில் விலகல் இல்லாத அதே சமயம் தமது தலைமுறையின் அனுபவ சுயத்திலிருந்து கதைகளை எழுதித் தொகுத்துள்ள டானியல் ஜெயந்தனின் இத்தொகுப்பை வெளியிடுவதில் கருப்புப் பிரதிகள் மகிழ்ச்சியடைகிறது.

வெளியிடும் வாய்ப்பளித்த ஜெயந்தனுக்கும் இந்தப் பதிப்பின் முயற்சிகளுக்கு பெரும் துணையாக நின்ற ஷோபாசக்தி, நூலை வடிவமைத்த சகோதரர் தர்மு பிரசாத், முகப்பை வடிவமைத்த நண்பர் ஜீவமணி, உற்ற துணைகள் அமுதா, விஜய் ஆனந்த் (பெங்களூரு) ஆகியோருக்கு மிகுந்த நன்றிகளை தெரிவிக்கின்றேன்.

தோழமையுடன்

நீலகண்டன்

நன்றிக்குரியவர்கள் :

எஸ்.ராமகிருஷ்ணன், வண்ணதாசன், காதலி ஷாலினி, ஷோபாசக்தி, கருப்பு நீலகண்டன், தர்மு பிரசாத், டானியல் ஜீவா, தர்மினி, அனோஜன் பாலகிருஷ்ணன், நெற்கொழுதாசன், டானியல் சௌந்திரன்,

கதைகள் வெளியாகியிருந்த இதழ்கள் :

காலம், ஆக்காட்டி, அகழ், நடு, மலைகள்.

உள்ளே...

மலகோவா	9
கடவுள் இல்லாத இடம்	31
புறாக்கூடு	56
குற்ற விசாரணை	72
சனையா இருபத்தியெட்டு	86
லெப்டினண்ட் கேர்ணல் ராபட் கொன்சர்லஸ்	108
முற்பணம்	123
கொடித்துவக்கு	136
சிலுவைப்பாதை	154
வயல் மாதா	176

மல்கோவா

அறை முழுவதும் இருள் மண்டிக்கிடந்தது. நான்கு பேர் மட்டும் உயிர் வாழக்கூடிய நான்கு சுவர்களுக்குள் ஒன்பது பேர் உயிர்வாழ்கிறோம். எமக்குத் தேவையான பிராண வாயு துண்டிக்கப்படும் போதெல்லாம் ஓங்கி ஜன்னலைத்தட்டித் திறந்து நாங்கள் உயிர் வாழக் கற்றுக்கொண்டுள்ளோம். எவருக்கும் நிரந்தரமான படுக்கை இல்லை. ஆறு பேர் படுத்தால் மூன்றுபேர் குசினிக்கு எதிரே அழுக்காகிக் கிடக்கும் சோபாவில் அவரவருக்கான இடத்தைப் பிடித்துக்கொள்ள வேண்டும். அதிகாலை எவன் எழும்பி வேலைக்கு ஓடுவான், அந்த இடத்தைப் பிடித்து கொடியை நாட்டலாமென யுத்தவீரனின் மன நிலையோடு தருணம் பார்த்துக்கிடப்போம். யாரும் எதையும் உரிமை கொண்டாட முடியாது. எல்லோருக்கும் எல்லாம் சொந்தம்: நான்கு சுவர்களுக்குள்ளும் ஒரு பெரிய பொதுவுடைமைச் சித்தாந்தமே குடி கொண்டிருக்கின்றது. கிண்டலுக்கும், கேலிக்கும் பஞ்சமிருக்காது. எப்போதாவது கிடைக்கும் ஓய்வு நாளில் மட்டும் போர்வைக்குள் அட்டைபோல் சுருண்டு கிடப்போம். இல்லாவிட்டால் வேலைக்கு 'மலாத் அடித்து' ஏதும் தமிழ் சினிமாவைப் பாத்துக்கொண்டு நேரத்தைக் கழிப்போம்.

ஒன்பது பேரில் ஒரே ஒரு சமையற்காரன் இருக்கிறான். அவனிடம் பத்திரோன் சமறி வாங்குவதேயில்லை. அவன் சிறந்த சமையல்காரன். சமையலுக்குத் தேவையான கறிவேப்பிலை, இஞ்சி உள்ளி தீர்ந்து போனாலும் உணவை அதே சுவை மணம் கமகமக்க சமைத்துப்பரிமாறுவான். கிடைக்கும் நேரங்களில் அவனைப் பாராட்டத் தவறுவதில்லை. இன்று அதிகாலையே எழுந்து விட்டேன். வழமைபோல தொலைபேசியில் தரவிறக்கியிருந்த பைபிளைத் தட்டி வாசித்துக்கொண்டிருந்தேன். சில வேத வசனங்கள் என்னோடு பேசின, அப்போதுதான் இறுதியாக அம்மா அனுப்பிவைத்த கடிதத்தின் வரிகள் மீண்டும் நினைவுக்கு வந்தன. அதை மீண்டும் நினைவுபடுத்திக்கொண்டபோது அவ்வரிகள் மனதுக்குள் தேவபயத்தை உண்டுபண்ணின.

“தம்பி ஆண்டவரோட விளையாடாத கோயிலுக்குப்போ ஆண்டவரட பிரசன்னம் இல்லாமல் எதுவும் செய்ய ஏலாது.அவர் நல்ல மேய்ப்பன் உன்ன நல்ல படியா வழி நடத்துவார். அவரை அண்டிச்சேர் மகனே!” கடிதத்தில் அம்மா எழுதி அனுப்பிய இந்த வார்த்தைகள் என்னை அடிக்கடி செபிக்கவும் ஆண்டவரை நினைவு கூறவும் உறுதுணையாக இருக்கிறன. சென்ற ஞாயிற்றுக்கிழமை ‘வில் நெப்’ தேவாலயத்தில் இடம்பெற்ற ஆராதனையில் பங்கெடுத்தேன். இராப்போசனத்தோடு நல்ல சத்திய வார்த்தைகளும் அங்கு வழங்கப்பட்டன. ஆராதனையில் போதகர் வாசித்த வேத வசனத்தைக் குறித்துக்கொண்டு வர மறக்கவில்லை. அது இவ்வாறு இருந்தது:

“இதோ தேவன் தண்டிக்கிற மனுஷன் பாக்கியவான். ஆகையால் சர்வவல்லவருடைய சிட்சையை அற்பமாக எண்ணாதிரும். அவர் காயப்படுத்தி காயம் கட்டுகிறார். அவர் அடிக்கிறார். அவருடைய கை ஆற்றுகிறது”

வசனங்களை மனதில் போட்டுத் தியானித்துக்கொண்டிருந்தேன். அநாதி தேவன் எவ்வளவு நல்லவர். அவரது வார்த்தைகள் என்னை ஆறுதற்படுத்தின. என்னையறியாமல் கண்களில் இருந்து நீர் பெருக்கெடுத்தது. இதயத்தை ஆராய்ந்து சரிப்படுத்திக்கொள்ள முயற்சித்தேன். கடன் பிரச்சினை மண்டையில் சம்மட்டி அடித்தது. பின் சில நொடிகளில் அது பயமாக உருவெடுத்துத் தாக்கியது. மன்னார் எம்.பிக்கு இன்னும் “மூன்று லட்சம்

குடுக்கவேணும்" ஏற்கனவே சில வாரங்களுக்கு முன்னர் ஒரு லட்சம் அனுப்பியிருந்தேன். இந்த வாரத்துக்குள் எப்படி அனுப்புவது? ம்ம்ம் ..... கேட்டாலும் யார் தரப்போகிறார்கள்? நிச்சயமாக யாரும் தர வாய்ப்பில்லை.

தமிழ் ஆக்கள் விசா, வேலை இருந்தால் நம்பித்தருவாங்கள். அதுவும் வட்டிக்கு. முடிஞ்ச அளவு கிடைக்கிற எந்த வேலை எண்டாலும் செய்வோம். ஏது கஸ்ரம் எண்டாலும் ஒரு கை பார்த்துவிடுவோம். என்ற முடிவுக்கு வந்தபோது வீட்டுக்காரனுக்கு இன்னும் சமறிக் காசு கொடுக்காதது நினைவுக்கு வந்து தொலைத்தது. பசி, தாகம் என்ற உணர்வெல்லாம் கொழும்பு விமான நிலையத்தோடு நின்று விட்டது. ஊரில் வேளைக்கு வேளை சத்தான உணவுண்டு ஜிம் அடித்து மெருகேற்றி வைத்த உடம்பு தளர்ச்சி அடைந்து கொண்டு செல்கிறது. சரியான உணவில்லை நேர காலத்துக்கு ஒழுங்கா சாப்பிடுறதுமில்லை. கடைசியா எல்லாம் இருக்கும் உடம்பில ஆரோக்கியம் இருக்காது. இது உண்மை.

நேற்றைய தினம் நல்ல மழையில் நனைந்து தடிமன் பிடித்துப்போனது. மூக்குத்துவாரங்களில் சளி முட்டிக்கிடந்தது. மூச்சை இழுத்து விட பிரயத்தனம் செய்தேன். போர்வையை அகற்றி இடுப்பிலிருந்து வழுகிச்சென்ற சாரத்தை எங்கோ மூலையில் தேடி எடுத்து சரிப்படுத்திக்கொண்டேன். கண்களை விரிவாகத்திறந்து ஜன்னல் கண்ணாடியை ஊடுருவிப்பார்த்தேன். வெளிக்கண்ணாடி முழுவதும் குளிரில் உறைந்து கிடந்தது. வீட்டின் உட்பகுதி வெப்பத்தால் வேர்த்து விறுவிறுத்தது. கட்டிலில் பொருத்தியிருந்த உலோக ஏணிக் கம்பிப்படிகளைப் பிடித்து பூனையைப்போல சலசலப்பின்றி மெதுவாய் கீழ் இறங்கினேன்.

"பூ ஆரடா இது? கால நேரம் தெரியாமல்... சே நிம்மதியா இந்த வீட்டில ஒரு நேர நித்திர கொள்ள ஏலாது.... அடைத்த குரலில் யாரோ? எவர் எந்தத்தட்டு? என்று சரியாக என்னால் ஊகிக்க முடியவில்லை. தலை சுற்றிக்கொண்டிருந்தது. மெதுவாக தரையில் காலை ஊன்றி நடந்தேன். மறுபடி யாருடைய காலையோ மிதித்துவிட்டேன். ஆனால் அந்த உடலில் இருந்து மூச்சுப்பேச்சில்லை. மின் விளக்கு அணைந்து கிடந்தது. அறை மூலையில் மாதா சொரூபத்தில் இருந்து வெளிவந்த மெல்லிய

ஒளி அறையை ஆக்கிரமித்தது. கட்டில் கம்பியை பிடித்து சன்னலை நோக்கி அரக்கி அரக்கிச்சென்றேன். பனி படிந்திருந்த கண்ணாடியூடே கூர்ந்து பார்த்தேன். சாம்பல் நிற புறா ஒன்று ஒற்றைக்காலில் நடுங்கிக்கொண்டு நின்றது. நிலம் இன்னும் முற்றாக வெளுக்கவில்லை. கட்டடத்தில் வெளியே அழகாய் நீண்டு ஓங்கிவளர்ந்து நின்ற மரங்களின் கிளைகளெல்லாம் துண்டாக்கப்பட்டு வெறும் மொட்டையாய் கொடி மரம் போல நிமிர்ந்து நின்றன. குளிரில் இறுகிக்கிடந்த ஜன்னலைத்திறந்தேன். "கிறீச்" என்ற மெல்லிய சத்தத்தோடு சன்னல் திறந்தது. தூரத்து வீதிகளில் மின்விளக்குகள் ஒளிர்ந்துகொண்டு இருந்தன. பனித்தூறல்கள் மின் ஒளியில் கலந்து தங்கத்துகள்களை அள்ளி வீசின. ஏழாம் மாடியில் இருந்து தரையைப்பார்த்தேன். கீழே இருந்த சிறுவர் பூங்கா மீது பனி மூடிக்கிடந்தது. மனித நடமாட்டமில்லை. பனித்தூறலும் ஓயவில்லை. பார்வையைத் திருப்பி கண்களைக் கடிகாரத்தில் ஊர விட்டேன். நேரம் காலை ஐந்து மணியைக் கடந்துவிட்டது. ரயில் சேவை ஆரம்பமாகியது. கட்டிடத்தின் கீழ்ப்பகுதியினூடாக விரைவு ரயில் புறப்பட்டது. அதன் மின்னல் வேகத்தின் அதிர்வு பலரின் தூக்கத்தை முறித்துப்போட்டது. இரண்டு மூன்று நிமிடங்களில் பூமி அதிர்ந்தது போல் உணர்வு. வெடியோசையைக் கேட்ட தேவாலயப் புறாக்களைப்போல தூக்கத்தில் கிடந்த, நாகேசரும் எழும்பியடித்து வேலைக்கு ஆயத்தமாகினார். நான் மட்டும் தான் எதுவித வேலையுமில்லாமல் அறையில் முடங்கிக்கிடக்கிறேன். சில நேரங்களில் நான் வேலைக்குப் போவது போல நாடகமாடுவேன். இது இரண்டாவது மாதம். நினைத்தாலே வெறுப்புத்தான் வருகின்றது. வேலை கிடைத்தாலும் பத்திறோன்கள் சக மனிதனை மிருகத்தைப்போல் நடத்துறானுகள். பணம் மட்டும்தான் இந்த முதலாளி வர்க்கத்துக்கே முக்கியம் போல எங்களப்போன்ற அப்பாவியளிடம் எவ்வளவு சுரண்ட முடியுமோ சுரண்டிவிட்டு கடைசியா பேப்பரில்லை மட்டையில்லை என்று துரத்தி விடுகிறார்கள்.

ஒரு தொழிலாளிக்கு குறைந்தது பத்து யூரோக்களையாவது ஒரு மணித்தியாலத்துக்கு ஊதியமாக கொடுக்கவேண்டும். இதுதான் பிரெஞ்சுச் சட்டம் சொல்கிறதாம். வதிவிடப் பத்திரம் இல்லையென்றால் மனிதாபிமான முறையில் சற்றுக்

குறைத்தாவது கொடுக்கலாம். ஆனால் தமிழ்க் கடைகள் வைத்திருக்கும் முதலாளிகள் மாதம் கூடிய தொகையாக ஐந்நூறு தொடக்கம் அறுநூறு யூரோக்கள் வரை கொடுக்கிறார்கள். அதிலும் முழு ஏமாற்று வேலைதான் சம்பளத்தொகையைக் குறித்த நாளில் கொடுப்பதில்லை. 12 மணித்தியாலத்துக்கு மேல் வேலை வாங்குகிறார்கள். வேலைக்களைப்பில் தொழிலாளர்கள் மயங்கிவிழுகிற சம்பவங்களும் அடிக்கடி நடக்கும். இந்த விடயத்தில் வெள்ளைக்காரன் பரவாயில்லை தம்பியென்று குணத்தார் லொத்தர் கடையில் வாங்கிய லொத்தரை சுரண்டியபடி சொன்ன நினைவு. பிரான்சுக்கு வந்து மூன்றாம் நாளில் வேலை தேட இரண்டு கிலோ வாழைப்பழங்களையும், தண்ணீர்ப்போத்தலையும் ஒரு தோற்பைக்குள் போட்டுக்கொண்டு லாச்சப்பல் கடைத்தெருவுக்குள் இறங்கினேன். முடிந்த வரை ஒவ்வொரு கடையாக ஏறி இறங்கினேன். கிட்டத்தட்ட இரண்டு வாரங்களின் பின்புதான் ஒரு வேலை கிடைத்தது. நாள் முழுவதும் ரெலிக்காட் விளம்பரக் கம்பனியின் விளம்பர பேப்பரை வருகிற போகிறவர்களிடம் கால் கடுக்க கொடுத்துக்கொண்டு நின்றேன். "விசா இல்லாட்டால் இப்டித்தான் தம்பி சமாளிச்சு உழைக்க கற்றுக்கொள்ள வேண்டும் என்று" முனியாண்டி ரொட்டிக்கடையில் வேலைசெய்யும் வெயிட்டர் ஐயா கூறியதை நினைவு கூர்ந்தேன். எப்போதும் பிரான்ஸ் வாழ்க்கையை நினைக்க வெறுப்பும், அழுகையும்தான் வருகிறது என்ன செய்வது வெளிநாட்டு ஆசையில் சூட் கேசை தூக்கிக்கொண்டு வந்திற்றோம். இனி அந்தப்பாரச் சிலுவையை சுமந்து முடிக்கத்தானே வேண்டும்.

"அட சீ என்ன வாழ்க்கை இது? என்று சலிக்கும் போதெல்லாம்

"கொஞ்சக்காலம் பல்லக்கடிச்சுக்கண்டு இரும்"

"எத்தின பேர் இப்பிடிச் சொல்லிட்டினம். ஒரு பிரியோசனமும் இல்லை.விசா இல்லையண்டால் நாயவிட கேவலமா பார்க்கிறாங்க..."

"டேய் ஜன்னல பூட்டடா"

எடுபிடி கத்தினான். நான் எதுவும் பேசாமல் சன்னலை மூட முயற்சித்தேன். அது கிறீச் என்ற ஓசையுடன் மூட அடம்பிடித்தது.

மழை நீரை உறிஞ்சி சன்னற் பலகைகள் வீங்கிமுட்டிக்கிடந்தன. சுவர்க் கடிகாரத்தின் முட்களின் மெல்லிய சத்தம் நுணுக்கமாக எனது காதுகளில் வந்து சேர வெடுக்கென நிமிர்ந்து கடிகாரத்தை பார்த்தேன். நேரம் காலை 6.30 மணியைக் கடந்து முட்கள் நகர்ந்தன. ம்ம்ம் சிகரெட் புகைத்து பல மணிகள் ஆகிவிட்டன. உதடுகள் அதன் தேவையை உணர்த்தின. மேசை லாச்சியைச் சத்தமின்றி மெதுவாய் இழுத்தேன். பெட்டியில் இரண்டு சிகரெட்கள் குலுங்கின. அதில் ஒன்றை எடுத்து சாரத்துக்குள் செருகிக்கொண்டு குசினியை நோக்கி நடந்துகொண்டே மாதா சொரூபத்தின் கீழ்த்தட்டில் கிடந்த லைட்டரைத் தட்டி சிகரெட்டை பற்ற வைத்தேன். புகையை சன்னலின் நீக்கலால் ஊதிவிட்டேன். குளிரோடு அது அடங்கிப்போனது. தலை இன்னும் கிறுகிறுத்தது. பிரான்சுக்கு வந்து இரண்டு வருடங்கள் இதுவரை எந்தப்பேப்பரும் கிடைக்கவில்லை. ஒப்றா றிஜெக்ட், கொமிசன்காரனும் கைய விட்டுட்டான். லோயர்காரி அப்பீல் போட இரண்டாயிரம் யூரோ கேக்கிறாள்.

ஓகே செய்வோம் என்றால் காசை வையடா! என்று ஒத்தக்காலில நிக்கிறாள் அந்த அம்மாச்சி. காசு கிடந்தால் குடுக்காமலா இருப்பன். பேசாம ஊருக்குப்போய் களங்கண்டியப் பாஞ்சாலும் நிம்மதியா இருக்கலாம் போல கிடக்கு. தண்ணீரை நிரப்பி கேத்தலைத் தட்டினேன். அது தன்பாட்டில் கொதித்துக்கொண்டிருக்க ஒரு பிளாஸ்ட்டிக் குபிளேயுள் பக்கற் தேயிலையைப் போட்டுகொண்டு சீனிப்போத்தலைப் பார்த்தேன். போத்தலின் உட்பகுதியில் சீனித்துணிக்கைகள் ஒட்டிக்கிடந்தன. எறும்புக்கூட்டம் உள்ளே வருவதும் போவதுமாக இருந்தது. ஒரு கரண்டியை எடுத்து போத்தலின் உள்ளே விட்டு ஒட்டி இருந்த சீனித்துணிக்கைகளைச் சுரண்டினேன். "கிறீச் கிறீச்" என்ற சத்தம் உறங்கிக்கிடந்தவர்களை எழுப்பி எரிச்சலேற்றியது. சூடேறிய கேத்தல் நீரின் கொப்பளிப்பும் சீனிப் போத்தலினுள் எழுந்த இரைச்சலும் அக்கணப்பொழுதின் நிசப்தத்தை உடைத்தெறிந்தன.

"பீத்தா மார்து எவண்டா பூனா மகன் குசினிக்க தேய்க்கிறது...."

சத்தம் போட்டுக்கொண்டு குசினைத் தேடிப் பாய்ந்து வந்தான் ஒருவன். நான் பயந்து ஒடுங்கிப்போய் திறந்து வைத்த கேத்திலில்

இருந்து வெளியேறும் நீராவியை விறைத்துப்பார்த்துக்கொண்டு நின்றேன்.

"ஓ தம்பியே! சீதேவிக்கு சீனி தேவப்படுதோ கெட்டகேட்டுக்கு? உடம்பை ஜிம்மடித்து கும்மென்டு மெருகேற்றி வைத்து இருந்தால் மட்டும் போதாது ராசா நல்ல மா நிறத்தில வேற இருக்கிறீர் வேலைக்கி இறங்கி நாலஞ்சு காச பாக்கவேணும் இல்லையெண்டால் இங்க வந்ததில ஒரு பிரியோசனமுமில்லை கேட்டுதே?" என்று சொல்லி நாறல் மூஞ்சியோட என் முகத்துக்கு முன் வந்து பல்லைக்காட்டினான். நான் அவனை அசிங்கமாய்ப்பார்த்தேன். இரவு அடிச்ச சாராய நாற்றம் அவனது வாயில் இருந்து போகவில்லை. வயிற்றைக் குமட்டிக்கொண்டு வந்தது. சிகரெட் புகையை ஊதுவதற்காகத் திறந்திருந்த சன்னல் இடைவெளியைப் பெரிதாக்கினேன். காற்று இரைந்துகொண்டு குளிரை முகத்தில் வீசி எறிந்தது. "தம்பி இண்டைக்கி 27ந் திகதி றூம் காசு தரயிலை எப்ப தரப்போறீர்? போன மாசம் வவுனியா எம்.பிக்கு அனுப்போணும் தங்கச்சியட புருசன வெளிய எடுக்க எண்டீராம். நீர் என்ன ஒட்டுக்குழுவே? நீர் என்ன குழுவாயும் இருந்துபோகும். இந்த மாசம் ஆர ராசா வெளிய எடுக்கப்போறீர் காசு தர இவ்வளவு நாளாகுது. நீர் என்னண்டாலும் செய்யும் முதல் சமறிக்காசை தந்திரும் இல்லாட்டால் வீட்ட விட்டு இறங்கு மோனே...." பல்லை இழித்தபடி கொக்கரித்தான். பிடயில் யாரோ ஓங்கி அறைந்தது போல் இருந்தது. ஜீரணிக்க முடியவில்லை. இந்த விசயம் இவனுக்கு எப்பிடித் தெரியும்? கோபம் தலைக்கேறியது. நரம்புகள் புடைத்துக்கொண்டன.

பற்களை நறும்பிக்கொண்டேன். அவன்ர முகத்தில ஓங்கிக் குத்தவேணும் போல இருந்தது. நாய்ப்பயலுக்கு கதைக்க பேசத்தெரியாது எண்டு பொடியள் சொல்லி வைத்தது உண்மைதான் என்று அப்போது உறைத்தது. "மாதர் சூத்" காலங்காலத்தால ஊரக்கூட்டி இப்படி அவமானப்படுத்துகிறான். வீட்டில் கிடக்கும் எட்டுப்பேருக்கும் தெரிந்துவிட்டது. சே..... லஞ்சம் குடுத்தால் மட்டும் தான் உயிர் தப்ப முடியுமென்றால் குடுப்பது எனக்குத்தப்பாக தெரியவில்லை. ஆமா இவனுக்கென்ன நான் எம்.பிக்கு குடுத்தால் வீட்டுக்காசு தாறன் எண்டு தானே சொன்னான். பிறகென்ன சனியன் கத்துறான்.

மண்டை கிறு கிறுத்தது. என்ர மூத்த அக்காட புருசன் ஒரு புலிப்போராளி. முள்ளிவாய்க்கால் கடைசிச் சண்டையில ஆமியிடம் சரண்டர் ஆகினவர். அரசாங்கம் புனர்வாழ்வு எண்ட பெயரிலே ஆளைக் கொண்டு போய் வவுனியா தடுப்பு முகாமுக்கு அனுப்பிவிட்டாங்க. இன்னும் வெளியில வரவில்லை. எவ்வளவோ முயற்சி எடுத்துப்பார்த்தோம். ஜீ.எஸ், பிஷப் கடிதம் எதுவுமே கை கூடவில்லை. மக்களுக்காகப் போராடிய போராளிகளின் தற்போதைய நிலைமை இப்படித்தான். இப்போது வவுனியாவிலுள்ள ஒரு எம்பியை வைத்து அத்தானை வெளியில் எடுப்பதற்கு வேலை பார்க்கிறோம். எம்.பி மூன்று லட்சம் கேட்கிறார். பிரச்சனைக்குப் பிறகு அம்மாவும், அக்காவும் வவுனியா பூந்தோட்டத்தில் தங்கி இருக்கிறாங்க. சரியான துன்பத்தின் மத்தியில் வாழ்க்கையை நகர்த்துகிறார்கள். அங்கு நடப்பவற்றை அறிந்தால் கண்கள் கலங்கும். இவன் வேற அசிங்கப்படுத்துறான்.

நிமிர்ந்து சுவர் மூலையைப் பார்த்தேன். எங்கோ இருந்து சில கரப்பான் பூச்சிகள் வேகமாக ஊர்ந்து கொழுவிக்கிடந்த பொலுத்தீன் பையில் நிறைந்திருந்த கழிவுப்பொருட்களை நோக்கி படையெடுத்து வந்தன. இயந்திரமாய்த் தனது செருப்பைக் கழற்றி கரப்பான் பூச்சியை ஓங்கி அடித்து தரையில் நசுக்கியபடியே.. "பூ... ஆரட்ட ஓட்டங்காட்டுறாய்! ஒரடியா செத்துப்போ சனியனே!" என்றார். நான் நிமிர்வதற்குள்ளே "தம்பி இந்த மாசத்துக்குள்ள காசு வைக்கவேணும் இல்லையண்டால் வீட்ட விட்டு இறக்க வேண்டிவரும் இப்பவே சொல்லீட்டன்" அதனை மறுத்து பேச என்னிடம் வார்த்தைகள் இல்லை. மௌனம் மட்டுமே மறுமொழியாய் தொக்கி நின்றது. அவன் சாரத்தை ஒதுக்கி எதையோ சொறிந்தபடி எதையோ முறுமுறுத்துக்கொண்டு குசினியை விட்டு வெளியேறினான். அவமானப்பட்டவனாய் நிலத்தில் அடித்துப்போட்ட கரப்பான் பூச்சியை வெறித்துப்பார்த்தேன். அது அரை உயிருடன் கால்களை அசைத்துப் போராடிக்கொண்டு கிடந்தது. கையில் இருந்த சிகரெட் விரலில் சுட வெடுக்கென சிகரெட் கட்டையை நீரில் அமிழ்த்திவிட்டேன்.

குளியலறையில் ஆவிபடிந்திருந்த சவரக்கண்ணாடியை கைகளால் அழுத்தித் துடைத்து விட்டு முகத்தைப்பார்த்தேன்.

கண்கள் சிவந்து கொவ்வம்பழத்தைப்போல் வீங்கி விகாரமடைந்து இருந்தன. இந்தச்சமயம் குளிக்க முடியாது. வீட்டுக்காரன் இதுக்கும் ஒரு கதை சொல்லுவான். முகத்தை நீரால் அடித்து கழுவினேன். கண்கள் எரிவெடுத்தன. சுருங்கியிருந்த முகத்தோலை தடவிக் கொஞ்சம் கிறீமை பூசிக்கொண்டேன். ஜீன்ஸ் அடுக்குகளுக்குள் ஒளித்து வைத்த சென்ற் போத்தலை எடுத்து உடல் முழுவதும் விசிறியடித்தேன். பையில் இருந்து பணிஸ் துண்டொன்றை எடுத்து நைசாக வாய்க்குள் திணித்துக்கொண்டு பனடோல் ஒன்றை எடுக்கும் முயற்சியில் சுவரில் தொங்கிக்கொண்டிருந்த குளிரங்கியின் உள்ளே கையைவிட்டு துளாவினேன். எதுவும் அகப்படவில்லை. இறுதியில் மெல்லிய வெளிர் நீல நிறக் காகிதத்துண்டொன்று கிடைத்தது. சென்ற வாரம் தொடருந்து பரிசோதகரிடம் பிடிபட்டு தண்டப்பணம் கட்டாமல் மறந்து போனது நினைவு வந்தது. இந்த பயண ரிக்கட் எடுக்காத குற்றத்துக்கு நான் இருக்கிற வீட்டுக்கு தண்டமடித்து அனுப்புவான். இதை அறிந்தால் வீட்டுக்காரன் தூக்கில தொங்குவான். இருக்கிற பிரச்சனையில இது வேற என்று மனதுக்குள் சொல்லி காகிதத்துண்டை மடித்து மறுபடி வைத்தேன். அப்போது சொல்லி வைத்தது போல வீட்டுக்காரன் மறுபடி எனக்கு முன்னால் தோன்றி ஒரு லெட்டரை கண்முன்னே நீட்டினான். திகைத்துப்போனேன். தண்டப்பணம் கட்டாத லெட்டர் தானோ! என்ற பயத்தில் கைகால்கள் உதற ஆரம்பித்தன.

அவரது கையில் இருந்த லெட்டரை சாதுவாக வாங்கிப்பார்த்தேன். முகப்பில் இலங்கை முகவரி பொறிக்கப்பட்டிருந்ததைக் குறித்து சற்று ஆறுதல் அடைந்தேன். அது என்னுடைய அக்கா வவுனியாவில் இருந்து அனுப்பி இருக்கிறாள். ஆவலோடு உடைத்துப்பார்த்தேன். கடிதம் வழமைக்கு மாறாக சற்று நீண்டிருந்தது. நின்றுகொண்டே படிக்க ஆரம்பித்தேன்.

அன்புள்ள தம்பி சயந்தா!

எப்பிடி நலமா? நாங்கள் நலம். அம்மாவுக்குத்தான் சரியான சுகமில்லை. நேற்று காலம வவுனியா ஆஸ்பத்திரிக்கு போயிற்று வந்தனாங்க. ஒப்பிரேசன் பண்ணவேணுமாம் மூளையில் கட்டி பெருசாகிறதுக்கு முன்ன ஒப்பிரேசன் செய்ய வேணுமாம். தம்பி

எம்பியோட கதைச்சனியா? இன்னும் காசு வர இல்லையடா முழுசா எண்டு சொன்னவனாம். காசு போட இல்லையா? அத்தான் பாவமடா பழைய காயங்களைப் பார்த்து ஒரே அடி சித்திரவதையாம் ஆள் ஒடிஞ்சு போற்றேர். உன்ன விசாரித்ததா சொன்னார். நீ ஒண்டையும் யோசிக்காத ஆண்டவரட பாதத்தில வைச்சு செபி church க்கு போறனியா? அம்மா ஒரே செபம், உபவாசம் எடுக்கிறா நமக்கு செபம் மட்டும்தான் ஆறுதல். பைபிள் படி! ஆண்டவரோட விளையாடாதே! அவர்ர வசனத்துக்கு செவி சாய்! வேற ஒரு முக்கியமான விசயம் ஒரு கலியாணம் கேட்டு வந்து இருக்கு. அம்மா உன்னட்ட முடிவு கேக்க வேணும் எண்டு சொல்லிற்றா..

"என்ன திடீரெண்டு கலியாணக்கதை வருது யார் பொம்பிளை என்ற கேள்வி மனசுக்குள்ள கிளர்ந்தெழ ஆர்வத்தோடு மேலும் படிக்க மற்றப் பக்கத்தை வேகமாய் புரட்டினேன். வதனா? யாரு? கேட்ட பெயராக இருக்கு. ஓ வதனா அவளுக்கு என்ன ஆச்சு? பெயரையும் விடயத்தையும் வாசித்தபோது தூக்கி வாரிப்போட்டது. அட கடவுளே இது உண்மையாக இருக்குமா? இல்லை நம்ப முடியாது. அவள் எப்படி என்ன ஓகே எண்டவள் லூசி. எனக்கும் செல்விக்கும் இடைல நடந்த எல்லாச் சம்பவங்களையும் முழுசா அறிஞ்ச ஒருத்தி வதனா மட்டும் தான். இவளா? என்னைக் கலியாணம் செய்ய விரும்புறாள்.... முடியாது. வாய்ப்பே இல்லை. கைகள் நடுங்கின. நினைவுகள் அலைக்கழித்தன. பள்ளிக்காலம் நினைவுக்கு வந்து பாடுபடுத்தின. சில நிமிடங்கள் மனம் கலவரப்பட்டவனாக சுவரோடு சாய்ந்துகொண்டு கடிதத்தின் மீது கண்களைப் படர விட்டேன்.

"தம்பி உன்னொட படிச்ச பொட்டதான் வதனா. புஸ்பம் அன்ரியட மகள் இப்ப நேர்சா யாழ்ப்பாணத்திலே வேலை செய்யிறாள். வதனா யாழ்ப்பாணம் பெரிய ஆஸ்பத்திரியில நீள முடியும் ஆளும் இருந்தத விட வடிவுடா இப்ப. பதினைஞ்சு லெட்சம் சீதனமாம் வீடு ஒண்டு கிடக்காம் பட்டித்தோட்டத்தில. எல்லாம் அவளுக்குத்தானாம். உன்ர விருப்பம்தான் எங்களுக்கு முக்கியம் எண்டு அம்மா சொல்லி அனுப்பிட்டா உன்ர விருப்பத்த சொல்லு! வேற என்ன உன்ர போட்டோ கிடைச்சது. தாடி சேவ எடு! பார்த்துவிட்டு அம்மா கவலைப்படுறா.

என்வலப்புக்குள்ள வச்சு அம்பது யூரோ அம்மாட பிறந்த நாளுக்கு அனுப்பி இருந்தாய் அத எடுத்து ஒரு சாறி வாங்கி குடுத்தன். அப்பாவட பத்தாவது வருசம் வருது. வேற என்ன தம்பி? வெளி நாட்டுக்கு உன்ன அனுப்பின காசுக்கு அப்பா கட்டின வீட்ட வித்ததுக்கு எல்லாரும் பேச்சு. அவியளுக்கு என்ன தெரியும்? ஏஜென்சிக்கு காசு தாறண்டு சொன்னவங்க கடைசி நேரத்தில சுத்திப்போட்டாங்க. வா தாறம் எண்டவனுகள் கடைசியில ரெலிபோன் தொடர்பை துண்டிச்சுப்போட்டு கையை விரிச்சிட்டாங்க. இப்ப வந்து வீட ஏன் வித்தனீங்க? என்று ஆயிரம் கேள்வி மட்டும் சைக் விட்டுத்தள்ளு! வேற என்ன ஒண்டையும் யோசிக்காத தம்பி நல்லா ஜெபி, பைபிள் வாசி ஆண்டவர் உதவி செய்வேர்.

லெட்டர் கிடைச்ச உடன் பதில் போடு ஒரு ரெலிபோன் அனுப்பி விடு சிம் போட்டு உன்னோட குரல கேக்க வேணுமாம் அம்மா ஒரே புலம்பல் சரி. கலியாண அலுவல பாரு உனக்கு புடிச்சா சொல்லு அவியள் வாற கிழமை வருவினம் வீட்டுக்கு. பதில் போடு!

இப்படிக்கு

அக்கா

02

இனியும் அறையில் நிற்க முடியாது. வீட்டுக்காரன் காரணமே இல்லாமல் குத்துக்கதை போடுவான். எங்காவது வேலை தேடி போவதுதான் நல்லது. செற்றியில் கிடந்த லெதர் ஜக்கட்டை வேகமாக அணிந்துகொண்டு மின்தூக்கியைத்தேடி நடந்தேன். குளிர் கழுத்தினூடாக உள்ளேற ஜக்கட்டை சரிப்படுத்தினேன். பச்சை நிறப் பொத்தானை அழுத்த லிப்ட் சில நொடிகளில் காலடியில் வந்து கதவைத்திறந்தது. ஆராதனைக்குக் கூட்டிக்கொண்டு போற மேல் வீட்டு அன்ரி பல்லைக்காட்டியபடி உள்ளே இருந்து தம்பி தோத்திரம் சொன்னாள். சவாவே....? போன வாரம் ஆரதனை எப்பிடி போச்சுது? சவா சவா... அன்ரி என்று பதிலைக்கூறி உரையாடலை முடித்துவிட்டேன். சரியான அலட்டல் மேலும் கதையை வளர்க்க விரும்பவில்லை. மனமும் சரியில்லை! சட

சடவென்று நடையை வேகப்படுத்தினேன். பாரிஸ் செல்லும் ரயிலுக்கு இன்னும் ஏழு நிமிடங்கள் இருக்கின்றன. பனி தாராளமாய் கொட்டிக்கொண்டு இருந்தது. வானத்தை நிமிர்ந்து பார்த்தேன். வானம் இருண்டு போய்க்கிடந்தது. மரங்களில் கிளைகள் எதுவுமில்லை வெறும் தண்டுகள் மட்டுமே காட்சி தந்தன. நிலத்தில் மஞ்சள் இலைகள் மலைபோல குவிந்து கிடந்தன. உடலைத் திருத்தமாக மூடிக்கொண்டு பயணிகள் வேகமாக நடக்கின்றனர். நீண்ட கறுப்புக்கோட் அணிந்த ஒரு அழகான வாலிபன் கையில் தோல் பையோடு வேகமாக என்னை கடந்து செல்கின்றான்.

சாம்பல் நிற நாயொன்றின் கழுத்துப்பட்டியை பார்வை இழந்த ஒரு பெண்மணி இறுக்கமாக பிடிக்க மூச்சிரைத்தபடி நாய் வழிகாட்டிச்செல்கின்றது. வீதியோரத்தில் அமைந்திருந்த கடைகளின் முன்னால் நின்று பலர் காப்பியை குடித்தபடியே சிகரெட்டை உறிஞ்சிக்கொண்டிருந்தனர். பரவசமூட்டக்கூடிய அதிகாலை என்னால் மட்டும் உற்சாகமாக நடக்கக்கூட முடியவில்லை. பனி வழுக்கிக்கொண்டு இருந்தது. கண்களில் எரிச்சல் குறையவில்லை. தலை சுற்றியது. சிகரெட்டைத்தேடினேன். குளிர் கோட்டின் மேல் பையில் மடிந்து கிடந்த சிகரெட்டை மூட்டியபடி ஸ்டேசன் மறைவில் நின்று சுதந்திரமாகப் புகையை ஊதினேன். குளிரில் கைகள் குறண்டிக்கொண்டன. இப்போது ஒரு கப் காப்பி யாராவது தருவார்களா? கிடைத்தால் எவ்வளவு நன்மையாக இருக்கும் என்று நினைத்துப்பார்த்தேன். குளிர் கோட்டுக்குள் கையை விட்டேன். உள்ளே கிடந்த இரண்டு யூரோக்களை எடுத்து பரிஸ் சிட்டிக்குச் செல்லும் பயண ரிக்கட்டை வாங்கினேன். பரிஸ் செல்வதற்கான விரைவு ரயில் அங்கே வந்து ஆயத்தமாய் நின்றது.

விரைந்து ஜன்னல் ஓரம் சௌகரியமான ஒரு ஆசனத்தில் அமர்ந்தேன். தலைச்சுற்று அடங்கவில்லை. கண்ணாடியால் எதையும் பார்க்கமுடியாமல் பனி முட்டிப்போய் கிடந்தது. இருக்கையில் சரிந்து படுத்தேன். நினைவு செக்குமாடு மாதிரி சுற்றிச்சுற்றி வந்தது.

வதனா எப்படி ஒத்துக்கொண்டாள்? நம்ப முடியவில்லை. ஒரு வேளை அவளுக்குத் தெரியாமல் அவளது தாய் தேப்பன்

கலியாணம் கேட்கிறார்களோ? எனக்கும் செல்விக்கும் உயர் தரம் படிக்கும் போது காதல் தூது போனவள் வதனாவா இப்போது என்னுடைய மனைவி ஆகப்பார்க்கின்றாள். நல்ல கதை இது சாத்தியப்படுமா? வதனா வீட்டில் வைத்துத்தானே எங்கள் காதல் நாடகம் பிடிபட்டது. நல்ல வேளை வதனாவுடைய தாய் தேப்பன் அறியவில்லை. இதில் வதனாவுடைய தலை தான் உருண்டது. செல்வியட அண்ணனிடம் கையும் மெய்யுமாகப் பிடிபட்ட சம்பவத்தை நினைத்தால் இன்றும் வெட்கமும் அவமானமும் வரும். எதோ சாதித்தடிப்பு புடிச்ச ஆக்களாம் அவங்க அப்படி நடந்துகொள்வதில் பெரிதாக ஆச்சரியம் ஒன்றுமில்லை என்று புதுசா எங்கட ஊருக்கு கலியாணம் கட்டிவந்த ரதி அக்கா சொன்னவ. வாழ்க்கையில் முதன் முதல் அசிங்கப்பட்ட நாள் செல்வியை என்னுடைய நினைவில் இருந்து அகற்ற முடியாமல் எத்தனை நாள் நான் பேய்பிடித்துத் திரிந்தேன். வதனா என்னுடைய நண்பி. அவள் எப்படி என் மனைவியாக கற்பனை செய்து பார்க்க முடியவில்லை. ஒரு வேளை ஏதும் பழிவாங்கலாக இருக்குமோ? நோ நோ வாய்ப்பே இல்லை! ஒலிபெருக்கியின் அறிவித்தலின் பின்பு ரயில் புறப்பட்டது. சில நிமிடங்களில் அடுத்த தரிப்பிடத்தில் பயணிகள் சிலர் ஏறினர். அவர்களில் பெரும்பான்மையினர் கருப்பு இனத்தவர்கள். சில பிரெஞ்சுக்காரர் நாகரீகமாக உடையணிந்து இருந்தனர். பார்ப்பதற்கு அரச உத்தியோகம் செய்பவர்கள் என எண்ணத்தோன்றியது.

“எக்ஸ் கியூஸ் முவா”

ஒரு இளம் பெண்ணின் குரல். என் அருகில் காலியாக இருந்த ஆசனத்தில் வந்தமர்ந்தாள். சற்று சரிந்து இருந்த என்னுடைய தோள்கள் தானாகவே நிமிர்ந்தன.“மெர்சீ மிஸ்யூ” என்றாள். அவளது குரலில் பணிவும் நாகரீகமும் கலந்திருந்தன. புத்துணர்வூட்டும் வாசனை. நொடிப்பொழுதில் பரவசத்தோடு அவளை நிமிர்ந்து பார்த்தேன். அருகில் இருந்தவள். தனது காக்கி நிற லூவித்தன் கைப்பையை திறந்து ஒரு புத்தகத்தை விரித்து அடையாளமிட்ட பக்கத்திலிருந்து படிக்க ஆரம்பித்தாள். fifty shade of gray என்று அதன் அட்டைப்படத்தில் எழுதப்பட்டு இருந்தது. ரயில், மெட்றோ வாயில்களில் இப்பெயரை படித்த நினைவு அரும்பியது. இந்த நெடுங்கதையை

அடிப்படையாக கொண்டு நெட் பிளிக்ஸ் பிரபலமான திரைப்படமொன்றை தயாரித்ததாக நண்பன் ஒருவன் சில நாட்களின் முன்பு சொன்னான். அவளும் அத்திரைப்படப் பதாகையில் அச்சிடப்பட்ட நடிகையைப்போலவே இருந்தாள். உதட்டுச்சாயம் சிவப்பு நிறத்திலும் நகங்களை ஆரேஞ்சு நிறத்திலும் நேர்த்தியாகப் பூசி அழகுபடுத்தியிருந்தாள். அரசுப் பணிபுரியும் மேல் தட்டுப் பிரெஞ்சுப் பெண் போலத் தோற்றமளித்தாள். இடுப்பில் அணிந்திருந்த கருப்பு நிற பெல்ட் அவளது உடலின் பருமனை வெட்டிக்காட்டியது. தொடைகளின் செழுமை அவள் மீது இன்னுமின்னும் ஈர்ப்பை ஏற்படுத்தியது.

அவள் ஒரு நாடக நடிகையாகவோ அல்லது ஒரு பிரெஞ்சு விளம்பர நடிகையாகவோ இருக்க வாய்ப்புண்டென என் நுண்ணறிவு சொல்லிற்று. பனிப்பாதைகளை ஊடறுத்து பாய்ந்து செல்லும் சைபிரீய ஹாஸ்கி நாய்களின் கண்களைப்போல் அவளது கண்கள் பிரகாசமாக ஒளிர்ந்தன. மார்புகள் செழிமை மிகு ஆல்ப்ஸ் மலைகளைப்போல குத்தி நின்றன. எந்தச்சலனமும் இல்லை. அவள் புத்தகத்தின் பக்கங்களை புரட்டும் போது மட்டும் மெல்லிய சத்தம் எழுந்தது. அவளை மரியாதையோடு பார்த்தேன். கொள்ளையழகு. எனது நெற்றியின் வியர்வை கன்னங்கள் வழியாக வடிந்தோடியது. வயிற்றைக் குமட்டிக்கொள்ள வாந்தி தொண்டை வரை எட்டிப்பார்த்தது. அதை தடுக்க பல வழிகளில் முயற்சி செய்துகொண்டிருந்தேன். விரைவு ரயில் ஒரு சில இடங்களில் மட்டும் நிறுத்தப்பட்டு மீண்டும் நகர்ந்தது வெளியே போக முடியவில்லை. நாவில் புளிப்புத்தன்மையான நீர் சுரந்தது. வாந்தி எடுத்துவிடக்கூடாது என்று மனதுக்குள் மன்றாடிக்கொண்டிருந்தேன். அச்சத்தில் இதயம் படபடத்தது. குளிர் காலத்தில் ஜன்னல் திறக்க முடியாது. கழிவறையும் திறந்து விட்டு இருக்கமாட்டார்கள். சன நெரிசலில் நகர முடியவில்லை. நான் இயலாமையால் உழன்றுகொண்டு இருப்பதை அப்பெண் கடைக்கண்ணால் பார்த்து விட்டு புத்தகத்தின் மீது தனது கண்ணை ஊர விட்டாள்.

அவளது பொன் நிற கூந்தல் நெற்றி மீது வழிந்துவிட எடுத்து காது அருகில் செருகி சரிப்படுத்தினாள். அடி வயிற்றுக்குள் மாபெரும் பிரளயம் ஏற்பட்டது. முடியவில்லை ஓங்காளித்தேன். வெறும் தண்ணீரில் உப்பிய பணிஸ் கரைந்து

போய் குமட்டிக்கொண்டு வெளியே வந்தது. எந்த மறுப்புமின்றி இயந்திரமாய் தன்னுடைய கைக்குட்டையை எடுத்து என்னிடம் திணித்தாள். நான் ஏக்கத்தோடு அவளை நிமிர்ந்து பார்த்தேன். என்னுடைய கண்களில் ஈரக்கசிவை அந்த நொடியில் உணர்ந்தேன். அவளது ஈரப்பதமான கைகள் என் பிடடியையும் நெற்றியையும் தாங்கிக்கொண்டன. நிறத்தைப்பார்த்தாலே அருகில் வந்தமர மறுக்கும் காலத்திலும் அவள் பரிவுடன் தன் உள்ளங்கைகளினால் என்னைத் தாங்கிக்கொள்வதை நினைத்தால் எனக்குள் ஒரு மாதிரி கூச்ச உணர்வு தலைப்பட்டது. "சவா மிஸ்யூர்... சவா அலே" என்றாள். எரிந்த தொண்டையால் "மெர்சீ மன்மசல்" என்றேன். என் மீது மெல்லிய புன்னைகையை படர விட்டாள். அவள் பூசி இருந்த நறுமணத் தைலத்தில் கன்னிப்பெண்ணின் ஸ்பரிசத்தை உணர்ந்தேன். நிமிர்ந்து பார்த்தேன். வெளிர் மஞ்சள் நிறத்தில் உள்ளாடை நாடா தோள்பட்டையில் நெளிந்தது. கூச்சத்தோடு பார்வையை விலக்க முயற்சித்தேன். சில வெண்மையான ரிசியூ பேப்பர் சிலவற்றை எடுத்து எனது கைகளுக்குள் திணித்தாள். "மெர்சி புக்கு" என்றேன். நீர் நிறைந்த பிளாஸ்ட்டிக் கப் அவளது கையில் இருந்து என் கைகளுக்கு மாறியது. சற்றுத்தயங்கிய படி தண்ணீரை உறிஞ்சிக் குடித்தேன். தொண்டையில் இருந்த எரிச்சலைச் சற்று குறைத்தது.

நன்றி சொன்னேன். பரவாயில்லையென்றாள். அக்கணம் பிரெஞ்சு தேசத்துப்பெண்கள் மீது இருந்த எதிர்மறையான எண்ணம் பொடிப்பொடியாய் தகர்ந்துபோனது. எனக்குள்ளே நம்பிக்கை பிறந்தது போல உணர்வு. ஓய்ந்து போய் இருந்த உடலில் புது வேகத்தில் இரத்த ஓட்டம் நரம்புகள் வழியே ஊடறுத்து மூளையை வந்தடைந்தன. அப்போது அவள் பரிசுக்கு செல்லும் வழியில் "ரோசா பார்க்" என்ற தரிப்பில் இறங்கப்போகிறாள். என்பதை ஊகித்துக்கொண்டேன். தன்னுடைய பொருட்கள் எல்லாவற்றையும் சரிப்படுத்தினாள். மெல்லிய புன்முறுவலைத் தவழவிட்ட படியே "டேக் கார் மிஸ்டர்" என்றாள். அவள் ஒரு மனிதாபிமானம் மிக்கவள் என்பதை அழுத்தமாக சொல்லிவிட்டு போனாள். நான் அடைத்த குரலில் "தேங்ஸ்" என்றேன். அவள் வேகமாக நடந்து மறைந்து போகும்வரை அவளைப்பார்த்துக்கொண்டே இருந்தேன். ரயில் மெதுவாய் பாரிசுக்கு உள் நுழையும்

சுரங்கப்பாதையை நோக்கி முன் நகர்ந்தது. அவள் பின்னால் செல் ! என்றது. உள்ளிருந்து ஒரு குரல். தொண்டை காய்ந்து போய் வயிறு எரிந்து கொண்டு இருந்தது. கைகளால் அவளது இருக்கையைத் தடவிப்பார்த்தேன். அதில் தேகச்சூடு இன்னும் அடங்கவில்லை. அவளது கைகள் என் தேகத்தை தீண்டியதை எண்ணி பரவசமடைந்தேன்.

எனக்குள்ளே தவிப்பு அவளுடன் மீண்டும் இரண்டு வார்த்தை பேசவேண்டுமே மீண்டுமொரு முறை சந்திக்கமுடியாதா? அவள் மடியில் குழந்தை போல என்னைக்கற்பனை செய்து பார்த்தேன். உடல் மீது மெல்லிய காம நோய் தொற்றிக்கொண்டதை உணர்ந்தேன். இது என் தகுதிக்கும் மீறியது என்பதை என்னால் ஏற்றுக்கொள்ள முடியவில்லை. இரவுத் தூக்கம் கலைந்தது. இளைய ராஜாவுடைய பாடலைக் காதுக்குள் ஒலிக்க விட்டு கற்பனையில் மிதந்தேன். இரவு பெண்மீது கொண்ட காமம் மெல்ல மெல்ல உடல் மீது பரவத்தொடங்கியது.

நாளை எப்படியாவது அவளை சந்தித்து பேச முடிவு செய்தேன். அதிகாலை எழுந்து நேர்த்தியான உடையை அணிந்துகொண்டு வீதிக்கு இறங்கினேன். வீதிகள் பனியால் மூடிக்கிடந்தன . மனித நடமாட்டமில்லை. பனித்திவலைகள் கொட்டி ஓயவில்லை. இனம் தெரியாத வெள்ளைக்காரப் பெண்ணிடன் இருந்து என் நினைவுகளைப் பிரித்தெடுக்க முடியாமல் திணறிக்கொண்டு இருந்தேன். இதைப் படிப்பவர்களுக்கு ஒரு வேளை வேடிக்கையாகத் தென்படலாம். காதல் வேடிக்கையானது இல்லையா? சுய நினைவுகளை இழந்து அந்தப்பெண்ணைக் காணபதற்காக ரயிலேறி எல்லா ஸ்டேசன்களிலும் அலைந்து திரிந்திருக்கிறேன்.

அவள் உடல் மீது நான் கொண்டது காம இச்சையா? அல்லது அவளுக்கு நான் செலுத்தும் நன்றியுணர்வா? சரியாகப் பகுத்தாய்வு செய்யத்தெரியவில்லை. ஆனால் தவறாமல் அவளது நினைவுலகில் சஞ்சரித்துக்கொண்டு இருந்தேன். சில நாட்களில் தூக்கத்தை தொலைத்து அலைய ஆரம்பித்தேன். மீண்டும் காதல் இன்பத்தை வாரி வழங்கியது. மீண்டும் ஓர் நாள் காலை அதே நேரம் ரயில் எடுத்தேன். தயக்கத்தோடு அதே ரயில் பெட்டியில் அவளது வரவுக்காகக் குருட்டு நம்பிக்கையோடு காத்திருந்தேன். இம்முறை அவளுக்கு அருகில் இருப்பதற்கான

வாய்ப்பு கிடைக்கவில்லை! தரிப்பிடம் வர, அவளைப்பின் தொடர்ந்தேன்.

அவளது நீண்ட குதிக்கால் கொண்ட சப்பாத்தில் இருந்து "டொக் டொக்" என்ற சத்தம் அராபிக்குதிரையை நினைவு படுத்தியது. அண்மையில் ஒரு தரிப்பிடத்தில் நீல நிற பீ.எம்.டபிள்யூ கார் அவளுக்காக காத்து நின்றது. அதில் ஏறி மின்னல் வேகத்தில் என்னைக்கடந்து போனாள். மனம் அவள் பின்னால் பின் தொடர்ந்து போனது. அடுத்த நாளும் ரயிலில் அவள் கம்பியை பிடித்துக்கொண்டு நின்றாள். என்னுடைய ஆசனத்தைக்கொடுத்து உதவினேன். என்னை நினைவு வைத்திருப்பாளா? என்ற தயக்கத்துடன் என்னை அறிமுகம் செய்தேன். நம்ப முடியவில்லை எனது உடல் நலத்தை அக்கறையுடன் விசாரித்துவிட்டு இனிமையாகப் பேச ஆரம்பித்தாள். நான் பிரெஞ்சு மொழியில் தடக்கினேன். மொழி தெரியாமல் திணறினேன். நிலைமையைப் புரிந்து கொண்டாள். "ஆங்கிலம் தெரியுமா?"

"ஆம் என்றேன்"

ஆங்கிலம் அவளது நுனி நாவில் தவழ்ந்தது. இரசித்துக்கொண்டே இருந்தேன்.

அவளது பெயர் மல்கோவா லூச்நிக் ரஷியாவின் சன் பீற்றர்ஸ்பேக் நகரைச்சேர்ந்தவள் ஆறு வருடங்களாக பரிசில் தனியார் நிறுவனமொன்றில் தொழில் புரிவதாக தன்னை அறிமுகம் செய்திருந்தாள். ரயிலில் எங்களுடைய சந்திப்பு தொடர்ந்தது. தான் பார்த்த திரைப்படங்களைப் பற்றி பேசுவாள். தற்போது panthan ல் வசிப்பதாகக் கூறி இருந்தாள். நினையாப் பிரகாரம் என்னை ஒரு நாள் தன்னுடன் வைன் அருந்தும்படி வீட்டுக்கு அழைத்தாள். அது ஒரு ஞாயிறு தினமாக இருந்தது. அந்த பனி சரமாரியாக கொட்டிக்கொண்டு இருந்தது. ஆடம்பரமாக உடை உடுத்திக்கொண்டு அவளது முகவரியில் உள்ள அடுக்குமாடிக்குப் போனேன். ஆறாவது மாடியில் இலக்கம் நான்கு என்று இலக்கமிட்ட அறைக்கதவில் அழைப்பு மணியை அழுத்தினேன். உள்ளிருந்து கதவு திறக்கப்பட்டது. தயக்கத்துடன் உள் நுழைந்தேன். வரவேற்பறை முழுதும் சிவப்புக்கம்பளம், உயரமான கூசாக்கள், அழகான ஓவியங்களால்

வீடு அலங்கரிக்கப்பட்டிருந்தது. வீடு முழுவதும் நறுமணம் வீசிக்கொண்டிருந்தது. சப்பாத்தை கழற்றி ஒரு பக்கம் வைத்தேன். கழுத்து வழியே வியர்வை வழிந்தது. ஒரு வகையான பதட்டம் தலையெடுத்தது. கடிகார முட்கள் ஆறுமணியைக்காட்டியது. பார்வையை சுவர் மீது படரவிட்டேன். சற்று தொலைவிலே சுவரின் வலப்பக்க மேல் மூலையில் மேலாடையிழந்த பெண் அகன்ற மார்பகங்களை அழகான கரங்களினால் அழுத்தி மறைத்துக்கொண்டிருந்தாள். பார்ப்பதற்கு உணர்ச்சியைத்தூண்டும் அந்த ஒளிப்படத்தை நெருங்கிச்சென்று பார்க்கும் ஆவலில் மெல்ல நகர்ந்து பார்த்தேன்." திக் என்று தூக்கி வாரிப்போட்டது. நொடிப்பொழுதில் நெஞ்சு வெடித்து சின்னா பின்னமாகியது. மெதுவாக அடியெடுத்து வைத்தேன். படத்தை இன்னும் ஊடுருவிப்பார்த்தேன். அது வேறு யாருமில்லை. நான் பிரியப்படும் மல்கோவா ஹூச்நிக்? திகைப்பிலிருந்து மீள முடியவில்லை. யார் இவள்? ஆபாசக்காரியா? அடுக்கடுக்காகச் சந்தேகங்கள் அடுக்கடுக்காக முளைத்தன. தனியாக வாழும் ஒரு கன்னிப்பெண் தனது வீட்டுக்கு ஓர் ஆணை எந்தத்தயக்கமும் இன்றி அழைத்திருக்கிறாள்? என்ன தொழில் செய்கிறாள்? நான் நினைத்தது தப்பாகிவிட்டதோ? ஒரு வேளை...? தவறான இடத்துக்கு வந்து விட்டேனோ? என்னை அறியாமலே மனசுக்குள் செபிக்கத்தொடங்கினேன. உதடுகள் துடித்தன.உடல் முழுதும் வேர்த்து விறுவிறுத்தது.

உயரத்தில் இருந்து குரல் கேட்டது.

"ஹேய் சவா?"

"ஹெய் கம் அப்ஸ்ரெயர்...."

தயங்கித்தயங்கி கம்பளம் விரித்த படி வழியே மேலேறினேன். அறையில் சிவப்பு நிறச் சோபாக்கள் சதுரமாகச் சுற்றி அடுக்கப்பட்டு இருந்தன. அதன் நடுவில் வட்ட வடிவ கண்ணாடி மேசையின் மீது சில ஆங்கிலத்திரைப்பட டிவிடிக்கள் இருந்தன. என்னுடைய கண்கள் சுற்றும் முற்றும் அவளைத்தேடி அலைகின்றன. இன்னும் கண்ணில் அவள் படவில்லை மேசையில் கிடந்த திரைப்பட டிவிடிக்களின் பெயர்களை பதட்டத்துடன் வாசித்துக்கொண்டிருந்தேன். எதிரே குளிர் காய்வதற்காகன நெருப்பு சுடர் விட்டு எரிந்து

கொண்டு இருந்தது. அதன் மஞ்சள் நிற சுவாலையில் வீட்டு வரவேற்பறை முழுதும் சூடு பரவி இருந்தது. கையிடாத வெள்ளை நிற மெல்லிய நீளக்கவுணை அணிந்த படி கையில் இரு மதுக்கோப்பைகளை நளினமாக அவள் ஏந்தி வந்தாள். தொண்டை அடைத்தது. வாயில் உமிழ் நீர் சுரந்தது. ஒருவித புது உணர்வு பிறந்தது. தயக்கத்துடன் அவள் முன் எழுந்து நின்றேன். நேராக வந்து கன்னத்தை உரசி முத்தமிட்டு எனக்கெதிரே அமர்ந்தாள். பேச வார்த்தை வரவில்லை எங்கிருந்து தொடர்வது என்ன பேசுவது தெரியவில்லை. தலை கிறு கிறுத்தது. வெளியே ஓடுவோமா என்று மனசு சொன்னது. அது மரியாதை ஆகாது. எதுவென்றாலும் எதிர்கொள்வோம். என்ற முடிவுக்கு வந்துவிட்டேன். கையில் இருந்த வைன் கிளாசை நீட்டினாள். தயக்கத்துடன் வாங்கி சியர்ஸ் சொன்னேன். அவள் எதைப்பற்றியோ பேச்சை ஆரம்பித்தாள். அது எனக்கு நினைவில்லை. வரவேற்பறையில் அந்தப் புகைப்படம் மீண்டும் என்னைத் தொந்தரவு செய்ய தொடங்கியது. மனம் தடுமாற ஆரம்பித்தது. நிலை குலைந்து நின்றேன். அவளிடம் அதைப்பற்றி கேட்க மனம் இடங்கொடுக்கவில்லை. இரு மணித்தியாலத்துக்குள் என்னைப்பற்றி எல்லாவற்றையும் போட்டு வாங்கி விட்டாள். பரிஸ் நகரில் இன்னும் வாழலாம் அதற்கான அவளிடமிருந்து நம்பிக்கையூட்டும் வார்த்தைகள் தெறித்தன.

நேரத்தைப்பார்த்தேன். ஏழு மணியைத் தாண்டி முட்கள் நகர்ந்து கொண்டு இருந்தன. சிகரெட் பெட்டியை என்னிடம் நீட்டினாள். ஒன்றை எடுத்துக்கொண்டேன். அதை பற்றவைக்கும் முயற்சியில் லைட்டரை தட்டிக்கொண்டு நெருங்கினாள். அவள் உடல் வாசனை எல்லாவற்றையும் மறக்கச்செய்தது. சற்று நேரம் தங்கிச்செல்வதாக உத்தேசம். மீண்டும் மதுக்கோப்பை நிரம்பி வழியும் சத்தம். போதை தலைக்கேறியது. அங்கிருந்து தயக்கத்துடன் விடைபெற முயற்சித்தேன். கடிகாரத்தில் நேரத்தைப்பார்த்தபோது. ரயிலுக்காக நேரம் நெருங்கியது. இன்னும் சில நிமிடங்களுக்குள் ரயில் நிலையத்தை அடைந்தால் ரயிலை பிடித்துவிடலாம். போதையில் தடுமாறி எழுந்து நின்று நன்றி கூறி விடைபெறும் நேரம் வர மார்புகளால் முட்டி சிறிய முத்தத்தோடு வாயில் வரை வந்து வழி அனுப்பினாள். இரவு வீடு சேர்ந்து நள்ளிரவு கடந்தும்

தூக்கம் வராமல் உழன்றுகொண்டிருந்தேன். கண் முன்னால் அரை நிர்வாண ஒளிப்படங்கள் வந்துகொண்டிருந்தன. அவளை அவமதித்துவிட்டு வந்தது போன்று உணர்வு நீண்ட யோசனையின் பின்பு எனது தொலைபேசியில் இருந்து மல்கோவா கொடுத்த தொலைபேசி இலக்கத்தை அழுத்தி மீண்டும் தொடர்பு கொள்ள எத்தனித்தேன். சடுதியில் எந்த அறிவிப்புமில்லாமல் தொடர்பு துண்டிக்கப்பட்டது. "டொக் டொக்" என்று அறைக்கதவு தட்டிச்சத்தம் கேட்டது. எழுந்து பார்த்தேன். மங்கலான வெளிச்சத்தில் வீட்டுக்காரனின் பற்கள் பிரமாண்டமாகத் தெரிந்தன.

•••

கடவுள் இல்லாத இடம்

நீண்ட நேரம் சிகரெட் எதுவும் புகைக்கவில்லை. உதடுகள் காய்ந்து வெடித்துப்போவதை உணர்ந்தேன். படுத்திருந்து படித்துக்கொண்டிருந்த மொழிபெயர்ப்பு நாவலை சோபாவிலே குப்புறப் போட்டுவிட்டு குசினியை நோக்கிச் சென்றேன். ஒரு கோப்பியை அடித்து கோப்பையில் ஊற்றினேன். இடுப்பில் கட்டியிருந்த பற்றிக் சாரம் வழுக்கிச் செல்வதை உணர்ந்த போது எதுவித பிரயத்தனமும் செய்யவில்லை. வயிற்றோடு கையை அழுத்தி மெல்ல சாரத்தைப் பிடித்தபடி கதிரையில் கிடந்த குளிர் அங்கியின் பையில் இருந்து 'ரோத்தமென்' சிகரெட் பெட்டியை உருவி எடுத்தேன். அதிலிருந்து ஒரு சிகரெட்டை எடுத்து பற்ற வைத்த படி குளிரினால் இறுகிப் போய் கிடந்த பல்கணிக்கதவை தள்ளித்திறந்தேன். கண்ணாடிக்கதவு கிரீச்சிட்டபடி விரிந்து திறந்தது. அவக்கென குளிர் முகத்தில் அடித்தது. மெல்ல நகர்ந்து பல்கணி வழியே நகரத்தைப் பார்த்தேன். பல காலம் கைவிடப்பட்ட நகரம் போல மனித சஞ்சாரம் எதுவுமின்றி வெறிச்சோடிக்கிடந்தது. என்னைச் சூழ்ந்திருந்த அமைதியைத் தொடரும் நாய்களின் குரைப்பு கலைத்துக்கொண்டிருந்தது. வெறுப்போடு நுனிக்கால்களை சற்று தூக்கி சத்தம் வரும் திசையை நோக்கிப் பார்வையைப் பதித்தேன். தொலைவில் இரண்டு மனிதர்கள் நாய்களுடன்

வீதியின் எதிரெதிர் நடைப்பயணம் செய்கின்றனர். நாய்கள் ஒன்றை ஒன்று பார்த்து தொண்டை கிழியும் வரை மூர்க்கமாகக் குரைத்துக்கொண்டிருந்தன. அவை ஒன்றையொன்று நெருங்க மேலும் ஆவேசத்துடன் குரைப்பதை உணர்ந்த போது சட்டென்று மனதுக்குள் அச்சம் முளைக்க ஆரம்பித்தது. அது ஆவேசத்துடன் என்னை கேலி செய்வது போல உணர்ந்தேன்.

ஒருவிதமான வெறுப்பு என்னுள் படர ஆரம்பித்தது. மட மட வென்று கோப்பியைக் குடித்தேன். சிகரட்டின் புகையை உறிஞ்சியபடி தரையைப் பார்த்தேன். கார்கள் வெண்பனியில் மூடிகிக்டந்தன. கண்ணுக்கு எட்டும் தூரத்தில் இருக்கும் சிறுவர் பூங்கா அழகாக வெண் பஞ்சு மெத்தையால் மூடிக்கிடந்தது. நத்தார் தினம் முடிந்தும் சுத்தம் செய்யாத வீதி அலங்காரங்கள் அங்காங்கு பனி மெத்தைகளில் குத்தி நின்றன. பல்கணி மேல்கட்டின் மீது குவிந்திருக்கும் பனியை கைகளால் தரையில் தட்டிய போது வேகமாக தரையை நோக்கிச் சென்று தொப்பென்று எதோ ஒன்றின் மீது வீழ்ந்து தெறித்து மெல்லிய சத்தத்தை எழுப்பியது. திடுக்கிட்டுப்போனேன். அப்போதுதான் அந்தத் தற்கொலை மீண்டும் நினைவுக்கு வந்து என்னை வாட்டி எடுத்தது. இப்படிப் பனி கொட்டும் மார்கழி மாதம் ஒன்றில் தான் இதே பல்கணி கட்டின் மீது ஏறி எந்தச் சலனமுமின்றி அந்த வாலிபன் பரிதாபமாகத் தன் உயிரை மாய்த்துக்கொண்டான். சில வருடங்கள் கடந்தாலும் இன்று வரை அந்த அதிர்விலிருந்து நான் விடுபடவில்லை. அந்த நாளை நான் சபிக்கின்றேன். கண்ணீர் என்னை அறியாமலே வடிந்தது. அந்த வாலிபன் உடல் சிதறித்தெறித்த பக்கத்து அடுக்கு மாடிச் சுவரின் அடித்தளத்தைப் பார்த்தேன். அங்கு அவனது சூடான குருதி இன்னும் வடிந்து கொண்டிருப்பது போன்ற பிரமை. சிகரெட்டின் நெருப்பு விரல்களை சுட்டது. வெடுக்கென்று விரல்களைத் தட்டினேன். இயந்திரம் போல இயங்கி பல்கணிக் கண்ணாடியை இழுத்து மூடி விட்டு அறையை நோக்கிச் சென்றேன்.

பிற்பகல் நான்கு மணிக்கு இன்னுமிரண்டு மணித்தியாலங்கள் இருக்கின்றன. இன்று ஒரு எழுத்தாளரை வரவேற்க பாரிஸில் உள்ள ‘ஓர்லி’ விமான நிலையத்துக்குச் செல்ல இருக்கிறேன். அவர் பாரீஸில் உலகப்புகழ்பெற்ற புத்தகக் கம்பெனிக்கு தன் புத்தக வெளியீட்டுக்காக வருகிறார். அவருடனான எனது

சந்திப்பு, முதன் முதலில் அம்ஸடாம் இரவு விடுதியொன்றிலே தான் இடம்பெற்றது. சில வருடங்களுக்கு முன்பு எனது கோடை விடுமுறையை அம்ஸடாம் நகரத்தில் கழித்தேன். அந்த வருடம் மிக குதூகலமானது. நான் அங்கு சென்று மூன்று நட்சத்திர விடுதியொன்றில் சில இரவுகளை மகிழ்வுடன் களித்தேன்.

பகல் முழுவதும் அலைந்து நகரில் ஆடம்பரக் களியாட்ட நிகழ்வுகளில் கலந்து கொண்டேன். ஒரு முறை நள்ளிரவு கடந்து திறந்திருந்த களியாட்ட விடுதியொன்றில் மது அருந்திக்கொண்டு இருந்தேன். மென் இருட்டில் பல வர்ண மின்குமிழ்களின் ஒளி வெள்ளத்தில் விடுதி தள்ளாடிக்கொண்டிருந்தது. பார்த்தால் மனிதர்கள் அன்புக்காக ஏங்கிக்கொண்டு இருக்கின்றார்கள் என எண்ணத்தோன்றும். நான் அழகிய குவளையில் அஃப்சலுட் வொட்காவை நிறைத்த படியே அங்கு சல்லாபமிடும் பக்தர்களின் நெளிப்புகளையும் ஆட்டங்களையும் இரசித்தபடி குடித்துக்கொண்டிருந்தேன். சற்று நேரத்தின் பின்பு சிகரெட்டைப் பற்ற வைத்து ஊதிய படியே விடுதிக்கு முன்னே இருந்த செக்ஸ் சொப்பை நோட்டமிட்டு நடந்தேன். அருகில் இருந்து ஒரு பெண்குரல். திரும்பிப்பார்த்தேன். சிகரட்டை வலக்கை நடுவிரலுக்குள் சொருகியபடி என்னை நோக்கி வந்தாள். அவள் பார்ப்பதற்கு அசல் தமிழ்ப் பெண் போல தோற்றமளித்தாள். மது மயக்கத்தில் நேர்த்தியாக மைதீட்டிய அவள் கண்கள் சோர்ந்து இருந்தன. அழகான முகவெட்டு. தலை முடியை வர்ணம் தீட்டி சற்று தோள் வரை இறக்கி கத்தரித்து சுத்தமாக வைத்திருந்தாள். சாம்பல் நிறக் குட்டைப்பாவடையும், கருப்பு நிறத்தில் வெள்ளை நிற பூக்களை நேர்த்தியாக எம்பிராயிடு செய்த டீசேட்டை உள்ளே விட்டு இறுக்கமாக அணிந்திருந்தாள்.

அவள் சீசா அருந்தி இருக்கலாம். அவள் இருந்த இடத்தை நோட்டமிட்டேன். வேறு யாரும் அவளது நிறத்தில் இருக்கவில்லை; புத்தகங்கள் சிதறிக்கிடந்த மேசையின் முன்பு பகட்டாக முகத்தில் ஒப்பனை செய்த இரு பெண்கள் பேசிக்கொண்டே சீசா அருந்திக்கொண்டு இருந்தார்கள். என் கையில் இருந்து வாங்கிய சிகரெட்டால் தன் சிகரெட்டை ஊதி பற்ற வைத்துவிட்டு ஒல்லாந்து மொழியில் அவள் நன்றி சொன்னாள். நான் பிரெஞ்சில் பேசிய போது தொடர்ந்து

பேசினாள். நான் என்னை அறிமுகம் செய்த போது எந்த மொழியில் எழுதுகிறாய் என கேட்டாள்; நான் தமிழ் மொழி என்றேன். ‘ஆ’ என்ற படி தலை அசைத்துப் புகையை வானத்தைப் பார்த்து ஊதினாள். தன்னுடைய பெயரை ‘அலெக்ஸ்சான்றா’ என்று அறிமுகம் செய்தாள். தான் ஒல்லாந்து மொழியில் நன்கு அறிமுகமான நாவல் ஆசிரியை என்றும் தன்னுடைய இணையத்தளத்தில் தனது கட்டுரைகளைப்படிக்கலாமென்று சிகரெட்டின் சாம்பலைத்தட்டிக்கொண்டு சொன்னாள். ஒரு நாவல் பிரெஞ்சில் மொழியாக்கம் செய்யப்படுவதாகச் சொன்னாள். இருவரும் கதைத்த படியே மெல்ல நடந்தோம். அவளது பின் அழகு லத்தினோ அழகிகளை நினைவுபடுத்தியது. தரிப்பிடத்தில் நின்ற காரில் இருந்து நூலொன்றை எடுத்துக் காட்டினாள்; அது பிரெஞ்சில் மொழியாக்கம் செய்யப்பட்ட நூல். அதை நான் கேட்டுப் பெற்றுக்கொண்ட, போது அதில் அவளது கையொப்பம் அவளது வாட்ஸாப் இலக்கம் மின்னஞ்சல் அனைத்தையும் எழுதிக் கொடுக்க மறக்கவில்லை.

சில நிமிடங்கள் அங்கிருந்த மரக்கதிரையில் எதிரெதிரே அமர்ந்து பேசிக்கொண்டோம். சதைப்பிடிப்பான தொடைகளைப் பின்னிய படி எனக்கு முன்பாக அமர்ந்தாள். எனக்குள் காமம் உருகித் திரவமாக வடிய ஆரம்பித்தது. அவள் கால்களை அசைத்து தொடைகளை மெல்லப் பிரிக்க என் கண்கள் போதையில் தடுமாறின. அவள் எழுந்து பேச ஆரம்பிக்க புத்தி தெளிந்தேன். “நான் திருமணம் ஆனவள். என் கணவன் ஒல்லாந்து நாட்டுக்காரன். இந்த நிமிடம் அவன் எங்காவது வேற்றுப் பெண்களோடு மது அருந்தி புணர்ந்து கொண்டிருப்பான்” என்று உதடுகளைச் சுளித்தபடி சொன்னாள். தன் தகப்பன், தாயை விவாகரத்து செய்து விட்டதாகவும் தகப்பன் மொரீஷியன் தாய் ஹரியானா மாநிலத்தைச் சேர்ந்தவள் என்றும் தான் பிறந்தது வளர்ந்ததெல்லாம் இதே நாட்டில் தான் என்று மேலாடையைச் சரிப்படுத்தியபடி சொன்னாள். மீண்டும் நடக்க ஆரம்பித்தோம். அவள் தனது ஒல்லாந்து நண்பர்களுக்கு என்னை அறிமுகம் செய்து வைத்தாள். பின்னர் நான் இரவு வணக்கம் கூறி அங்கிருந்து வெளியேறிவிட்டேன். இரவு நான் தங்கியிருக்கும் விடுதிக்கு டாக்ஸி பிடித்து வந்து சேர்ந்து விட்டேன். நள்ளிரவைக்கடந்த பின்னரும் விடுதியில் ஹெனிக்கன் பியர் ஒன்றை வாங்கி அறையில்

வைத்துப் பருகினேன். இரவு என்னால் தூங்க முடியவில்லை. வழுவழுப்பான, சதைப்பற்றான தொடைகளும், நெளித்து விடப்பட்ட கூந்தலும் நினைவுக்கு வந்துகொண்டிருந்தன. அந்த இரவு நான் சுயமைதுனம் செய்திருக்க வேண்டும், போதையில் சரியாக நினைவில்லை. அடுத்த நாள் அவளை அதே விடுதியில் சந்திக்கச் சென்றேன். அவள் வரவில்லை. நான் அந்த சுற்று வட்டத்தில் உள்ள டிஸ்கோ ஒன்றில் இரவைக்களித்தேன். இரண்டு வருடங்களுக்கு முன்னர் இடம்பெற்ற முதல் சந்திப்பு என்றாலும் நாங்கள் தொடர்ந்து ஈ மெயில், வாட்ஸாப்பென்று இன்றும் தொடர்பில் இருக்கிறோம். என் தொலைபேசியை எடுத்துக்கொண்டு கட்டிலில் சாய்ந்தேன். அறை முழுதும் சூடேற்றப்பட்டு கதகதவென்றிருந்தது. எண்ணங்கள் வண்ணம் போல சிறகடிக்க ஆரம்பித்தன. கடிகார முட்கள் நகர மறுத்தன. பனி இன்னும் கொட்டித் தீர்ந்தபாடில்லை. கடந்த பத்து வருடங்களில் இப்படியொரு பனிப்பொழிவை பாரிசின் புற நகரம் அனுபவித்ததில்லையென *TF1* முதல் அனைத்துப் பிரெஞ்சு ஊடகங்களும் புள்ளிவிபரங்களோடு ஒப்பிட்டுச் சொல்லிக்கொண்டிருக்க வீட்டு மின்குமிழ்களை இயந்திரமாக இயங்கி அணைத்துவிட்டு கருப்பு நிறத்தில் தோலினாலான குளிர் அங்கி ஒன்றை அணிந்துகொண்டு மின்தூக்கியை நோக்கிச் சென்றேன். எனக்காகக் காத்திருந்தது போல மின்தூக்கி எனது தளத்தில் நின்றது. உடனடியாகக் கட்டிடத்தை விட்டு வெளியேறினேன். பனியின் மெத்தென்ற விரிப்புக்குள் பாதங்கள் புதைந்தன. என்னால் வீதியில் நடக்க முடியவில்லை. விரைந்து சென்று கதவைத் திறந்தேன். கண்ணாடியில் உறைபனி உறைந்து கிடந்தது. கண்ணாடித் துடைப்பான்கள் பனியில் சிக்கிக்கொண்டன. தாமதிக்காமல் வண்டி எஞ்சினை முடுக்கி விட்டேன். புகையைக் கக்கிக்கொண்டு வண்டி பேய் மாதிரி உறுமியது. வண்டியின் கொதி கலனை அழுத்திய போது கண்ணாடியில் அப்பியிருந்த பனி கரைந்து உருக ஆரம்பித்தது.

ஜக்கெட் கையை இழுத்து நேரத்தைப் பார்த்தேன். நேரம் பிற்பகல் நான்கு மணியைத் தொட்டது. நேரம் நெருங்க நெருங்க அலெக்ஸ்சாவை சந்திப்பதற்கான ஆர்வம் மேலோங்கியது. வண்டியின் வேகத்தைச் சற்று முடுக்கி விட்டேன். வண்டிச்சக்கரங்கள் உன்னிக்கொண்டு வரிசையாக புத்தகக் கடைகள் நிறைந்த தெருவை அடைந்தது.

வண்டியை தரிப்பிடத்தில் நிறுத்திவிட்டு வெளியேறினேன். எதிரே ‘ஷேக்ஸ்பியர் அன் கொம்பனி’ என்ற பாரிஸின் உலகப்புகழ்பெற்ற புத்தகக் கடை காட்சியளித்தது. இங்கு பல முறை வந்து இருக்கின்றேன். என்னை முதன் முதலில் அழைத்துச்சென்று இங்கிலாந்து எழுத்தாளர் ஒருவரை அறிமுகம் செய்துவைத்தது நண்பன் பர்ஹான்.

இன்றும் ஒரு நாவலாசிரியரைச் சந்திக்க இருக்கிறேன். கடையின் வெளிப்புறத்தை பச்சை மற்றும் தங்க நிறங்களினால் நுட்பமாக அடித்து அழகுபடுத்தியிருந்தனர். வாங்கிய புத்தகங்களை மார்போடு அணைத்தபடி உற்சாகம் குன்றாமல் வரிசையில் நின்ற வாசகிகளின் முகங்களில் ஒரு விதமான படபடப்பைக் காணக்கூடியதாக இருந்தது. கடையின் வாயிலைத் திறந்து உள்ளே ஒரு கருப்பு நிற அழகி என்னை வரவேற்றாள். அங்கே சிறிய மேடையில் அலெக்ஸாவும் பெண் அறிவிப்பாளர் ஒருவரும் பிரம்புகளினால் பின்னப்பட்ட வட்ட வடிவ கதிரைகளில் அமர்ந்திருந்திருந்து வாசகர்களின் கேள்விகளுக்குப் பதிலளித்துக்கொண்டிருந்தனர். மேடைக்குச் சற்றுத் தாழ்வான பகுதியில் வாசகர்கள் தமக்கான ஆசனங்களில் அமர்ந்திருந்து அன்று வருகைதந்திருக்கும் எழுத்தாளரின் பேச்சை மிகக் கவனமாக செவிமடுத்துக்கொண்டிருந்தனர். அலெக்ஸ்சா மெலிந்த உடலை தடித்த வெளிர் நீல நிற நீண்ட குளிரங்கியால் மூடியிருந்தாள். சுருள் சுருளாக அழகுபடுத்தப்பட அழகிய கேசம். தலையில் ஒரு பக்கம் ரோஸ் நிறத்தில் பூ எம்பிராயட்டு செய்த அழகான வெள்ளை நிறத்தில் வட்டவடிவத் தொப்பி அவளுக்கு எடுப்பாக இருந்தது. ஆரஞ்சு நிறத்தில் உதட்டுச்சாயம் அவள் மெல்லிய உதடுகளை மெதுவாய் திறந்து பேசும் போது மஞ்சள் ஒளியில் பிரகாசமாக இருந்தன. நிகழ்வு முடியும் வரை பொறுமையோடு அவளது அழகான வாயில் இருந்து வெளிவரும் சொற்களை எண்ணிக்கொண்டிருந்தேன்.

இறுதியாக புத்தகங்களை பெற்றுக்கொண்டவர்களிடம் தனது கையெழுத்தைப் போட்டுக்கொடுத்த படியே அவர்களுடன் புகைப்படம் எடுத்துக்கொண்டிருந்தாள். சில நிமிடங்களில் வெள்ளை நிற குவளையில் வைன் பரிமாறப்பட்டது. நான் இருக்கையில் இருந்தபடியே வைனைச் சுவைத்தேன். அலெக்ஸா வைன் அருந்துவதற்காக தனது மேலங்கியை கழற்றினாள்.

கழுத்தைச் சுற்றி அழகான கருப்பு முத்துமாலை ஒளி பட்டு மின்னியது. இந்த அழகோடு அவள் எனக்கு கொடுக்கப்போகும் முத்தத்தை பற்றி கற்பனை செய்யத்தொடங்கினேன்.

பின்னால் இருந்து ஒரு பெண் குரல். வெடுக்கென்று திரும்பினேன். அது வைன் பரிமாறிய அதே பெண் குவளையை என்னிடம் இருந்து வாங்கிவிட்டு நன்றி சொல்லி அவ்விடத்தைவிட்டு அகன்றாள். நேரம் இரவு எட்டுமணியைத் தொட்டது. வாசகர்கள் சாலையை விட்டு மெல்ல மெல்ல அகன்றபோது அலெக்ஸா தரையில் இறங்கி என்னை நோக்கி வந்து "சவா டானியல்?" என்று சுகத்தை விசாரித்தபடியே மென்மையாக முத்தமிட்டு கட்டியணைத்து தனது உலர்ந்த கரங்களினால் எனது முதுகைத் தடவிக்கொடுத்தாள். இதமாக இருந்தது. அவளது உடலில் பூசி இருந்த வாசனைத்திரவியம் அவளது தேகச்சூட்டுடன் சேர்ந்து என் உடலோடு அப்பியது. அனைவரிடமும் நன்றி கூறிப் புறப்படத் தயாரானோம். இரவு உணவை உண்பதற்காக வண்டியை உணவகத்துக்குச் செலுத்தினேன். தொடர்ந்து பேசிக்கொண்டு போனோம். முன் இருக்கையில் இருந்துகொண்டு தன் கைப்பையை திறந்து ஒரு சுவிங்கத்தை என்னிடம் நீட்டிக்கொண்டு மறுகையால் உதட்டுச்சாயத்தை பிதுக்கி மென்மையாக பூசிக்கொண்டு உதடுகளை ஒட்டி விரித்தாள். பின் சுவிங்கத்தை மென்றுகொண்டு பேச ஆரம்பித்தோம். ஈபிள் கோபுரத்துக்கு அருகிலுள்ள இந்திய உணவுவகை வழங்குகினற ஓர் உணவகத்தில் உண்பதற்காக வண்டியை நிறுத்தினேன். சிறிய வட்ட மேசையை சுற்றி இரண்டு கதிரைகள். மேசையின் நடுவில் நீண்ட மெழுவர்த்தி சுடர் விட்டு எரிந்துகொண்டிருந்தது. மேசைக்குச் சற்று தள்ளி சூடேற்றிகளில் இருந்து பீறிட்ட வெப்பம் உடலை கத கதப்பாகியது. உணவகத்தில் உள்ள தொலைக்காட்சி பெட்டியில் கால்பந்தாட்டப் போட்டியில் பலர் மூழ்கி இருந்தனர். சிலர் புகைத்துக்கொண்டிருந்தனர். அவள் தான் விரும்பிய 'மிக்ஸ் பிரைட் ரைஸை' ஓடர் செய்தாள். நானும் அதையே விரும்பினேன்.

சில நிமிடங்களில் உணவு தயாரானது. கடலுணவுகளின் வறுவல் மூக்கை புத்துணர்வாக்கின உணவைத் தட்டில் கொட்டினாள். தட்டில் மனம்போல குவிந்திருந்த

கடலுணவுக்கலவையில் முட்கரண்டியால் தேர்வு செய்து குற்றிக்கொண்டு "பொன் அப்பிட்டி" என்று இருவரும் ஒருவரை ஒருவர் வாழ்த்தியபடி உண்ணத்தொடங்கினோம். அங்கு வந்த பணியாளன் இரண்டு குவளைகளுக்கும் திராட்சை வையினை ஊற்றிவிட்டான். பேசிக்கொண்டிருக்கும் போது இடையில் அந்த வழக்கு விசாரணைகளைப் பற்றி பக்குவமாக விசாரித்தாள். ஏற்கனவே நான் வாட்ஸாப்பில் பொதுவாக எல்லா விடயங்களைப்பற்றியும் அவளுடன் பேசியிருக்கிறேன். இளைஞன் 'மொம்மதின்' தற்கொலை பற்றிய தகவல்களை அறிய அவள் ஆவலாய் இருந்ததை நான் உணர்ந்தேன். என்னால் அந்தத் துன்பியல் சம்பவத்தில் இருந்து விடுபடமுடியவில்லை. அந்தத் தற்கொலையால் நான் அதிர்ந்து போயிருக்கிறேன்; உதவி செய்யப்போய் துன்பம் அடைந்ததுதான் மிச்சம். அந்த வழக்கு சம்பந்தமாக பேசுவதற்கு நான் தற்சமயம் தயார் இல்லை என்பதை அலெக்ஸா உணர்ந்தாள். இருவரும் இலக்கியம் சம்பந்தமாக பேச ஆரம்பித்தோம். பின்னர் சமகாலப் பிரெஞ்சு அரசியல்,தேர்தல் பற்றிப் பேசினோம். மேடம் லூப்பன் அதிபராவதற்கு தகுதி இல்லாதவர் என்றும் எதிர்க்கட்சி ,அகதிகள் பற்றி அவர் கொண்டுள்ள நிலைப்பாட்டை தான் வெறுப்பதாகவும் தன்னுடைய புளொக்கில் அதுபற்றி விரிவான கட்டுரை எழுதி இருப்பதாக சொன்னாள். அவளது அடுத்த புரஜெக்ட் ஒரு நாவலாகத்தான் இருக்கும் அதற்கான வேலையாகவும்தான் பரிஸ் வந்ததாகச் சொன்னாள்.

இருவரும் உணவை திருப்தியாக உண்டு களித்தோம். பணத்தைச் செலுத்த அவள் என்னை அனுமதிக்கவில்லை. சில சில்லறைகளை மட்டும் உணவை வழங்கிய பணியாளனுக்கு ரிப்ஸ்சாகக் கொடுக்க என்னை அனுமதித்தாள். இருவரும் புறப்பட்டோம். வீடு வந்து சேர இரவு பத்துமணியைக் கடந்துவிட்டது. வண்டியைத் தரிப்பிடத்தில் நிறுத்திவிட்டேன். வெளியில் இலக்கில்லாமல் பனித்துகள்கள் வீசிக்கொண்டிருந்தன. நிலம் சேறும் சகதியுமாக இருந்தது. நீண்ட குதியை உடைய அலக்ஸாவுடைய பூட்ஸ் நறுக் என்று பனியில் வழுக்க வெடுக்கென்று என் தோள்களைப்பிடிக்க சமயம் பார்த்திருந்தவனைப் போல சுறுக்கென்று அவளது ஒல்லியிடைய பிடித்து தூக்கிக்கொடுத்தேன். "ஓ கோட் மெர்சி செரி" என்றாள். மெல்ல இருவரும் சிறிய பொதிகளைத்

தூக்கிக்கொண்டு மாடிக்கேறினோம். கதவை திறந்து உள்ளே போனதும் அலெக்ஸா கையில் இருந்த பொதியை தூக்கி எறிந்துவிட்டு அருகில் இருந்த சோபாவில் தொடைகளைப் பின்னிக்கொண்டு தொப்பென வீழ்ந்தாள். "இன்று நீண்ட பயணம் செய்து இருக்கின்றேன். உடல் சோர்வாக இருக்கிறது" என்றாள். நானும் சேர்ந்து அதை ஆமோதித்தேன். உறங்கப்போகிறாயா? என்று கேட்டேன். குளிக்கப்போவதாக சொன்னாள். உடனடியாகக் குளியலறையை தயார் செய்தேன். சில நிமிடங்களில் முழுகி விட்டு ஊதா நிற பிஜாமாவோடு சோபாவில் வந்தமர்ந்தாள்.

மென்மையாக உதட்டுச்சாயம் பூசி இருந்தாள். தலையில் இருந்து துடைத்த பின்பும் நீர்த்துளிகள் சொட்டிக்கொண்டிருந்தன. அவளது உடலில் இருந்து சோப்பு வாசம் வீசிக்கொண்டிருந்தது. பரிசுத்தமான முகத்துடன் அவள் சோபாவுக்கு முன்னால் படித்துவிட்டு மூடி வைத்த புத்தகத்தை எடுத்து அதன் அட்டையை முன்னும் பின்னும் ஆர்வத்தோடு புரட்டிப்பார்த்தாள். அவள் அறியாத மொழியில் புத்தகத்தின் தலைப்பு எழுதப்பட்டு இருப்பதையும் அதில் எழுதி இருப்பது என்னவென்று அறியும் ஆவலில் இருப்பதை அவளது அழகிய கண்களும் உதடுகளும் சொல்லிற்று . அந்தப்புத்தகம் "அப்பாவின் துப்பாக்கி" அதைப்பற்றி நான் சொன்ன போது தான் பிரெஞ்சு மொழியில் படித்து விட்டதாகவும், ஹினேர் சலீம் என்னும் எழுத்தாளருடைய சிறந்த நாவல் என்றும் அண்மையில் அவரது "வோட்கா லெமன் "என்னும் திரைப்படத்தை தான் பார்த்ததாகவும் சொன்னாள். குர்திய மக்களின் வாழ்க்கை வரலாற்றை அவர்களது இளமைக்கால வாழ்க்கையை விபரிக்கும் நூல் என்றாள்.

இருவரும் அந்த நூல் பற்றிய அறிந்த விடயங்களைப்பற்றி அதிகம் பேசிக்கொண்டோம்.சோபாவில் இருந்து புத்தக அடுக்கில் சில புத்தகங்களைப் புரட்டிப் பார்த்தாள். கார்சியா மார்க்கஸ்,அன்ரன் செக்கவோ,அல்பேர்ட் கெம்யூ போன்ற எழுத்தாளர்களது புத்தகங்களை எடுத்து அவற்றின் முன்னட்டையில் அச்சிட்டிருந்த அவர்களது முகங்களை மெதுவாகத் தடவியபடியே யாருடைய நாவல் என்று கேட்டு என்னிடம் விபரம் அறிந்தாள். நான் இடைமறித்து ஏதும்

குடிக்கப் போகிறாயா? என்று கேட்ட போது "ஜஸ்ட் வைன் அல்லது பியர் மட்டும் இரவில் வருந்துவதாகச் சொன்னாள். உடனடியாக பிடிச்சில் அடுக்கி இருந்த வைன் போத்தலை எடுத்து இரு கண்ணாடிகுவளைக்குள் ஊற்றினேன். சிவப்பு நிற திரவம் நுரையோடு பொங்கி குவளையை நிரப்பியது. நன்றி கூறி கையில் மதுக்குவளையை வாங்கியவண்ணம் என்னிடம் ஒரு கேள்வி கேட்டாள். "நீ காஃப்காவின் தற்கொலைக்குறுங்கதை படித்திருக்கிறாயா? இல்லையா?" நான் இல்லை என்றேன். அதில் வரும் சில சம்பவங்களை எடுத்துக்கூறினாள். என்னுடைய குவளையில் இருந்த திரவம் காலியானது. மீண்டும் கொஞ்சம் ஊற்றினேன். அவள் தொடர்ந்து பேசத்தொடங்கினாள்.

சோபாவின் மறு மூலையில் இருந்தவள் மதுக்கிண்ணத்தை மேசையில் நீட்டி வைத்தபடியே மெல்ல என்னை அண்மித்து என் தோள்களில் தன் கன்னத்தை மெல்ல அழுத்தியபடியே "ஹேய் நீ சில மாதங்களுக்கு முன்பு கூறிய அந்தத் தற்கொலை பற்றி விரிவாக சொல்லுவாயா?" என்றாள். என்னையறியாமல் ஒருவித உணர்வு மனதில் எழுவதை நான் உணர்ந்தேன். குளிரில் உறைந்து போய் இருக்கும் இந்த நகரில் வெறும் இருவர் மட்டும் மிக நெருக்கமாய் இருக்கும் நிமிடம் என்னால் என்னதான் செய்ய முடியும் வெடுக்கென்று எழுந்து "உனக்கு சிகரெட் வேணுமா?" என்று கேட்டேன் "யெஸ் பிளீஸ்" என்றாள் அவளுக்கு சிகரெட்டை பற்ற வைத்து விட்டு சிகரெட்டை ஊதிய படி நான் பனிக்குளிரில் இறுகிபோய்க்கிடந்த பல்கணிக் கதவை மீண்டும் போராடித்திறந்தேன்.

அங்கிருந்த உயரமான மது அருந்தும் கதிரையில் அருகருகே அமர்ந்து புகைக்க ஆரம்பித்தோம். அவளுடைய வழுவழுப்பான தோள் என்னைத்தீண்டிக்கொண்டிருந்தது.நகரைப் பார்த்தேன். நள்ளிரவு இருட்டில் பூப்பனித்தூறல் முடிவின்றி கட்டிடக்காட்டுக்குள் மௌனமாகச் சரிந்துகொண்டிருந்தன. பிடிக்காத உணவைத் தவிர்க்கும் குழந்தையைப்போல அந்த வாலிபனின் தற்கொலைக் கதையைத் தவிர்க்க முயற்சித்தேன். என்னால் அவளது அன்பான கோரிக்கையை தட்டிவிட முடியவில்லை. கதிரைக்கு அருகில் நெருங்கி அவள் என்னை அன்போடு அணைக்க விரும்பியதை நான் உணர்ந்தேன். அவளது உடலின் கதகதப்பு என் தொண்டைக்குள் எதோ கட்டியான

திண்மத்தை இறுக்கியது போல உணர்ந்தேன். அவளது மெல்லிய விரல்களைத் தீண்டினேன். அவளும் என்னை இறுகப்பிடித்து "டானியல், பனி பொழியும் இந்த நள்ளிரவில் இந்த வானம், பூமி ஏன் இந்தப் பிரபஞ்சத்தின் கீழ் இருக்கும் எல்லாவற்றையுப் பற்றியும் இரவு முழுவதும் உன்னுடன் பேசிக்கொண்டிருக்க வேண்டும் போல் இருக்கிறது" என்றாள். சிகரெட்டின் நுனியில் இருந்து எரிந்த சாம்பல் தரையில் விழாமல் புகைந்துகொண்டு இருக்க அதைச் சாம்பல் குப்பிக்குள் தட்டிய படியே கதையைச் சொல்ல ஆரம்பித்தேன். தனது விரித்து விட்ட கூந்தலுள் மெல்ல விரல்களை விட்டுக் கோதியபடி போதையேற்றும் பார்வையால் என்னை விழுங்கிக்கொண்டிருந்தாள். என் மனம் அமைதியில்லாமல் தவித்தது. இந்தக்கதையை நான் சொல்ல எத்தனித்த போது மனதுக்குள் என்னையறியாமல் குற்றவுணர்வை உணர்ந்தேன் என்பதை முன்கூட்டியே வாசகர்களிடம் சொல்லிவிடுகிறேன்.

"முகமது நயீம்" என்பது என்னுடைய கால்பந்தாட்டப் பயிற்சியாளருடைய பெயர். அவர் ஒரு முஸ்லிமாக அறியப்பட்டாலும் தன் மதம் குறித்து மற்றவர்கள் போல எந்தப் பெருமையும் பாராட்டிக்கொள்வதில்லை. உதவி கேட்டு வாசலுக்கு போனால் முடிந்தால் செய்து கொடுத்து விடுவார். நாங்கள் அவரை மாஸ்டர் என்று தான் அழைப்போம். நல்ல உடல் வாகு. ஜிம் அடித்து உடம்பை ஏற்றி வைத்திருந்தார். கறுத்த உருவம். தலை முடி நெற்றி வரை சுருண்டு கிடக்கும் கண்கள் இரண்டும் பழுப்பு நிறம். என்ர கூட்டுக்காரங்கள் மாஸ்டரைப் பார்த்த பின்புதான் ஜிம் கிம் என்று யாழ்ப்பாண ரவுண் புள்ளா திரிய வெளிக்கிட்டவங்க. அவர் புத்தளம் ஸாஹிரா கல்லூரியில் சில காலம் கடமையாற்றிவிட்டு யாழ்ப்பாணம் நாவாந்துறைக்குப் பணி மாற்றம் கேட்டு வந்துவிட்டார். யாழ் ஐந்து சந்தியை அண்மித்த பகுதியில் அவரது பூர்வீக சொத்தென்று சில இருந்தன. அதில் ஒன்று யாழ்ப்பாண மாநகர எல்லையில் இருந்தது. தொண்ணூறாம் ஆண்டுக்கு முன்னர் சிறிய மாடியுடன் கூடிய வீடு தற்போது தரை மட்டமாகக் கிடக்கின்றது.

போரின் பின் எஞ்சி இருக்கும் காணித்துண்டின் இடிபாட்டுக்குள் தப்பி ஒரு பக்க சுவர் மட்டும் விறுமன்

போல நிலைத்து நின்றது. அச்சுவருடன் முட்டுக்கொடுத்து ஒரு தகரக்கொட்டிலை மாஸ்டர் நிர்மாணித்தார். மாஸ்டரை இரண்டாயிரமாம் ஆண்டிலிருந்து அறிந்திருக்கிறேன். கொழும்பு சிட்டி லீக் மைதானத்தில் அவரது அணியை பல சவால்களுக்கு நடுவே வழி நடத்தி வந்து இறுதிப்போட்டியில் எங்களுடைய அணியுடன் தோல்வியடைந்து வெளியேறினார். அவருடன் என் சொந்த ஊரைச் சொல்லி அறிமுகமான போது தனது கண்கள் விரிய கொஞ்சம் பெருமூச்சு விட்டபடி தானும் அதே ஊர் என்றார். அப்போது என்னால் நம்பமுடியவில்லை. சில காலம் சென்ற பின்னர் தான் அந்த அரசியல் எனக்குப் பிடிபட்டது. யாழ்ப்பாணம் துரையப்பாவில் மாவட்டத் தெரிவு அணிக்கு பயிற்சிக்கு சென்று வரும் வேளை என்னுடைய சகாக்களுடன் மாஸ்டர் வீட்டில் ரின் பால் தேத்தண்ணி குடித்து இளைப்பாறிவிட்டுத்தான் வீட்டுக்கு போவோம். ஈத் கொண்டாட்டத்தின் போதெல்லாம் மாஸ்ட்டர் வீட்டில் தான் ஆட்டுக்கறி பிரியாணி ஒரு புடி புடிப்போம். அந்த வேளையெல்லாம் முகம் கோணாமல் எம்மை உபசரித்து வழி அனுப்பி வைத்த மாஸ்டருடைய மனைவி நாங்கள் அவாவை டீச்சர் என்று அழைப்போம்; அது மாஸ்டருக்கு கெளரவமாக இருந்தது. சொல்லப்போனால் என்னை ஏஜென்சி மூலம் அனுப்பி வைத்தது அவர் தான். கொழும்பில் எவ்வளவோ ராணுவ கெடுபிடிகள். எனக்கு சிங்களம் சுத்தமாகத் தெரியாது. சொல்லப்போனால் சிங்களத்தில் ‘எண்ட’ ‘தெண்ட’ போன்ற ஒருசில சொற்கள் மாத்திரம் தெரிந்து வைத்திருக்கிறேன். எனக்கு மாஸ்ட்டர் செய்தது உதவி இல்லை அது பேருதவி என்பேன். நான் வெளிநாடு வந்து பத்து பதினைந்து வருடங்கள் உருண்டோடி விட்டன. இப்போது மாஸ்டர் ஓய்வு பெற்றுவிட்டார். மீதிக்காலத்தை மனைவி, பிள்ளையள், பேரப்பிள்ளைகளோடு சந்தோசமாக கழிப்பதாகச் சொல்லுவார். மாஸ்ரருடன் அன்று எப்படி பழகினேனோ அதே போல் இப்போதுவரை பழகிக்கொண்டிருக்கிறேன். ஒரு நாள் அதிகாலை நான்கு மணிக்கு தொலைபேசி அழைப்பு வந்திருந்தது. துடித்துப்பதைத்து தொலைபேசியை எடுத்தேன். இந்த நேரங்களில் வரும் அழைப்புகள் பெரும்பாலும் எனக்கு துக்கச் செய்திகளையே சொல்லி இருக்கின்றன. கொஞ்சம் தளர்ந்த குரலில் ஆண் குரல் ஒன்று “தம்பி” என்றது. அரைத்தூக்கத்தில்

“ஹலோ” சொன்னேன். மறுமுனையில் பதட்டத்தோடு மாஸ்டர் பேசத்தொடங்கினார். “தம்பி டிஸ்ரப் பண்ணிற்றன் போல கிடக்கு”

“இல்லை மாஸ்ட்டர், சொல்லுங்க மாஸ்டர் என்ன இந்த நேரத்தில அடிச்சு இருக்கிறீங்க ஏதும்?”

“ஒண்டும் இல்ல தம்பி சின்னப் பிரச்சினை”

சொல்லுங்க விபரமாக என்று மெல்லிய அதட்டலுடன் என்னை அறியாமலே வார்த்தைகள் வெளியில் வந்து வீழ்ந்தன.

“தம்பி என்ர கூட்டாளி ஒருத்தண்ட மவனடாப்பா இப்பதான் ஒரு வருசம் சுவிஸுக்கு போய் திடீரெண்டு அவனை டிப்போட் செய்யப் போறாங்களாம். அவன் ‘வாப்பா என்ன காப்பாத்துங்க’ எண்டு சொல்லிக் கத்துறான் தம்பி. போலீஸ் அடிக்கிறாங்க போல காலங்காலத்தால டெலிபோன் அடிச்சவன். என்ன செய்றண்டு தெரில, பாவம் அவன்ர வாப்பா மோளட கலியாணத்துக்குச் சேத்து வச்சு இருந்த காசு, வீடு எல்லாத்தையும் இழந்துபோட்டான். எனக்கு வேண்டியவன். அவன்ர ரெண்டு கண்ணும் குருடா போச்சி. என்னோட திருகோணமலையில புட்பால் விளையாடினவன். அவன்ர நிலைமையை பார்க்க கவலையாகிடக்கப்பா. தம்பி உன்னால ஏதும் உதவி செய்ய முடியுமா தம்பி?”

இப்போது என்னுடைய தூக்கம் எல்லாம் கலைந்து போனது.

“மாஸ்டர் கவலைப்படாதீங்க, பொடியன்ட டெலிபோன் நம்பர் இருந்தால் உடனே அனுப்புங்க என்ன எண்டு பாத்துச் செய்றன்'' என்றேன். “பெரிய உதவி தம்பி இப்ப அவன்ர வாப்பாவை அடிக்கச் சொல்றன்” என்றார். சில நிமிடங்களில் ஒரு தொலைபேசி அழைப்பு வந்தது. இம்முறை ஒரு பெண்குரல் ஹலோ “நான் றஸ்மிட றாத்தா பேசுறன். கொஞ்சம் பொறுங்கோ வாப்பாட்ட குடுக்கிறன்'' என்றாள். “வாப்பா அந்த அண்ணே இந்தாங்க டெலிபோன் வடிவா புடிங்க இந்தா இருக்கு வடிவா வாய்க்கு கிட்ட வச்சி பேசுங்க” என்றாள். “தம்பி.... சோமா இருக்கிறீங்களா?” என்ற மோன் தான் றஸ்மி என்ன பிரச்சினையோ தெரில தம்பி பயமா இருக்கு இங்க ஒருக்கா செல்லி பாருங்க அல்லாஹ் உங்களை ஆசீர்வதிப்பேர்.

இங்கின இருந்து எங்களால ஒண்ணும்செய்ய முடியாது தம்பி மலைபோல நம்புறேன். கையை விட்டுராதீங்க! என்று சொல்லி முடிப்பதற்குள் அங்கிருந்து சில அழுகுரல்கள் என்னை கலங்கவைத்தன. அவரது குரலில் நடுக்கத்தை உணர்ந்தேன். என்னால் எப்படி அவர்களைத் தைரியப்படுத்துவது என்று தெரியவில்லை.

“சரி ஒண்டும் யோசிக்காதீங்க. வாப்பா இப்ப என்ன என்று பாக்கிறேன்'' என்று சொல்லி டெலிபோனை கட் செய்தேன். மனதுக்குள் பயம் மெல்ல அரும்பு விட ஆரம்பித்தது. சில நிமிடங்களில் சுவிஸர்லாந்து தொலைபேசி இலக்கம் ஒன்று வாட்ஸாப்பில் வந்து வீழ்ந்தது. உடனடியாக அந்த தொலைபேசிக்கு அழைத்துப்பேசினேன். பெடியன் மூக்கால் சினுங்க ஆரம்பித்தான். நான் அவனுடைய முழு விபரத்தையும் அறிய விரும்பினேன். இது கரணம் தப்பினால் மரணம் என்ற நிலை, நான் எடுத்து வைக்கும் ஒவ்வொரு அடியையும் மிகவும் நிதானமாக வைக்க வேண்டி இருந்தது. பொறுமையாக அவன் சொல்வதை செவிமடுத்தேன். தான் சுவிஸுக்கு வந்து இரண்டு வருடங்கள். போட்ட விசா எல்லாம் ரிஜக்கட் ஆகிவிட்டதாகவும் இப்போது தன்னை நாட்டை விட்டு வெளியில் போகச் சொல்லி லோயருக்கு கடிதம் அனுப்பி இருக்கிறாங்க. எந்த நேரமும் போலீஸ் பிடிக்க வாய்ப்பு இருக்கு. எப்படியாவது தன்னை பிரான்சுக்குக் கூப்பிடுங்க என்று கெஞ்சினான். உன்னுடைய வயது என்ன தம்பி? என்று கேட்டேன். பத்தொன்பது என்றான்.

பேசி முடிந்ததும் தொலைபேசியை நிறுத்திவிட்டு மீண்டும் சுவிஸ் போடர் மாமன்சுக்கு அழைத்தேன். மாமன்ஸ் அழைப்பில் வந்தான். விபரத்தைக்கூறினேன். பிரான்சுக்கு அழைத்துவர தற்போதைய நிலையில் முடியாது என்று மறுத்துவிட்டான். நாட்டு எல்லைகளுக்குள் ஏராளமான போலீசார் நிறுத்தப்பட்டு இருப்பதாகவும் எல்லைகளில் பிடிபட்டால் எல்லாருடைய வாழ்க்கையும் கேள்விக்குறி ஆகிவிடும், தான் குடும்பகாரன் என்று கையைக்கழுவ நினைத்தான். வேண்டுமானால் அந்தப் பொடியனை பேருந்தில் அல்லது தொடருந்தில் அனுப்பி வைக்க முடியும் என்றான். அதில் எனக்கு நம்பிக்கையில்லை. சரி எதுவானாலும் அந்த பெடியனின் தொலைபேசி இலக்கத்தை கொடுத்து பேசிப்பாரு என்றேன்.

மாமன்ஸ் சில மணித்தியாலங்களில் என்னை அழைத்தான். அந்த பெடியன் தன்னை பேருந்தில் அனுப்பி விடும்படி தொந்தரவு செய்வதாக சொன்னான். மீண்டும் தான் போயருக்கு சென்றால் தன்னை கைது செய்து விடுவார்கள் இல்லையென்றால் அந்த ஆபிரிக்க கருப்பு புண்டைகள் தன்னை துன்பறுத்திக் கொன்று விடுவார்கள் என்றானாம். எனக்கு குழப்பமாக இருந்தது. பிடிப்பட்டால் பழி என்மீது விழும் என்று பயந்தேன். ஆனாலும் பெடியனின் நிலைமை இப்படி இருக்கின்றது. மாஸ்டருக்கு வாக்கு வேற கொடுத்துவிட்டேன். அப்போது ஒரு யோசனை உதித்தது. உடனடியாக விபரத்தை பெற்றோருக்கு சொன்னேன். அவர்களால் எதையும் புரிந்து கொள்ள முடியாமல் திணறிக்கொண்டு இருந்தனர். 'காப்பாத்து தம்பி! என்று மட்டும் புலம்பிக்கொண்டிருந்தனர். மாமன்ஸ் பொடியண்ட இன்சூரன்ஸ்ஸை பயன்படுத்தி தன்னுடைய பணத்தை செலுத்தி ஒரு பயண ரிக்கட்டை பொடியனின் பெயரில் பதிவு செய்து, அதன் பிரதியை எனக்கு அனுப்பினான். பயண ஒழுங்குகள் சரியாக செய்துவிட்டதாகச் சொன்னான். "அவசரப்புடுக்கு ஒரு மாதிரி ஆளுதான் மச்சான் அவனை கவனமாக கையாளு" என்று மாமான்ஸ் அறிவுரை கூறினான். எனக்கு ஒன்றும் பிடிபடவில்லை!

பேருந்தில் ஏறுவதற்கு முன்னர் பொடியன் தொலைபேசியில் அழைத்திருந்தான். தான் அணிந்து இருக்கும் ஜக்கெட்டின் நிறம் மஞ்சள், ஜீன்ஸ் கருப்பு, வெள்ளை கன்வாஸ் சப்பாத்து என எல்லா அடையாளங்களையும் சொல்லி முடித்தான். எச்சிலை விழுங்கிய படி "அண்ணே கூட்டி போக வந்துவிடுவீங்கதானே?" "தம்பி ஒன்றுக்கும் யோசியாத நான் ஒரு மணித்தியாலத்துக்கு முன்னமே பஸ் நிலையத்துக்கு வந்துவிடுவேன்". என்று உறுதி அளித்தேன். "சரிணா" என்று சொல்லி தொலைபேசியைத் துண்டித்தான். அடுத்த நாள் ஞாயிற்றுக்கிழமை பிற்பகல் நான்கு மணிக்கே சென்றுவிட்டேன். பரிஸ் பேர்சி பஸ் நிலையம் என்னை வரவேற்றது. மழைபெய்து சேறும் சகதியுமாகக் கிடந்த நிலத்தைத் தாண்டி பயணிகளின் நெருக்கடிகளைச் சமாளித்துக்கொண்டு பொறுமையுடன் அங்கே அமைக்கப்பட்டு இருந்த ஒற்றையடிப்பாதையாலே உள் நுழைந்தேன். வெளி நாடுகளில் இருந்து உள்வரும் பிரமாண்டமான பேருந்துகள் வரிசையாக நிறுத்தப்பட்டு அவற்றின் ஓட்டுனர்கள் அடுத்த

சவாரிக்காக தயார்ப் படுத்திக்கொண்டிருந்தனர். பேருந்துகளின் முகப்பில் அழகாக பொருத்தப்பட்டு இருந்த இலக்கத்தகட்டில் இடப்பக்கம் எந்த நாட்டுக்குச் சொந்தமான பேருந்தென அந்த நாட்டின் பெயரின் முன் இரு எழுத்துகளையும் அழுத்தமாக எழுதி இருப்பதைக் கண்டேன். நேரம் நெருங்க நெருங்க எனக்குள் பதட்டமும், பயமும் உள் நுழைவதை உணர்ந்தேன். அப்போது வாட்ஸாப்பில் அந்தப் பொடியனின் வாப்பா அழைத்தார். "மகன் சின்னவன் வந்துட்டானா? நேரம் ஆச்சு தானே? நீங்க எங்க ஸ்டேசனில தானே?" என்று பதட்டத்துடன் கேட்டார்.

"ஆமா என்று பதில் கூறிக்கொண்டு பேருந்து வரும் திசையை வெறித்தேன். வரிசையாக பேருந்துகள் வந்துகொண்டிருந்தன. சூரிச் என்ற பெயர் பொறித்த பேருந்து அதன் தரிப்பிடத்தை நெருங்க தடித்த கருப்பு நிற கண்ணாடியூடாக அந்த பொடியனின் அசைவு தெரிகின்றதா எனப்பார்த்தேன். உஸ்ஸ் என்ற சத்தத்தோடு பேருந்து தனக்கான தரிப்பிடத்தில் நின்றது. கதவு திறக்கப்பட்டதும் பயணிகள் இறங்கித் தமது பயணப்பொதிகளை எடுப்பதற்காக வரிசையாக நின்றனர். மஞ்சள் நிறத்தில் ஜக்கெட் அணிந்த பொடியனை என் கண்கள் தேடின. தங்க நிறத்தில் பிரேம் இட்ட மூக்குக்க கண்ணாடியை அணிந்த பருமனான ஒரு மனிதனின் பின்னால் நின்று "அண்ணே இங்க" என்று குரலை எழுப்பினான். அப்போதுதான் நிம்மதிப்பெருமூச்சு விட்டேன். உடனடியாக வாப்பாவுக்கு அழைத்து விபரத்தை சொன்னேன். அவரிடம் அப்போது தோன்றிய களிப்பை என்னால் விபரிக்க முடியாது. "மகன் உங்கட வீட்ட கூட்டிப்போய் ஒரு பீங்கான் சோறு குடுங்க மகன்; அல்லாஹ் உங்களையும் குடும்பத்தையும் ஆசீர்வதிப்பாரு" என்கிறார். எனக்கு ஒரு மாதிரி ஆகிவிட்டது. பொடியன் வாடி வதங்கி சிவப்பு நிற உதடுகள் உரிந்து கருப்பு நிறத்தில் தோன்றியது.

பொடியனை ஏறிட்டுப்பார்க்க கவலையாக இருந்தது. வெடுக்கென்று அவனது பயணப்பொதியை கையில் எடுத்துக்கொண்டு ஸ்டேசனை விட்டு வெளியேறினோம். பயணப்பொதியை உருட்டிச்செல்ல முடியாதபடி நிலம் சேறும் சகதியுமாக இருந்தது. அவனது பயணப்பொதியை மெல்ல நகர்த்திக்கொண்டு சென்றேன். பொடியன் கையில் இருந்த

ஆரஞ்சுச் சாற்றை உறிஞ்சிக் குடித்துக்கொண்டு உயர்ந்து நின்ற கட்டிடங்களைப்பார்த்த படி நடந்து வந்தான். வழியில் பொலிஸாரின் கண்களில் படாமல் இருக்க நடையைத் துரிதப்படுத்தினேன். வாகனத் தரிப்பிடம் வந்ததும் எனது வண்டியை திறந்து பொருட்களை உள்ளே அடுக்கினேன்.

அண்ணே! ஒரு நிமிஷம் உத்தரவு கேட்டான். வெடுக்கென்று தனது குளிரங்கியின் உட்பகுதியில் உள்ள சிறிய பையில் இருந்து ஒரு பொட்டலத்தை எடுத்து அதில் பச்சை நிறத்தில் ஒரு சிறிய உருளையை எடுத்து உள்ளங்கையில் வைத்து உருட்டி மெல்ல தனது கடைவாயின் உள்ளே திணித்தான். என் கன்னத்தில் யாரோ அறைந்தது போல இருந்தது. ஆளட வயசுக்கு. எண்ணிக்கொண்டேன். “சரி தம்பி போகலாமா?” என்று கேட்டேன். வெறும் தலையை மட்டும் மாடு மாதிரி ஆட்டினான். நான் கதை சொல்லிக்கொண்டிருக்கும் போது இடை மறித்து ‘ஜஸ்ட் ஏ மினிட் பிளீஸ்’ என்று சொல்லிவிட்டு அலெக்ஸ்சா உள்ளே போய்விட்டு வந்தாள். கனமாகப் பொழிந்து கொண்டிருக்கும் பனியைத்தவிர ஜன்னலுக்கு வெளியில் பார்ப்பதற்கு எதுவுமில்லை. அலெக்ஸ்சா குளிரில் மெல்ல நடுங்குவதை உணர்ந்தேன். “உனக்கு போர்த்துக்கொள்ள ஏதும் போர்வை வேண்டுமா?” என்று கேட்டேன். “யெஸ் பிளீஸ்'' என்றாள். உள்ளே சென்று வைன் போத்தலொன்றையும் மூடுவதற்கு ஒரு போர்வையையும் எடுத்து வந்தேன். சிகரெட்டைப் பற்ற வைத்து ஒன்றை அவளுக்கும் மூட்டி விட்டேன்.

அவள் சிகரட் புகையை உள்ளிழுத்து தொடர்ந்தும் கதையை கேட்கும் ஆவலில் என் தோள்களில் தனது முகத்தைத் தேய்த்தாள். என் இதயம் வேகமாகத் துடித்தது. வாயில் சுரந்த திரவத்தை விழுங்கியபடி நான் மீண்டும் சொல்ல ஆரம்பிக்க முன் ஒரு குவளையில் வைனை ஊற்றினேன். அதன் பின்பு அந்தப்பொடியன் மீது இருந்த நம்பிக்கை மெல்ல மெல்ல சரிய ஆரம்பித்ததை உணர்ந்தேன். வண்டியில் இருந்துகொண்டு மெல்ல பேச்சைக்கொடுத்தேன். தன்னுடைய பெயர் முகம்மது ரபீக் என்றும் சுவிஸ் போயரில் ரபீக்கை வெட்டிவிட்டு மம்மது என்று அழைப்பார்கள் என்றான். நானும் இனி மம்மது என்றே கதையில் அவனைக்குறிப்பிடுகின்றேன்.

"அண்ணே இப்ப எங்க போறோம்?"

"எங்கட வீட்டுக்கு போய் சேர ஒரு மணித்தியாலம் பிடிக்கும்" என்றேன்.

"ஒரு மணித்தியாலமா?"

"ம்ம்..."

மெல்ல பேச்சுக்குடுத்தேன்.

"தம்பி என்னமாதிரி தொழுகிற பழக்கம் இருக்கா?"

"சும்மா நேரம் கிடைக்கிற போதெல்லாம் தொழுவேன்"

அடுத்த கேள்விக்கு வாய் எடுக்க அவன் இடைமறித்து

"அண்ணே உங்க வீட்டில ஒரு ரூம் தருவீங்களா? எனக்குத் தனியா இருக்கவேணும் எப்பவும் டிஸ்ரப் பண்ணினா கடுப்பாகிடுவேன், பிரைவசி முக்கியம் தானே?" என்றான். குறுக்கிட்டு "எங்க வீட்டுக்கு குழந்தைகள் வந்து போகும் உனக்கு குழந்தைகளை புடிக்குமா?" என்று கேட்டேன். வெடுக்கென்று "புடிக்காது" என்றான். அவனது பதில் என்னைத் தூக்கி வாரிப்போட்டது. ஏதும் தப்பு செய்கிறேனோ? என்ற பயம். உடல் படபடத்தது. கொஞ்சம் தண்ணீர் குடித்துக்கொண்டு தொடர்ந்து பேச்சுக்கொடுத்தேன். அவனைத்திரும்பிப் பார்க்க சங்கடமாக இருந்தது. என் முன் இருந்த கண்ணாடியால் அவனது முகத்தைப்பார்த்தேன். அவன் சாதாரணமாகவே தெரிந்தான். "தம்பி கிரிக்கெட் விளையாடுவியா, புட் போல் விளையாடுவியா?" "நான் கிரிக்கெட் என்டால் செமயா விளையாடுவன். பாஸ்ட் போலர் அண்ணே எண்ட போலுக்கு யாரும் நிக்க முடியாது"

"அக்தர் மாதிரி போடுவியா?" என்று கேட்டேன். புஸ்ஸென்று அவன் கோபமடைந்தான்.

பற்களை நறும்பிக்கொண்டு "என்ன? என்ன வைச்சு ஆத்தல் எடுக்க பாக்கிறிங்களா?"

உண்மையில் எனக்கு பயம் வந்துவிட்டது. "நோ நோ..." என்றேன்.

தொடர்ந்து பேசுவதை நிறுத்திவிட்டேன். வீட்டுக்கு வந்து சேர்ந்துவிட்டோம். அவன் கேட்டது போலவே அவனுக்குத் தனியாக ஓர் அறையைக் கொடுத்துதவினேன். அவனது குண நலன்கள் எனக்குப் புரியாத புதிராக இருந்தது. சில வாரங்கள் சென்றன. ஒரு நாள் இரவு கிரிக்கெட் போட்டி ஒன்றைப் பார்த்துக்கொண்டிருந்தான். அன்றைய நாள் அவன் சற்று மகிழ்ச்சியாக இருப்பதை உணர்ந்தேன். அன்று தான் தன்னுடைய முழுக்கதையையும் எனக்குச் சொன்னான்.

02.

மம்மது என்னிடம் சொன்ன கதை.

இரண்டு வருடங்களுக்கு முன் ஒரு கோடை காலத்தில், நான் சுவிஸ் பேர்ண் என்னும் நகரத்துக்கு வந்து சேர்ந்தேன். புதிய தேசம், புதிய முகங்கள் யாரையும் எனக்குத்தெரியாது. காரில் கொண்டு வந்து இறக்கி விட்ட அந்தத் தமிழ் ஆள் உயர்ந்து நீண்ட கட்டிடத்தைச் சுட்டிக்காட்டி அங்கே செல் என்று என்னைப் பணித்து விட்டு ஆள் மின்னல் வேகத்தில் வண்டியைச்செலுத்தி மறைந்தார். நான் முதுகில் சுமந்து கொண்டு வந்த பள்ளிக்கூடப் பையை மெல்ல இறக்கி வைத்துவிட்டு சுற்றிக் கண்ணாடியால் மூடி அடைக்கப்பட அந்தக் காரியாலத்துக்கு முன் போய் நின்றேன். மாநிறத்தில் முகம் முழுவதும் ஒப்பனை செய்த இளம் வயதுப்பெண் எனக்குத் தெரியாத மொழியில் எதோ கேட்டாள். நான் விழி பிதுங்கி வார்த்தைகள் வாயில் சிக்காடிக்கொண்டிருக்க ஆங்கிலத்தில் பேசினாள். தொடர்ந்து பேச என்னுடைய கடவுச் சீட்டை வாங்கிப் பரிசோதனை செய்துவிட்டு நீண்ட படிவம் ஒன்றை எடுத்து வேகமாகப் பூர்த்தி செய்தாள். பின்னர் தொலைபேசியில் யாருக்கோ அழைத்தாள். நீண்ட தலை முடி வளர்த்து பின்னி ஒழுங்குபடுத்திய ஒரு வயதான ஆண் என்னைத் தன்னுடன் அழைத்துக்கொண்டு சென்றார். படிவழியே நிலவறைக்கு என்னை அழைத்துக்கொண்டு போய் வெள்ளை நிறத்தில் வர்ணம் பூசிய அறைக்கதவை தள்ளித் திறந்துவிட்டுக் கதவருகோரம் நின்றார். அங்கே நீண்ட வரிசையில் கட்டில்கள் போடப்பட்டு இருந்தன. ஒரு கட்டிலைக்

காட்டி “கட்டிலின் மேல் தட்டு உனக்குச் சொந்தமானது” என உறுதியாகச் சொன்னார். உன் உடைகளையும் உனக்கு சொந்தமான பொருட்களையும் பாதுகாப்பதற்காக இதோ இந்த அலமாரிக்குள் வைக்கலாம் எனச் சுட்டிக்காட்டிக்கொண்டு நின்றார். “இங்கு உள்ளவர்கள் எல்லோரும் உனது நண்பர்கள்” என்கிறார். திரும்பி அனைவருக்கும் வணக்கம் சொல்லி எனது பணிவை வெளிப்படுத்தினேன்.

அந்த அறையில் இருந்த பெரும்பான்மையினர் ஆபிரிக்க நாட்டவர். சில வேற்று நாட்டவரும் இருந்தனர். திடீரென “சாவா மொங்கா” என்று கீழ்க் கட்டிலில் இருந்து ஒரு ஒருவன் குரல் எழுப்பினான். அவனது பெயர் காலித் கமரூனியன் என்னை விட வயதில் மூத்தவன். என்னுடன் அன்பாக இருப்பதாகக் காண்பித்தவன். இடைக்கிடையில் உணவு உண்ணும் மேசையில் இரவு நேரங்களில் என்னுடன் அருகில் இருந்து தன் முரட்டுக்கைகளால் என்னுடைய தொடைகளை மெல்லத் தடவிக்கொண்டு அவித்த உருளைக்கிழங்கையோ பழங்களையோ வாட்டிய இறைச்சியையோ கொடுப்பான். ஆரம்பத்தில் எனக்குக் கூச்சமாக இருந்தது; நாட்கள் செல்லச் செல்ல பழக்கமாகிவிட்டது. குளிக்கும் போது உள்ளாடை இல்லாமல் எனக்கு முன்பாகக் குளிப்பான். அருவருப்பாக இருக்கும். சில நேரங்களில் குளித்துக்கொண்டு ஷவரை தன் விறைத்த ஆண்குறியில் பிடித்து அழுத்தி சுயமைதுனம் செய்வான். நாட்கள் கடக்க இவ்வாறான செயல்கள் எங்களது போயரில் சகஜமான விடயம் என்று அறிந்துகொண்டேன். ஒரு ஞாயிற்றுக்கிழமை நான் உணவு உண்ட பின்பு என் கட்டிலின் மீது அசந்து தூங்கி விட்டேன். நேரம் சென்றது தெரியாது.அறையில் யாரும் இல்லை வெளியில் சென்றுவிட்டு வந்த கமரூனியன் எனது கட்டிலின் மீது தாவி என்னுடைய பின்பக்கமாக வந்து தன் முரட்டுக்குறியை தேய்த்துக்கொண்டிருந்தான். திடுக்கிட்டு மிரண்டு எழுந்தேன். என்னை விடுவிக்க வலையில் சிக்கிய சிறு மீன் குஞ்சு போல கால்களையம் கைகளையும் போட்டு அடித்தேன். எனது வாயை தனது அகன்ற உள்ளங்கையால் அழுத்திப்பொத்தினான். அவனது உடும்புப்பிடியில் இருந்து என்னை விடுவிக்க முடியவில்லை. தன் எண்ணம் நிறைவடைந்த பின்பு ஒரு கத்தியை காலுறைக்குள் இருந்து வெளியே எடுத்துக் காட்டி மிரட்டினான். அன்று

இரவு கடும் காய்ச்சலில் பீடிக்கப்பட்டேன். இரண்டு நாட்கள் கழிந்தன. என்னை அழைத்துக்கொண்டு நகருக்கு வெளியில் ஒரு பாழடைந்த பாலத்தின் கீழ் வைத்து ஒரு சிறிய பொட்டலத்தைக் கொடுத்து, இதைச் சாப்பிடு காய்ச்சல் போய்விடும் என்றான். அன்றைக்கு தான் காட்டுத்தனமாக நடந்ததை எண்ணி வருத்தப்பட்டான். தன் முன்னாலே பொட்டலத்தைப் பிரித்து சிறிய துண்டை உள்ளங்கையில் வைத்து அகன்று விரிந்த தன் மூக்கினால் உறிஞ்சி இழுத்தபடி கண்களை மூடினான். சில நிமிடங்களில் அவன் கண்கள் சிவந்து ஒரு பயங்கர ஜந்து போல கண்களில் தெரிந்தான். அன்றில் இருந்து நானும் போதைக்கு அடிமையானேன். ஒரு முறை என்னை நகரின் ஒதுக்கிவிடப்பட்ட கட்டிடத்தொகுதியில் வாழும் ஊத்தை விபச்சாரிகளிடம் அழைத்துப்போனான். அவன் ஒரு சைனீஸ் பெண்ணை புணருவதை நின்று பார்க்கும்படி சொன்னான். பின்னர் என்னையும் அவளைப்புனரச்செய்து எனக்காகப் பணமும், சில கஞ்சாக்கட்டுகளும் கொடுத்தான். எனக்கு அது புதிய அனுபவம். சில நாட்களுள் எனக்கும் அவனைப்போல விபச்சாரிகள் மீது கண் மூடித்தனமான ஈர்ப்பு ஏற்பட்டுவிட்டது. அதே ருசியில் ஒரு விடுமுறை நாள் மீண்டும் கமரூனியனுக்குத் தெரியாமல் களவாகச் சென்று போயரில் குடுக்கப்பட்ட பணத்தை எடுத்துக்கொண்டு மீண்டும் சைனீஸ் பெண்ணுடன் உறவு கொண்டேன். இதைச் சைனீஸ் பெண் கமரூனியனுக்கு சொல்ல ஒரு நாள் இரவு அறைக்குள் வந்து என்னை கண்டபடி தாக்கினான். என்னால் அழக்கூட முடியவில்லை போயரில் இருந்த எல்லோரும் அவனுடைய ஆட்கள். என்னைப் பழி வாங்க வேண்டும் என்று முடிவெடுத்தான்.

ஒரு நாள் கழிவறையில் இருந்து வெளியில் வரும்வரை காத்திருந்து என்னை ஒரு சுவரோடு வைத்து அழுத்தி அவனது மொழியால் திட்டினான். பின்னர்தான் புரிந்தது அது பிரெஞ்சு மொழி என்று. என்னுடைய ஆடையைக் கத்தியால் வெட்டி கிழித்து எறிந்தான். பாய்ந்து வந்த வேறு சில கறுப்பர்கள் என்மீது தங்கள் கைகளால் என்னுடைய தலையை அழுத்தி, இடித்து ஒரு உருளை வடிவக் களியை என் தொண்டைக்குள் செலுத்தி வாயைப் பொத்தினார்கள். என்னால் மூச்சு எடுக்க முடியவில்லை தொண்டை அரிப்பெடுத்தது. பேய் அறைந்தது போல திரிய வெளிக்கிட்டேன். கஞ்சா அடிக்க ஆரம்பித்தேன்; அதற்கு

அடிமையாகி பொருள் கிடைக்கவில்லையென்றால் கண்டதையும் உடைக்க வேண்டும் என்ற எண்ணம் வரும். ஒரு நாள் பில்லியாட் அறையில் உள்ள தடித்த கண்ணாடியை கைகளால் உடைத்து சேதப்படுத்திவிட்டேன். இரத்தம் சிந்துவதைக்கண்ட காவலாளி உடனடியாக என்னை வைத்தியசாலைக்குக் கொண்டு செல்ல ஆம்புலன்ஸை அழைத்தார். மெடிக்கல் செக்கப் செய்வதற்கான நாட்கள் வந்தது. என்னுடைய உடலில் ஒரு வித நச்சு ஏறி இருப்பதாகவும் அது என்னுடைய மூளையை எதுவென்றாலும் செய்ய உற்சாகம் அளிக்கும் என்று வைத்திய சான்றிதழ் வந்தது. என்னை அறியாமலே எனக்குள்ளே மாற்றம் நிகழ்வதை அறிந்தேன். முதன் முதலாக தற்கொலை செய்ய வேண்டும் என்ற எண்ணம் தீவிரமடைந்தது.

ஒரு கனத்த நாள் அன்று நான் தற்கொலை செய்யத் தூண்டப்பட்டு கையில் சவரக்கத்தியால் கீறி குருதியை வெளியேற்றினேன். என்னை அவசர சிகிச்சையில் அனுமதித்து நான்கு நாட்களின் பின்பு விடுவித்தனர். சில வாரங்கள் செல்ல நான் அனுப்பிய கேஸ் எல்லாம் தோல்வியடைந்து. என்னை நாட்டுக்கு அனுப்பும் நிலைக்கு வந்துவிட்டேன். அங்கிருந்து தப்பி ஓடவேண்டிய நிலைமை வந்துவிட்டது. அப்போதுதான் நீண்ட நாட்களின் பின்பு என்னுடைய வீட்டுக்கு தொலைபேசியில் அழைத்து என்னை நாட்டுக்கு டிப்போட் செய்யப் போறாங்கள் என்று சொன்னேன்.

நேரம் நள்ளிரவை நெருங்கிவிட்டது. பனித்தூறல்கள் எங்களது முகத்தில் ஓங்கி அடித்தது. வெடுக்கென்று இருவரும் பல்கணியை விட்டு வெளியேறி அறைக்குள் சென்றோம். பெரிய அளவிலான கட்டிலில் இருவரும் எதிரெதிர் அமர்ந்து கொண்டோம். மேலும் சொல்ல ஆரம்பித்தேன். மம்மது அவன் வீட்டுக்குச் சொல்லி அழுத இரண்டாம் நாள் என்னை மாஸ்டர் அழைத்து விஷயத்தைச் சீரியஸாக சொன்னார். அதனால் நான் இவனை இங்கு அழைக்க விரும்பினேன். தன்னுடைய மார்புக்கச்சையைச் சரிபடுத்திக்கொண்டு பின்னர் நடந்த கதையைக் கேட்க முயன்றாள் அலெக்ஸ்சா. மமதுவை இங்கு அழைத்து வந்து அவனுக்குத் தேவையானதை எல்லாம் ஒழுங்காகச் செய்து கொடுத்தேன். ஒரு நாள் என்னிடம் தனக்கு கஞ்சா அடிக்க வேண்டும் வாங்க முடியுமா என்று கேட்டான். நான் இல்லை

இங்கு யாரையும் தெரியாது என்றேன். வெடுக்கென்று பல்லை நறும்பிக்கொண்டு "புண்டையும் மயிரும்" என்றான். அவனது முகத்தின் அத்தனை நரம்புகளும் நடுங்கின. எனக்குக் கோபம் வந்தது. ஆனாலும் ஒரு மத குருவைப்போல அவனிடம் நடந்துகொண்டேன். அவனது குணம் மாறிச்செல்வதை உணர்ந்தேன். தவறு செய்வதை உணர்ந்தேன். மீண்டும் இங்குள்ள போயரில் மமதுவை விட்டு விடுவோமா என்று யோசித்தேன். இரண்டு தலையணைகளை எனக்குப் பின்னால் கட்டிலுக்கு முட்டுக்கொடுத்துக்கொண்டு சரிந்தேன். அலெக்ஸ்சா கட்டிலின் விளிம்பில் இருந்து பேசிக்கொண்டிருக்கும் போது என் அருகில் வந்து தோள்களோடு சாய்ந்தாள். அவளது சூடான மூச்சுக்காற்று என்மீது நெருப்பைக் கொட்டியது. வெடுக்கென்று எழுந்த அலெக்ஸ்சா குளியறைக்குள் சென்று உடையை மாற்றும் சர சரப்பு வெளியில் கேட்டது. மெல்லிய மேலாடையை அணிந்துகொண்டு தனது சுருண்ட கேசத்தைச் சரிப்படுத்திக்கொண்டு வளுவளுப்பான கால்களால் அடியெடுத்து வைத்து கட்டிலில் பறவையைப்போல வந்தமர்ந்தாள். இளமையின் மதமதப்பு இன்னும் அவளிடம் அடங்கவில்லை.

நான் வேகமாகச் சுவாசித்துக்கொண்டேன். அவளது இளமையின் முதல் பிரசவ காலத்தில் அவளை உணர்ந்தேன். தொடர்ந்து சம்பவங்களைச் சொல்ல விடாமல் அவளது இளமை துள்ளும் அழகு என்னைத்தடுத்தது. மீறி அவள் கதையை சொல்லும்படி செய்கையால் உணர்த்தினாள். ஒரு வேலைநாள் வழமைபோல என்னுடைய பணிக்குச் சென்று விட்டேன். மமதுக்கு தேவையான உணவைத் தாயார் செய்து வைத்து விட்டு வெளிக்கதவை அடைத்துவிட்டு மாடிப்படிகளினால் இறங்கி வெளியேறிவிட்டேன். மதிய உணவுக்கான இடைவேளையின் போது ஒரு தொலைபேசி அழைப்பு வந்தது. அது போலீஸ் காவல் நிலையத்தில் இருந்து. அவர்களது பேச்சில் அதட்டல் இருந்தது. எங்கு இருக்கிறாய் உடனடியாக உன்னுடைய வீட்டுக்கு வர வேண்டும் இல்லையென்றால் நாங்கள் வரவேண்டி வரும் என்று மிரட்டும் தொனியில் சொல்லி தொலைபேசியை நிறுத்தினார்கள். நான் உடனடியாக வண்டியை எடுத்துக்கொண்டு மமதுவை அழைத்தேன். அவனது தொலைபேசி இயங்கவில்லை. பயம் என் உடலை நடுங்கச் செய்தது. வேகமாக எனது வீட்டு அவென்யூவை அடைந்தேன்.

பொலிஸாருடை வாகனங்கள், அம்புலன்ஸ் வண்டிகள் சிவப்பு நிற ஒளியைப் பாய்ச்சியபடி அந்த இடத்தை அச்சமூட்டும் ஸ்தலமாக ஆக்கின. என்னுடைய அடுக்கு மாடிக்குக் கீழ் சிவப்பு, மஞ்சள் நிறப் பட்டிகளால் பாதுகாப்பு வேலி போட்டிருந்தனர். எங்கும் பரபரப்பு. வாகனங்கள் போக்குவரத்துத் தடை. பொலிஸாரின் வாகனங்கள் அந்தச் சுற்றுவட்டத்தை சுற்றி கூவிக்கொண்டு திரிந்தன. நான் ஸ்தலத்தை அண்மித்த போது, போலீசார் என்னை அடையாளம் கண்டு கொண்டனர். என்னுடைய கையை குலுக்கி தொடர்ந்து விபரங்களை சொல்லத் தொடங்கினார். அடுத்த நாள் நான் வேலைக்கு போகவில்லை. போலீசார் விசாரணைக்கு அழைத்து இருந்தனர். மாமது பல்கணி வழியே பாய்ந்து தற்கொலை செய்து தன் உயிரை மாய்த்துக்கொண்டான். அவன் கேட்ட போதைப் பொருளை வாங்கி கொடுத்து இருந்தால் இந்தத் தற்கொலை எண்ணம் அவனுக்கு வந்திருக்காது இல்லையா? அலக்ஸா! அப்போது அவள் என்னுடைய தலை முடிகளைக்கோதி ஆறுதல்படுத்தினாள். சட்டத்துக்குப் புறம்பாக ஓர் இளைஞனை நான் அடைத்து வைத்திருக்கிறேன். என ஆரம்பத்தில் போலீசார் என் மீது வழக்கைப் பதிவு செய்து இருந்தனர். அவனது கைவிரல் ரேகையைச் சோதித்த போலீஸ் அவன் சுவிஸில் இருந்து இங்கு வந்து பதுங்கி இருந்தான். அவனுக்கு அடைக்கலம் கொடுத்தது குற்றம் என தொடர்ந்து வழக்குகளை ஒன்றன் பின் ஒன்றாக அடுக்கிக்கொண்டு போனார்கள். நான் தலை தூக்க முடியவில்லை.

என் கண்களில் இருந்து நீர் கசிவதைக் கண்ட அலெக்ஸ்சா என்னை கட்டி அணைத்து முத்தமிட்டாள். அவளது மார்புச்கூட்டில் என்னை விடுவிக்காமல் அதிலே குடிகொண்டேன். அவளைக் கட்டிலில் இருந்துகொண்டு முத்தமிட தொடங்கினேன். இடை மறித்து என் கலைந்து போயிருந்த முடியை வருடியபடி தனக்கு அடுத்த நாவல் அதற்கான கதை தயார் என்றாள். அவளை விடுவித்து முகத்தைப்பார்த்தேன். நாக்கைக் கடித்துக்கொண்டு அதுதான் நீ சொன்னாயே மம்மதுவின் கதை அதுதான். என்றாள். நான் ஆச்சரியத்தில் வாயை பிளந்துகொண்டு கட்டிலில் சரிந்தேன். என் மீது அவளது கைகளால் ஓவியம் வரைந்தாள். மெல்ல தன் மார்புகளால் உரச காமம் பீறிட்டது. மெல்ல காதுக்குள்

"டானியல் கடவுள் இல்லாத இடம் எதுவென்று உனக்குத் தெரியுமா? சொல்லு பார்ப்போம்.." என்று தன் உதடுகளை உரசி ஈரப்படுத்திய படி கேட்டாள். "ப்ளீஸ் நோ ஐடியா அலெக்ஸா" என்றேன். மெல்ல இன்னும் நெருங்கி "அடர் வனம் போல் விரிந்து கிடக்கும் இப் பஞ்சு மெத்தையில் இரு இராட்சசப் பாம்புகளாய் பின்னிப்பிணைந்து நீயும் நானும் புணருகின்றோமே பார் இதுதான் கடவுள் இல்லாத இடம் டானியல்" என்று காதுக்குள் மெல்ல ஓதியபடி என் மீது ஏறி இயங்க ஆரம்பித்தாள். பெரிய பனிக்கட்டிகள் வீட்டுப் பல்கணிக் கண்ணாடி மீது தெறித்து வீழ்வதை எங்கள் நான்கு காதுகளும் கேட்டன.

•••

புறாக்கூடு

அன்று வெள்ளிக்கிழமை. வழமையான பள்ளி விடுமுறை நாட்களை எதிர்நோக்கிய உற்சாகம் அவனிடம் சுத்தமாக இல்லை. இனம் புரியாத சோகத்தின் ரேகைகள் அவனது முகத்தில் படர்ந்திருந்தன. அன்று பாட நேரங்களில் பெரும் பகுதி நேரத்தை பறவைகளை வரைவதிலும் ஒட்டு வேலைகளிலும் பொழுதைக்கழித்தான். இடைவேளையில் கூட்டமாகக் கூடி தன்னை நிந்தனை செய்யும் சக மாணவர்களின் கண்களில்படாமல் பள்ளி வளாகத்தில் உள்ள கத்தாப்பு மரத்தின் மீது ஏறித் தொங்கி சற்று கனிந்த பழங்களைப்பறித்தான். கீழே வீழ்ந்து காய்ந்து போன கொட்டைகளைக் கூரிய கற்களால் உடைத்தும் உள்ளிருக்கும் மஞ்சள் பருப்புக்களைச் சுவைத்துக்கொண்டிருந்தான். பள்ளிக்கூட இறுதி மணி அடித்தவுடன் அவன் தன்னிடமிருந்த வண்ண வண்ண வானிஸ் பேப்பர்கள் மற்றும் வேறு சில வெண்காகிதங்களையும் விறு விறுவென்று சுருட்டி தன் கணிதப்பாடப் புத்தகத்தினுள் பக்குவமாக வைத்தான். செபம் ஆரம்பித்தது. இறுதிச்செபத்தை பயபக்தியின்றி வடவட வென்று தன்போக்கில் சொல்லி முடித்துவிட்டு வெடுக்கென்று தனக்கெதிரே வரிசையாகக் கிடந்த கதிரைகளைத் தாண்டி வகுப்பறையை விட்டு வெளியே ஓடினான். பிரதான வாயிலை நெருங்கியவன் அடிக்கடி தன் செவியில் வீழ்ந்த சினிமாப் பாடல் ஒன்றை தன் வாயில் வந்த போக்கில் சுருதி பிழையின்றி முணுமுணுத்த படியே பாடசாலையின் பிரதான வாயிலால் விரைவாக வெளியேறினான். வீதியின் இரு மருங்கிலும் பச்சை மாங்காயும், உப்புடன் தூள் கலந்த மாங்காய் வியாபாரத்தில் ரஷீத் காக்கா படு உற்சாகமாக

இருந்தார். அவரை சுற்றி இலையான் போல மக்கள் கூட்டம். சிறுவனின் நாவில் எச்சில் ஊற ஆரம்பித்த போது வீட்டு நினைப்பு அவனோடு மெல்ல ஒட்டிக்கொண்டது. வீதி அனலாய் கொதித்துக்கொண்டிருந்தது. வெற்றுக்கால்களோடு துரிதமாக கைகளை விசுக்கி நடக்க ஆரம்பித்தான். அவனது உடல் வியர்த்து, அக்குளை மூடி இருக்கும் சேட் பகுதி கரி நிறத்தில் பாணியாக இருந்தது. அவன் பிரதான வீதியை கடந்து மணல் ஊரி வீதியில் கால்களை எட்டி தொடைகள் விரிய வேகமாக நடந்தான்.

வெளுத்த நீல நிறக் காற்சட்டையில் பொத்தானுக்குப் பதிலீடாக பொருத்தப்பட்டு இருந்த அலுப்பினாத்தியொன்று இடுப்பு இறுக்கத்தினால் நெளிந்து பிரிந்து தெறித்துப்பறந்து போனது அவனுக்கு நினைவில்லை. அவனது காற்சட்டை நீக்கலினால் குஞ்செலியொன்று எட்டிப்பார்த்தது. அவன் அதை கவனிக்காதது போல் ஒவ்வொரு வீட்டு கூரைகளின் மேலே நின்ற புறாக்களை கூர்மையான கண்களினால் நோட்டமிட்டபடியே பிரதான வீதியைக் கடந்தான். மணல் மேடைகளைத் தாண்டி அவன் தனது கொட்டிலை சென்றடைய இன்னும் பத்து வீடுகளையும், ஒரு வாசிகசாலையையும், ஒரு மாதா கெபியையும் கடக்க வேண்டி இருக்கிறது. வறண்ட மணல் அடிப்பாதங்களைச் சுட்டெரிக்க இடுப்பில் இருந்து காற்சட்டை வழுக்கிச் செல்லாமல் ஒரு கையால் அழுத்தமாகப் பிடித்துக்கொண்டான். மறுகையினால் புத்தகக்கட்டை அணைத்துக்கொண்டான். இன்னும் வேகமாக ஓட ஆரம்பித்தான். கடற்கரையோரம் உரப்பை விரித்து காயவைத்திருக்கும் கருவாட்டு நாற்றமும் கண்டல் பட்டையில் அவித்த வலைகளின் நாற்றமும் காற்றோடு கலந்து அதன் வாசனை கிராமத்தின் அத்தனை தெருக்களையும் ஊடறுத்துச்சென்றது. ஊரை நெருங்கி விட்டோம் என்ற உற்சாகத்தை அவனுக்குள் தெளித்துவிட்டது. அவன் வெண்சிப்பிகள், உலர்ந்த நத்தைகள், குறுணிக்கற்கள் புதைந்து கிடந்த மணல் மேடைகள் மீது தாவிப்பாய்ந்து செல்கிறான்.

கையில் புத்தகக் கட்டு தளர்ந்து போகவில்லை ஓடுகின்றான். கடற்கரையில் திருத்தமாக அமைக்கப்பட்ட மீன் வாடிகளில் இருந்து கடற்தொழிலாளிகள் வருவதும் போவதுமாக அவனைக்

கடந்து செல்கின்றனர். தினந்தோறும் காண்கின்ற காட்சிகள் அத்தனையும் அன்று புதிதாக நடப்பது போல அவனுக்குள் ஒரு வித உணர்வு. சிறுவன் இந்த ஊரில் பிறக்கவில்லை. அவன் இந்த ஊருக்கு சொந்தமானவனுமில்லை. அவன் பச்சிளங்குழந்தையாக இருக்கும்போது அவனைப் பெற்றவர்கள் எங்கோ ரயில் விபத்தில் இறந்து போயினர். அதிஸ்ரவசமாக உயிர் தப்பிய சிறுவன் பொலிசாரால் மீட்கப்பட்டான். அதே வருடம் பொன்ராசாருக்கு முப்பத்தாறு வயது. மனிசிக்கும் குழந்தைகள் இல்லை. நீண்ட நாட்களாக நேர்த்தி வைக்காத கோயில்கள் யாழ்ப்பாணத்தில் இல்லை. ஒரு முறை பொன்ராசர் புத்தளத்துக்கு உதைபந்தாட்டம் ஆடப்போகின்றேன் என்ற சாட்டில் சில வருடங்கள் புத்தளத்தில் தங்கி இருந்து சில வைத்தியங்கள் செய்து பார்த்தார். எதுவும் சரிவரவில்லை. அங்கே முஸ்லீம் நண்பர் மூலம் மேலும் ஒரு வைத்தியரைக் காண நேர்ந்தது. அவரது ஆலோசனைக்கு இணங்க குழந்தையொன்றை எடுத்து வளர்க்கலாம் என்ற முடிவுக்கு வந்தனர்.

சட்ட முறைப்படி சில வருடங்களின் பின்பு பொன்ராசர் குழந்தையை யாழ்ப்பாணம் கொண்டு வந்தார். பார்த்தால் கிட்டத் தட்ட தாயின் சாயல் அதே உருண்டை விழிகள், சுருள் முடி பொன்ராசாருக்கு பிறந்தது என்று மாதா மீது சாட்சியாக அடித்து கூறுவர். சிறுவன் முஸ்லீம் பெற்றோருக்குப் பிறந்தவன் என்ற தகவலோ அல்லது பொன்ராசாருக்கு குழந்தை குட்டிகள் இல்லை என்ற செய்தியோ இதுவரை வெளியில் வந்தது இல்லை. சிறுவன் நல்ல புத்திசாலி. அவன் மீது பெற்றோர் மிகுந்த அன்பு வைத்திருந்தனர். வருடங்கள் உருண்டோடின அவன் படிப்பில் கவனம் செலுத்துவதில்லை. பள்ளியில் இருந்து முறைப்பாடுகள் அடுக்கடுக்காக வீட்டு வாசலுக்கு வந்தன. சில நேரங்களில் காரணம் இல்லாமல் சிறுவன் மீது பொன்ராசர் எரிந்து விழ ஆரம்பித்தார். ஆனால் தாய் மகன் மீது வைத்த தன் பாசத்தைக் குறைக்கவில்லை. சிறுவனுக்கு இன்றிரண்டு வருடங்களில் மீசையில் முடி அரும்பும். அவனது ஒரே ஆறுதல் அவனது தாய் தான். சிறுவன் கண்ணேந்தி மாதா சொரூபத்தை வந்து அடைந்த போது சூரியன் உச்சிக்கு வந்துவிட்டான். சொரூபத்தின் எதிரே இருந்த மதிலில் ஒரு காகம் நண்டுக்கோதொன்றை வைத்து தன் கால்களால் உருட்டி பரிசோதனை செய்து கொண்டிருந்தது. அது வழமையாகத்

தன் சோற்றுப் பீங்கானில் இருக்கும் மீன் குஞ்சுகளைத் தட்டிப்பறிக்கும் அதே காகம் என்ற முடிவுக்கு வந்தான்.

உஸ்ஸ்ஸ்.... என்று அதைத் துரத்தினான்.

அது பறந்து எதிர் வீட்டுப் படலையில் நின்று கரைந்தது. எதோ நினைப்பு வந்தது போல திடீரென்று பறந்து மீண்டும் அதே சொரூபத்து மதிலில் நின்று கரைகிறது. பொன்ராசரின் கொட்டிலில் குசினிக் கூரை வழியாக புகை மேலெழுந்து தென்னை ஓலையைத் தடவிச்செல்கிறது. சிறுவன் தோளினால் இரும்புக்கதவைத் தள்ளி திறந்தான். கீரிச் என்ற சத்தத்தோடு கார்க் கதவு திறந்தது. மீண்டும் அதைத் தூக்கி அதே இடத்தில் வைக்க பொன்ராசர் வரவேண்டும் பொறுமை இல்லை. இறுக்கமான பிடியில் இருந்த புத்தகக்கட்டுகளைப் பக்குவமாக கொட்டில் வரை கொண்டுவந்து சேர்த்தான். சூரிய ஒளியில் நடந்து வந்தவனுக்குக் கொட்டிலுள் புகும்போது கண்கள் இருண்டு போயின. சமைத்துக்கொண்டு நின்ற தாயுடன் எதுவித பேச்சும் இல்லை. வேகமாக அறையை அடைந்தவன். வேர்த்துப் பிசுபிசுத்த சேட்டை இயந்திரமாகக் கழற்றித் தூக்கி எறிந்தான். அது எங்கோ உடுப்புக் கும்பலில் போய் விழுந்தது. கருக்கு மட்டைத்தட்டியில் தொங்கிக்கொண்டு இருந்த ஓலைப்பாயை வலிமையாக இழுத்தான். சிறிய பாய் ஒன்று இறுதியாய் வந்து தொப்பென்று காலடியில் விழுந்தது.

மாட்டுச்சாணமும் செம்மண்களியும் சேர்த்து மெழுகிய தரையின் வாடை அறைமுழுதும் வீசிக்கொண்டுஇருந்தது. தரை மீது பாயைச் சத்தமில்லாமல் உருட்டி விட்டான். செத்தையில் கொழுவி இருந்த வெண்ணிற வெற்றுக்காகிதம் ஒன்றை இழுத்தெடுத்து அதில் மடிப்பு விழாமல் பாயின் மீது பக்குவமாக விரித்தான். பின்னர் மெல்லிய பென்சில் கோடுகளால் தூரத்தில் தெரியும் பரலோக மாதா கோவில் முகப்பை வரைந்தான். கோவில்முகப்பில் கோழிமுட்டை எழுத்துகளால் கடவுளால் ஆகாதது எதுவுமில்லை என்ற வாசகத்தை நேர் கோட்டில் திருத்தமாக எழுதிப்பார்த்தான். பின்னர் நீண்டு வளர்ந்து பிணைந்திருந்த இரு தென்னம் பிள்ளைகளுக்குச் சற்றுத் தாழ்வான உயரத்தில் செட்டை அடித்துப் பறக்கும் அழகான சில வர்ணப் புறாக்களை தன் கொட்டிலில் இருந்து எழும்பவது போல வரைந்தான். ஆரெஞ்ச்

நிறப் பருப்புகளை எடுத்து அவற்றில் மஞ்சள் கண்களை சோற்றுப் பருக்கைகளால் ஒட்டி அழகுபடுத்தினான். அவனது ஓவியத்தில் சிறப்பாக சில புறாக்கள் கரணமடிப்பது போலவும் அவை தரையை நோக்கி வேகமாக வருவது போலவும் வரைந்து இருந்தான்.

பின்னர் வேகமாக எழுந்து பின் கோடிப்பக்கம் ஓடிச்சென்றவன் உடைந்து போன ரெஜிபோம் பெட்டி ஒன்றை படக்கெனத் திறந்து அதனுள்ளிருந்து பழுதடைந்த தங்கூசி வலையை அப்புறப்படுத்திவிட்டு ரப்பர் நாடாவினால் கட்டப்பட்ட பல வர்ண புறாச் செட்டைகளைக் கைப்பற்றிவிட்டு கண்களை உருட்டி அங்குமிங்கும் நோட்டமிட்டான். யாரும் பார்க்கவில்லை. குசினியைக் கடந்து அறையைத் தேடி ஓடிவந்தான். அதை பக்குவமாகத் தான் வரைந்த புறாக்கள் மீது திட்டமிட்டு தேவையான புறாவின் உடற்பாகங்களுக்கு பொருத்தமான வர்ண இறகுகளை ஒட்டினான். சோற்றுப்பசையை காகிதத்தின் மீது பற்றிப்பிடிக்கும் படி புறாக்கள் மீது தன் உலர்ந்து போன உள்ளங்கையால் மெல்ல அழுத்தினான்.

“கிரீச் கிரீச்” என்ற சத்தம். வாயில் தகர கதவு திறக்கும் சத்தம் கேட்டபோது தான் செய்த கைவேலைகள், கழிவுப்பொருட்கள் அனைத்தையும் வேகமாக வழித்தள்ளி அவற்றை மறைத்து வைக்க ஓடினான். கைகளில் புறாச் செட்டைகளோடு கருக்கு மட்டைத் துளையூடாகப் படலையைப் பார்த்தான். அது பரீட்சயமான முகம்தான். அயல் வீட்டு ஓணாஸ் வருவதைக்கண்டு ஆசுவாசம் அடைந்தான். மூச்சு வாங்க ஓடிவந்த ஓணாஸ் சிறுவனின் கண்கள் விரிய காதுக்குள் எதையோ குசுகுசுத்தான். அவனது உருண்டை விழிகள் பிதுங்கின. ஓணாஸ் கூறிய செய்தி அவனை பரவசமூட்டின. சிறுவனின் கால்கள் தரையில் இல்லை. கால்களில் மிதிபட்ட பாயை இயந்திரமாய் சுருட்டினான். கையில் அகப்பட்ட சட்டை ஒன்றை எடுத்து படக்கென்று மாட்டிக்கொண்டான். சுற்றும் முற்றும் தேடிப்பார்த்தான். அரிசிச் சாக்கு அங்கு இல்லை. சிறிய ஏமாற்றம் காற்றை கிழித்துக்கொண்டு சிட்டாய் பறந்தான். அவன் கொட்டில் வாசலை அடைவதுக்குள் தாய் ‘‘அடேய் சோறு சாப்பிட்டுட்டு போடா... இப்பதான் சனியன் பள்ளிகூடத்தால வந்தவன் அதுக்குள்ள இந்த வெய்யிலுக்குள்ளால ஓடுறான் பாரு எங்கயோ

புறா புடிக்க ஓடுறான். அப்பன் வந்தால் தெரியும்" தாயின் நச்சரிப்பின் ஆரம்ப வார்த்தைகள் மட்டும் சிறுவனின் காதுக்குள் வீழ்ந்தது. எதையும் அவன் பொருட்படுத்தவில்லை. குசினிக்குள் மிருகமாக புகுந்தவன் அரிசிப்பையை தேடினான். அவனது கண்ணில் கொஞ்சம் அரிசி அகப்பட்டது. வெடுக்கென்று காற்சட்டை பைக்குள் வலு பக்குவமாய் கொட்டினான்.

"டேய் கெதியா வாடா அவங்க இறங்க போறாங்கடா" என்று ஓணாஸ் எச்சரித்தான்.

திரும்பவும் "டேய் சாப்பிட்டுப் போடா ...."

"எனக்கு பசிக்கேல போணை"

என்று ஒற்றை வரியில் பதில் கூறிவிட்டு கோடிப்புறம் ஓடினான். பறிக்கூடுகள் மீது சாத்தி வைக்கப்பட்டு இருந்த பெரிய அத்தாங்கு வலையை தோளில் போட்டு கால்களை தரையில் உதைத்த படி கோயிலைத்தேடி ஓடினான். பின்னால் ஓணாஸ் அவன் சுவடுகளைப் பிடித்துப் பாய்ந்து சென்றான். பனை வடலிகளையும், பற்றைகளையும் கடந்து தெருவை இருவரும் அடைந்தார்கள். ஆவணி மாதம் மரியன்னை ஆலய திருவிழா கொண்டாடப்படுகின்றது. பல்லாயிரக்கணக்கான பக்தர்கள் கூடி கொண்டாடி மகிழ்வார்கள். திருவிழா சோடனை ஏற்பாடுகள் ஏற்கனவே ஆரம்பமாகிவிட்டன. திருப்பலி நிறைவேற்றும் பகுதியில் விசேட அலங்கார சோடனைகள் நீலம் வெள்ளை தங்க நிறங்களில் ஜொலித்தன. எங்கும் மனிதர்களின் நடமாட்டம் சிரிப்புக்கும் ,ஆரவாரத்துக்கும் பஞ்சமில்லை. கோயிலை சுற்றிய நீண்ட தார் வீதியின் இரு மருங்கிலும் வெள்ளை மற்றும் நீல நிறங்களில் கொடிகள் காற்றுக்கு பட படத்துக்கொண்டு இருந்தன. கோவிலைச்சுற்றி ஏசு நாதரின் சிலுவைப்பாதையை நினைவு கூரும் முகமாக அவரின் பாடுகளை நினைவு கூரும் சொரூபங்கள் சுற்றி கற்கள் கொண்டு கட்டப்பட்டு அழகாக வர்ணம் பூசப்பட்டு இருந்தன. கோயில் வளாகத்துக்குள் சிறுவர் பெரியவர் என பால் வேறுபாடின்றி தமக்கு கொடுத்த சிறிய பெரிய வேலைகளை மகிழ்ச்சியோடு செய்து கொண்டு இருந்தனர். வண்ண மயமான மின்குமிழ்கள் கோவிலைச் சுற்றி அலங்கரிக்கப்பட்டு இருந்தன.

சிலர் கோவில் முகப்பை இரு பிரத்தியேக வர்ணங்களால் பூசி அழகுபடுத்திக்கொண்டு இருந்தனர்.

இளம் ஆண்கள் கூரான ஆயுதங்களால் மரங்களைத் தறித்துக்கொண்டு இருந்தனர். மரத்தில் இருந்து விழும் காகத்தின் முட்டைகளை தரையில் வீழ்வதற்கு முன் பிடி எடுத்து பரிகாசத்துடன் மீண்டும் காகத்தை நோக்கி எறிந்து விளையாடிக்கொண்டிருந்தனர். காகங்கள் மனிதர்களைக் கடும் கோபத்தோடு துரத்தி தலைகளின் மீது வட்டமிட்டு குட்டிக்கொண்டு திரிந்தன. இச்செயலை சில வயதானவர்கள் கண்டித்துக்கொண்டு நின்றனர். இவற்றையெல்லாம் தன் கண்களால் நோட்டமிட்டபடியே சிறுவன் கடந்து சென்றுகொண்டிருந்தான். அவர்கள் கைக்கோயில் பக்கம் திரும்பிய வேகத்தில் சிறுவர்கள் மகிழ்ச்சியில் ஆர்ப்பாட்டம் செய்துகொண்டிருந்தனர். ஒவ்வொரு சிறுவரும் தம் கைகளில் புறாக்குஞ்சுகளையோ அல்லது பெரிய புறாக்களையோ பிடித்து வைத்திருந்தனர்.

எதுவும் கிடைக்காத சிறுவர்கள் சோர்வோடு கோவில் முகட்டில் இருந்து புறாக்களை அப்புறப்படுத்தும் அந்த மனிதர்களைப் பார்த்துக்கொண்டு நின்றனர். புறாக்குஞ்சுகள் கைகளுக்கு வந்தவுடன் சிறுவர்கள் அடையும் களிப்புக்கு அளவே இல்லை. சிலர் அதை வேகமாக வீடு எடுத்துச்செல்கின்றனர். ஒவ்வொரு முறையும் புறாக்குஞ்சுகள் தரையைத் தொடும்போதும் ஓணாசும் சிறுவனும் ஆவலோடு அந்த மனிதர்களைப்பார்த்து தமக்கு வாயில் வந்த உறவு முறைகளைக் கூறி புறாக்குஞ்சுகளை கேட்டுக்கொண்டு நின்றனர். இறுதி வரை சிறுவனுக்கு நம்பிக்கை இருந்தது. தன்னுடைய தகப்பன் வழி நெருங்கிய உறவுக்காரன் அங்கே புறா பிடிப்பதில் பிரதான பங்கை வகிக்கிறான். அவன் நிச்சயம் தனக்கு ஒரு புறா அல்லது ஒரு புறாக்குஞ்சையாவது தருவான் என்று நம்பியிருந்தான். நேரம் சென்றுகொண்டு இருக்கிறது. புறாக்குஞ்சு கிடைத்தவர்கள், கிடைக்காதவர்கள் எனப்பலரும் மீண்டும் மீண்டும் வந்து கைகளை நீட்டிக்கொண்டு நின்றனர். புறாக்கள் கிடைக்காததால் இவர்கள் இருவரையும் பார்த்து சிலர் ஏளனம் செய்து கொண்டு நின்றனர். இதை இருவராலும் தாங்கிக்கொள்ள முடியவில்லை. அவர்கள் முகத்தில் கடும் சீற்றம் வெளிப்பட்டது.

“டேய் ஓணாஸ் நீங்க ரெண்டு பேரும் என்னடா செய்யிறீங்க? அவன நீதான் கெடுக்கிறது. வீட்ட ஓடுங்கடா கெதியா பொறு வாறன் அண்ணையிட்ட ஒருக்கா சொன்னால்தான் திருந்துவீங்க....

என்றான் சிறுவனது உறவுக்காரன். இருவரும் இதைக் காதுகொடுத்து கேட்டபாடில்லை அவர்களது புறாக்கள் மீது கவனம் செலுத்தியிருந்தனர்.

கண்கள் பனித்தன. அவமானம் மெல்ல வேர்விட தொடங்கின. அவர்கள் பொறுமையை இழக்க விரும்பவில்லை. இறுதியாக ஓர் உரப்பை நிறைந்த புறாக்குஞ்சுகள் தரையை நோக்கி கயிற்றில் வந்து இறங்கின. அங்கு குழுமி நின்ற அனைவரும் ஆர்ப்பரித்தார்கள். எல்லோருடைய முகத்திலும் சந்தோசம். இந்த முறை தமக்கும் கிடைத்துவிடும் என்று நூறு வீதம் நம்பிக்கையோடு கால் கடுக்கக் காத்திருந்தனர். சிறுவர்கள் அனைவரும் முண்டியடித்து தத்தமது உறவுக்காரரை முறை கூறி அழைத்து புறாக்குஞ்சுகளைக் கேட்டார்கள். சிலருக்கு உடனடியாக கிடைத்தன. சிறுவனும் அழைத்த போது அவர் சிறுவனது அழைப்பைச் செவி சாய்த்ததாகத் தெரியவில்லை. அந்த சிறிய தகப்பன் தன் புறா பிடிகாரனுக்கு மெதுவாக கூறிய வார்த்தை சிறுவன் நெஞ்சைச் சுக்கு நூறாகக் கிழித்துப்போட்டது. கண் கலங்கிப்போனான். அவன் ஒரு புறாக் குஞ்சையேனும் பெறவில்லை எனச் சிலர் பரிகாசம் செய்தனர். சிறுவனின் பின்னால் நின்று யாரோ தோளைப் பற்றி குழிக்குள் தள்ளிவிட்டு ஏளனமாகச் சிரித்தது போல உணர்ந்தான். பின்னால் திரும்பிப்பார்த்தான். அவனது வகுப்பு மாணவன்

“அடே உனக்கு புறா கிடைக்காது போடா புறா செட்டை மட்டும்தான் ஜென்மத்திலும் புறாக்கிடையாது போடா டேய்” என்றான்.

இதைக்கேட்டதும் சிறுவன் மூர்க்கமாக அவன் மீது பாய்ந்து அவனை தரையில் தள்ளிக் காட்டுத்தனமாக தாக்க ஆரம்பித்தான். இதை எங்கிருந்தோ கவனித்த பங்குக் குருவானவர் உடனடியாக அந்த இடத்துக்கு வந்து சிறுவர்கள் இருவரையும் பிரித்து விட்டு அவர்களது விபரங்களை அருகில் நின்ற நீண்ட காதுடைய வாலிபனிடம் கேட்டு அறிந்துகொண்டார். சோர்ந்து அவமானப்பட்டுப் போன சிறுவனும் ஓணாசும் அந்த

இடத்தை விட்டு ஓட ஆரம்பித்தனர். கற்கள் முட்களை மிதித்து கடும் கோபத்தோடு கண்களை இறுக மூடி தனக்குப் பரிச்சயமான குறுக்கு வீதிகளைக் கடந்து இருவரும் தத்தமது வீடு சென்றடைந்தனர். சிறுவன் கண்ணீர் தெறிக்க வானத்தைப் பார்த்தான். வானம் அவன் கண்களுக்கு இருண்டு கிடந்தது.

வீட்டை அடைந்த சிறுவன் வீட்டுப்படலை திறந்து கிடந்ததைப் பார்த்த போதுதான் நேரம் ஆறுமணியை கடந்துவிட்டதை நினைத்துக்கொண்டான். பொன்ராசர் கொட்டிலுக்குள் நெருப்பெடுத்துக்கொண்டு நின்றார். மாலை ஐந்து மணிக்குப் பின்னர் பொன்ராசர் நிறை வெறியில் வீட்டுக்கு வருவார். அவர் உழைப்பது ஆயிரம் ரூபாய் என்றால் அதில் அரைப்பங்கு குடிக்கே செலவாகும். சில நாட்களாக கணவன் மனைவிக்கு இடையில் ஏதோ தகராறானது. தன் மனைவியை அவனோடு தொழில் செய்யும் சீமான் சாதி சொல்லிப் பேசியது தான் காரணம். இளம் வயதில் பொன்ராசர் பறிக்கூடு பின்னி நண்டு பிடிப்பதில் கெட்டிக்காரன். அதைப் போகும் இடமெல்லாம் செய்து நல்ல பலன் அடைந்து வந்தார். அவ்வாறு எங்கோ தீவுப்பகுதியில் நண்டு பிடிக்க போனவர் வரும் போது மனைவியையும் பறிக் கூட்டோடு சைக்கிளில் ஏற்றி வந்துவிட்டார். இதைப் பலர் கிண்டல் அடிப்பார்கள். அதோடு மனைவியின் சாதியை வலிந்து நக்கல் செய்வது பொன்ராசருக்கு கடும் சீற்றத்தை எழுப்பியது. தினம் தினம் வீட்டில் சண்டையிட்டுக்கொண்டிருந்தார்கள். கோவில் திருவிழா நன்கொடைக்காக ஒரு கிழமைத் தொழில் அடிபட்டுப் போனது. இன்னும் அதன் மீது வெறுப்பு. கிடைக்கின்ற கொஞ்ச பணத்தில் குடும்பம் நடத்துவதில் அல்லோல கல்லோலப்படும் பொன்ராசர் அடிக்கடி பங்குத்தந்தையை தூஷண வார்த்தையால் திட்டிக்கொண்டு இருப்பார். வாயிலில் பொன்ராசரின் சத்தம் கேட்டது. விழித்துக்கொண்ட சிறுவன் தகப்பன் கையால் இன்று பூசை உண்டு என்பதை உறுதிப்படுத்திக்கொண்டான். மெல்ல அடியெடுத்து வைத்தான். வேலிச்சருகுகள் சத்தம் எழுப்பாமல் கையில் இருந்த புறாப்பிடிக்கும் அத்தாங்கை வேலி அருகோடு சாற்றி வைத்தான். கோடிப்பக்கம் ஒளிந்துகொண்டு செத்தை வழியே கொட்டிலுக்குள் நடப்பதைக் கூர்ந்து கவனித்தான். பொன்ராசர் மனைவியோடு நெருப்பெடுத்துக்கொண்டிருந்தார்.

“அடியேய் ஊரில் போடுகின்ற சண்டையில் முக்கால்வாசி புறா வளர்ப்பவர்களினால்தான் தினம் ஒரு வெட்டுக்குத்து கேசு இவனும் அதுக்குத்தான் தயார் ஆகிறானாக்கும் இந்த புறா வளர்க்கிறன், மயிர் புடுங்கிறான் எண்டு இந்த படலைக்குள்ள புறா வந்திச்சு அதுக்கு பிறகு நான் மனுசனா இருக்க மாட்டன். வேசமோன் வந்தா அவன புடிச்சு வை! மானத்த வாங்க வந்திருக்கிறான் சனியன்”

தொழில் முடிஞ்சு கரக்கடையால வரும்போது யாரோ கோயிலடியில் நடந்த புறாப்பிரச்சினையை பொன்ராசவின் காதுக்குள் ஓதியிருக்கவேண்டும். அதனால் வழமைக்கு மாறாக பொன்ராசார் கொஞ்சம் அதிகமாகக் குடித்து விட்டு வந்திருக்க வேண்டும். நிலைமையைப் புரிந்துகொண்ட சிறுவன் உடனே உள்ளே போவது என்ற எண்ணத்தை முற்றாக நிறுத்திக்கொண்டான்.

“ஒரு ரெண்டு புறாச் சோடிய அவனுக்கு வாங்கிக் குடுத்தால் புள்ள எங்கபோகப்போறான்” என்று சொல்லிமுடிப்பதுக்குள் “அடியே பறத்தோற” என்ற சொல் மட்டும் சிறுவனின் காதுக்குள் பட்டது. மிச்சம் தாயின் கன்னத்தில் இருந்து சடார் படார் என்ற பொன்ராசரின் உள்ளங்கையடிச்சத்தம் ஏங்கிப்போன சிறுவன் குளிரில் நடுங்கும் புறாக்குஞ்சுபோல நடுங்க ஆரம்பித்தான். வெளியில் புறப்பட கொட்டிலின் முன் வாசலில் நடுவே இறால் பைவரை மரக்கல் தடியில் கொழுவிக்கொண்டு படலையைத் திறந்து விறு விறு என்று சம்மாட்டியார் ஜோணாரின் மீன் வாடிக்குப் புறப்பட்டார்.

இவற்றையெல்லாம் பார்த்துக்கொண்டு இருந்த சிறுவன் பூனை போல நசிந்து பதுங்கிப்பதுங்கி கொட்டிலுக்குள் புகுந்தான். தாயை கண்டவன் தாமதிக்காமல் மடியில் வீழ்ந்து விம்மி விம்மி அழத்தொடங்கினான். “தம்பி ராசா என்னடா கோயில் வளவுக்குள்ள நடந்தது? என்று கேட்க பதில் கூற முடியாமல் கண்களை உருட்டி உருட்டி சத்தமாக அழத்தொடங்கினான். “புறா வேணாமடா ராசா அப்பாவுக்கு புடிக்காது நீ முதல் நல்லா படி அது வீட்டுக்கு தரித்திரமடா இருக்கிற கஸ்ரத்துக்கு புறாவுக்கு கூடு சாப்பாடு வேணாமடா முதல் படி அப்பாவை சந்தோசப்படுத்தப் பாரு பள்ளிக்கூட களுசான் கூட கழட்ட இல்லை பாரு அப்பா கண்டால்

சரி!" என்று கூறி தலையால் வழியும் வியர்வையை சேலை தலைப்பால் துடைத்தெடுத்தாள்.

"போ எழும்பு அப்போத போட்டு வைச்ச சோறும் சுறாக்கறியும் ஆறிப்போய் மூடி வைச்சு இருக்கிறன் சாப்பிடு ராசா உனக்கு நல்ல சோடிப் புறா அப்பாட்டச்சொல்லி நான் வாங்கித்தாறன்" என்றாள் தாய். சிறுவன் திரும்பி தாயை அவள் மடியில் கிடந்த படியே பார்த்தான். அவள் கண்களில் இருந்து ஓரிரு நீர்த்துளிகள் தப்பித்து கன்னங்கள் வழியே வழிந்து வருவதை சிறுவன் கண்டான். அவனால் பார்க்க சகிக்க முடியவில்லை டபக் என்று எழுந்து அறையை நோக்கி வேகமாக ஓடினான். தாய் எழுந்து குசினிக்குள் குனிந்து போக "அம்மா நான் கடக்கரைக்கு போச்சு வாறன் வயித்துக்க குத்துது" என்று கூறிவிட்டு படலையை திறந்து எதிர்க்காற்றை கிழித்துக்கொண்டு சிட்டாய் பறந்தான். கடற்காற்று குளிரோடு வீசிக்கொண்டு இருந்தது. கடற்கரையோரம் கிடந்த சிற்பிகளை தோண்டி எடுத்து காற்றின் எதிர் திசையை நோக்கி எறிந்தான். அது காற்றைக்கிழித்து விண் விண் என்ற சத்தத்தோடு கடலுக்குள் வீழ்ந்து நொளுக் என்ற சத்தத்தை எழுப்பியது. சிறுவன் மெல்ல கடலுக்குள் நடக்க ஆரம்பித்தான். பின் கரையில் இருந்து சற்று தொலைவில் களங்கண்டித்தடியில் கட்டிவைக்கப்பட்டிருந்த ஒரு வள்ளத்தில் பாய்ந்து ஏறினான். அவன் அழுத்திப் பாய்ந்த வேகத்தில் மிதந்து கொண்டு இருந்த வள்ளம் சற்று இரு பக்கமும் மெல்ல அசைந்து திரும்பி சமனாக மிதந்தது. வெடுக்கென்று காற் சட்டையை கீழ் நோக்கி உருவி தன் வசதிக்கு ஏற்ற மாதிரி வள்ளத்தின் நுனியில் இருந்து மலம் கழித்தான். "பளக் புளக்" என்ற சத்தத்தோடு வீழ்ந்தது மலம். வள்ளத்தின் அடியில் கிடந்த கெளுத்தி மீன் கூட்டம் "ப்ளக் பளக்" என்ற சத்தத்தோடு மேலெழுந்து நீர் மட்டத்தை எட்டிப்பார்த்து மலத்துணிக்கைகளைப் போட்டிபோட்டுத் தின்ன ஆரம்பித்தது.

சிறுவன் வள்ளத்தில் இருந்தபடியே வானத்தை பார்த்தான். புறாக்கள் தன் தலைக்கு மேல் வட்டமடித்து மேலெழுந்து கரணம் அடித்துக்கொண்டு மீண்டும் கீழ்நோக்கி வந்துகொண்டு இருந்தன. சுழலும் எண்ணிக்கையை வைத்து அதன் திறனை எடைபோட்டான்.பின் அதன் அழகை இரசித்துக்கொண்டு

வள்ளத்திலே மூழ்கி இருந்தான். தன்னிடம் ஒரு சோடி புறா இருப்பதைக் கற்பனை செய்து பார்த்தான். அது அவனுக்கு இன்பமாக இருந்தது. எப்படிப் புறா வாங்குவது? என்று சிந்திக்க தொடங்கினான். தனது பெற்றோர் இதற்கு அனுமதி கொடுக்க மாட்டார்கள். பொன்ராசர் அடிச்சே கொன்று போட்டு விடுவார் என்பதை அவன் அறிவான். எரிச்சலோடு வள்ளத்தை விட்டு இறங்கினான். வீடு செல்ல மனமில்லாமல் கடற்கரையில் கொட்டி கிடந்த சிமெந்து கற்கள் மீது நின்று கொண்டு சிறிய கற்களைப் பொறுக்கினான். "கீக் கீக்" என்ற வினோத ஒலியை எழுப்பி வானில் தாழ்வான உயரத்தில் பறந்து வந்து கடல் நீரில் மூழ்கி மீன்களைக் கொத்தி உண்ணும் சாம்பல் நிறக் கொக்குகளை வெறித்துப்பார்த்தான். சில கற்களைக்கொண்டு கொக்குகளை அடித்தான். அவை விவேகமானவை. சுழித்துக்கொண்டு பறந்து சென்றன. எறிந்த கற்கள் நேராகக் கடலுக்குள் விழுந்து "நொலுக்" என்ற சத்தத்தை உண்டாக்கியது. கெளுத்துக்குஞ்சுகள் சில நீரின் மேலே மிதந்தன. மீண்டும் எறியத்தொடங்கினான். அந்தரத்தில் சில அவன் அடித்த மீன்களை எங்கிருந்தோ வந்த கொக்குகள் லபக் எண்டு வாயில்போட்டுக்கொண்டு மேலே பறந்துசென்றன. அவன் வானத்தைப்பார்த்தான். மாலைமங்கிக்கொண்டுபோனது. கோயில்மணியும் அடிக்க ஆரம்பித்தது.

இராட்சச மணியின் அதிர்வில் மணிக்கூட்டுக்கோபுரத்தில் நின்ற புறாக்கூட்டம் வெருண்டடித்துக்கொண்டு அலங்க மலங்கப் பறக்க ஆரம்பித்தது. சற்று தொலைவில் பார்த்துக்கொண்டு நின்ற சிறுவன் புதிதாகக் கோவிலில் சில வர்ணப் புறாக்கள் கலந்திருப்பதை நோட்டமிட்டான். கால்களில் முழங்கால் வரை ஒட்டி இருந்த கடற்பாசிகளை கரை ஏறிக்கொண்டே வழித்துப்போட்ட படி கொட்டிலுக்குள் ஏறினான். பொன்ராசவர் மறுபடி கள்ளுக்குடித்துவிட்டு அறைத் தட்டியோரம் படுத்து வீணி வடித்துக்கொண்டு கிடந்தார். குசினிக்குள் போனவன் பானையில் கிடந்த சோற்றையும் புளி மிளகாயையும் வடிய வடிய ஊற்றித் தின்னத் தொடங்கினான். தாய் பள்ளர் தோட்டத்தில் இருந்து குடி தண்ணீர் எடுத்துக்கொண்டு வருவதைத் தூரத்திலே கண்டுவிட்டான். கொட்டிலை அண்மித்த போது தாய் அவனுடன் எதுவும் பேசவில்லை கால்கள் மண்ணுக்குள் புதைந்து எழும்ப பாதங்களை விடுக் விடுக்

எனத் தூக்கியபடி கொட்டிலுக்குள் சென்றாள். அவளது கண்கள் சிவந்து கொவ்வம்பழம் போல இருந்தன.

மாதங்கள் சில உருண்டோடின. அடுத்த வருடம் எட்டாம் வகுப்பில் எட்ட முடியாமல் சிறுவன் தோல்வியுற்றான். சித்திரம்,கைவேலை ஆகியபாடங்களில் மட்டும் சிறப்புச் சித்தி எய்தி இருந்தான். அன்று இரவு பொன்ராசர் வெறியைப்போட்டு விட்டு மனிசியையும் சிறுவனையும் சாரமாரியாக அடித்து நொறுக்கி விட்டார். “படிச்சுக் கிழிச்சது போதும். அவனை என்னோடு பறிக்கூடு பின்ன அனுப்பிவிடு” என்கிறார். மனிசி இல்லை என்று அடம்பிடிக்கவே மனைவியை பொன்ராசர் சாதி சொல்லித்திட்டி அடித்துப்போட்டார். சிறுவனுக்கு புறாக்களின் மீது இருந்த ஆர்வம் அவனிடம் இன்னும் கூடிக்கொண்டு போனது. ஒருநாள் வீட்டுக்கோடியில் இருந்த மீனுக்கு இரை குற்றும் பெரிய அலுமினியப் பானை ஒன்றை எடுத்து அதைக் கற்களைக்கொண்டு அடித்து நெளித்து ஓர் உரப்பையில் போட்டு ஓணாசுடன் நடையிலே சென்று ஐந்து சந்தியில் இருக்கும் இரும்புக்கடைக்குக் கொண்டு சென்று விற்றுக் காசாக்கி இருக்கிறான். கிடைத்த பத்து ரூபாயையும் பக்குவமாகச் செத்தைக்குள் ஒளித்துவைத்தான். அடுத்தடுத்த நாட்கள் அவன் பாடசாலை போகிறேன் என்றபெயரில் ஊரில் உள்ள குப்பைமேடுகளைத் தேட ஆரம்பித்தான். எங்கும் உலோகங்கள் கிடைக்கவில்லை ஏமாற்றத்தோடு வீடு வந்தவன் ஒரு நாள் பக்கத்து வீட்டுக் குசினியில் தேய்த்து கழுவித்தொங்கிக விட்டிருந்த அலுமினியச் சட்டி ஒன்றைத் திருடி கடற்கரையோரம் வளர்ந்து இருந்த கண்ணாப் பற்றைக்குள் குழி தோண்டி அதைப் புதைத்து வைத்துவிட்டு வந்தான்.

சில நாட்களாக ஊரில் உள்ள சமையல் பாத்திரங்கள் மாயமாக மறைந்தன. இதைப் பள்ளர் தோட்டத்தில் குடிதண்ணீர்பிடிக்கப்போன பெண்கள் தமக்குள்ளே பேசிக்கொண்டு இருந்தனர். சிலர் ஊரில் உள்ள குடிகாரர் மீதும் சிலர் தங்கள் புருஷன்மார்கள் கள்ளுக் குடிக்கப் பாத்திரங்களைத் திருடி விற்று விட்டனர் என்றும் தமக்குள்ளே எண்ணிக்கொண்டனர். சிறுவனது திருட்டு நாளாந்தம் கூடிக்கொண்டு போனது. பலதும் கற்றுத் தேறினான். நிறை அதிகரிப்பதற்காக பானை சட்டிகளுக்குள் கற்களை

இட்டு அடித்து நெளித்துவிட்டு ஏமாற்றி விற்று காசு சேர்க்க ஆரம்பித்துவிட்டான். சில வருடங்கள் கழிந்தன. சிறுவன் பாடசாலையை முற்றாக மறந்துவிட்டான். வீட்டுக்கு வருவதை மெல்ல குறைத்துக்கொண்டான். கேட்டால் யாராவது சம்மாட்டியின் பெயரைக் கூறி அவரின் வாடியில் நிற்பதாகப் பொய் சொல்வான். இந்தக் கள்ளச்செயல்களுக்கு பொன்ராசரின் மகன்தான் காரணம் என்ற செய்தி பொலிசாரின் காதுகளுக்கு எட்ட அவர்கள் தேடுதல் வேட்டையைத் துரிதமாக முடுக்கி விட்டனர்.

ஒரு நாள் கிட்டத்தட்ட ஐம்பது சோடி புறாக்கள் இரவோடு இரவாக களவு போய்விட்டன. அதன் உரிமையாளர்கள் கண்மூடித்தனமாகச் சந்தேகம் கொண்டு அயல் கிராமத்தவர்களோடு வாள்கள், கத்திகளை கொண்டு சண்டை பிடிக்க ஆரம்பித்தார்கள். இரு ஊர்களுக்கு இடையில் மிகப்பெரிய சண்டை, சாதிச்சண்டையாக மாறி இரு பக்கத்திலும் தலா முப்பதுக்கும் மேற்பட்டவர்கள் கைது செய்து யாழ்ப்பாண சிறைச்சாலையில் தடுத்து வைக்கப்பட்டு இருந்தனர். திருப்பலிப்பூசைகளில் பங்குத்தந்தை மிகவும் கடுமையாக ஊர் மக்களைத் திட்டித் தீர்க்கத் தொடங்கினார். "இது வெட்கக்கேடான செயல் பந்தடியில் தான் மைதானத்தில் அடிபட்டீர்கள் இப்போது புறாவுக்காக வெட்டுக்கொத்துப்படுகின்றீர்கள் இது குழந்தை யேசுவுக்கும் மரியன்னைக்கும் ஏற்ற செயலில்லை" என்று பீடத்தில் அடித்து பிரசங்கம் செய்தார். "ஊருக்குள் துணிவாக இறங்கி இந்த வேலை செய்தவன் பிடிபட்டால் அவனுக்கு சாவுதான் மவனே..." கண்கள் சிவக்க வெற்றிலை வாயைச் சீறிக்கொண்டு சொன்னான். பெரிய புறாப்புள்ளி சேகர். உடனடியாகவே பாதிக்கப்பட்ட புறா வளர்ப்பாளர்கள் சிலர் போலீஸ் முறைப்பாடு செய்தனர்.

சில வாரங்கள் கடந்தன. ஒரு மத்தியான நேரம் போலீஸ் ஜீப்புகள் சில உறுமிக்கொண்டு கடற்கரையோரம் மணல்மேடைகளைப் புரட்டிக்கொண்டு ஊர் மனைக்குள் புகுந்தது. ஜீப்பில் வந்த போலீஸ் அதிகாரி சமரக்கோன் தொழிலுக்கு போன சில பெரியவர்களிடம் பொன்ராசருடைய வீடு இருக்கும் முகவரியை விசாரித்தார். சில நிமிடங்களில் பச்சை நிற அதிரடி ஜீப் வண்டி புகையை கக்கிக்கொண்டு

வயல் மாதா • 69

பொன்ராசாருடைய வீட்டுக்கு முன்னால் வந்து கோர்ன் அடித்தது. கோடிப்பக்கம் மறைவில் குறுக்குக் கட்டோடு குளித்துக்கொண்டு நின்ற பொன்ராசாருடைய மனிசி துடித்துப் பதைத்துக்கொண்டு கிடுகு ஓட்டையால் எட்டிப்பார்த்தாள். போலீசார் கொட்டிலை சுற்றி வளைத்து நிற்பதை கண்டதும் குளிரில் நனைந்த கோழி போல நடுங்கிக்கொண்டு நின்றாள். சம்பவத்தை அறிந்த பொன்ராசர் கோயில் போட்டிக்கோவில் இருந்து வேகமாக வந்துவிட்டார்.

“ஏய் உன்ர மகன் எங்கே இருக்கு?” கேள்வியோடு போலீஸ் அதிகாரி ஆனந்த சமரக்கோன் விசாரணை செய்ய ஆரம்பித்தார். “என்ன சேர் என்ர மகனுக்கு அவன் சின்ன பொடியன் சேர்” என்று இழுத்தான். “டேய் பொய் சொல்லுது நீ அவன் புறா களவெடுத்து இருக்கு அவன் எங்க போயிருக்கு நாளைக்கு அவன் ஸ்டேசனுக்கு வர வேணும் சரியா?” போலீசின் அதட்டலில் குடல் கலங்கி செய்வதறியாது விறுக்கு விறுக்கு என்று கொட்டிலுக்குள் புகுந்து குளித்துவிட்டு பளபளப்பாக நின்ற மனைவியை ஈரக்கொண்டையில் பிடித்து “உன்ர ஓத்த ... மகன் எங்கடி தேவடியாள் முண்ட” என்று குருகு மண்ணில் வீழ்த்தி இரண்டு கால்களாலும் மாறி மாறிப் பந்தாடினார். விலக்கு பிடிக்க யாரும் போவதில்லை மீறி போனால் கெட்ட வார்த்தைகள் பீரங்கிபோல வாயிலிருந்து புறப்பட்டு வரும் உதை வாங்கிய மனிசி முற்றத்தில் கிடந்த பனங்குத்தியோடு சாய்ந்து கொண்டு பிரடியை பனங்குற்றியில் அடித்து அழ ஆரம்பித்தாள். பொன்ராசர் கொட்டிலுக்குள் புகுந்தவர் சேட் ஒன்றை அணிந்து கொண்டு கள்ளுக்கொட்டில் பக்கம் விறு விறு என்று நடக்க ஆரம்பித்தார்.

அன்று இரவு சிறுவன் கொட்டிலுக்கு வரவில்லை. பல வாரங்கள் கழிந்தன. அவன் ஊர் பக்கமே இல்லை. எங்கு சென்றான் என்ற தகவல் யாருக்கும் தெரியாது பொன்ராசர் மனிசி அழுது கண்கள் குழிவிழுந்து உருக்குலைந்து போனாள். அனுதினமும் மாதாவுடைய கால்களில் தஞ்சம் புகுந்து செபிக்க ஆரம்பித்தாள். பொன்ராசர் முன்பை விட அதிகம் குடிக்க ஆரம்பித்தார். சம்பவம் நடந்து ஒரு சில வருடங்களின் பின்னர் முல்லைத்தீவுக்கு மகளின் கலியாணத்துக்குப் போய்விட்டு வந்த பவளத்தார் சிறுவனை கண்டதாகவும்

அவன் கையில் ஒரிஜினல் ஜப்பான் கேசியோ மணிக்கூடு கட்டி இருந்ததாகவும் போலீஸ் குரோப் வெட்டும் வெட்டி இருந்தான், என்று ஊருக்குள்ள கதையை கட்டி விட்டார். வேறு சிலர் கொழும்புக்கு போற வழியில புத்தள பஸ்ஸில் யாரோடு சிங்களத்தில் பேசிக்கொண்டு போனதாகவும் பொன்ராசாருக்கு தகவல் சொன்னார்கள். கொட்டில் இருண்டு கிடந்தது. நிறை வெறியில் மங்கலான இருட்டில் பீடி குடித்துக்கொண்டு இருந்த பொன்ராசார் தெற்குப்பக்கமாக திரும்பி அவனை வாயில் வந்த சிங்களத்திலும் தமிழிலும் தூஷண வார்த்தைகளால் மாறி மாறிச் சபிக்க ஆரம்பித்தார். நடைபாதையில் மனிசி வருவதைக்கண்ட பொன்ராசர் சாரத்தை இடுப்பில் சுற்றிக் கட்ட எத்தனித்தார். அதற்குள் மனிசி மாதாவுடைய எண்ணெய்யை நெத்தியில் தேய்த்து நெற்றியில் குருசு அடையாளம் வரைந்து விட்டு கொட்டிலுக்குள் சென்று விளக்கை ஏற்றத் தொடங்கினாள்.

•••

குற்ற விசாரணை

கோடை கால விடுமுறைநாள் ஒன்றிலேதான் அவர்களது முதல் சந்திப்பு இடம்பெற்றது. நெவர்ஸ் குடியிருப்பை அண்டிய பிரதேசத்தினூடாக ஊடறுத்து மேற்கே சுறுசுறுப்பாக ரென் நதி ஓடிக்கொண்டு இருந்தது. நதிக்கரையில் கிடந்த பாறைகளில் இறங்கி வழிந்தோடிய நீரின் சலசலப்பு இனிமையான இசையை மீட்டிக்கொண்டிருந்தது. மனித நடமாட்டத்தை உணர்ந்த மான்கூட்டம் போல் நதிக்கரையில் மீன் குஞ்சுகள் துள்ளிக்குதித்தோடுகின்றன. அந்த நதிக்கரையிலே ஓர் அழகான நண்பகல் வேளை மாயாவும் அவளது நண்பி ரெபேக்காவும் குடிலமைத்து அங்கே தங்கி வெயில் குளித்துக்கொண்டிருந்தனர். மாயா இளமை, அழகு இரண்டும் கலந்த கதம்பம். நீல நிற பிறேம் இட்ட கறுப்பு மூக்குக்கண்ணாடியும். கருப்பு நிறமான நீளமில்லாத கூந்தலும் நேர்த்தியான சிகை அலங்காரமும் அவளை எடுப்பாகக் காட்டியது. கைகளில் தமது காலணிகளைத் தூக்கிக்கொண்டு மணற்புதையலின் மீது நுனிக்காலால் நடந்து குடிலை விட்டு தனியாக வெளியே வந்தாள். அவளின் டீசேட்டை அழுத்தி நின்ற சோடி மார்பில் பச்சை நரம்புகள் தாறுமாறாய் ஓடித்திரிந்தன. குட்டையான பாவாடை

அவளது மொத்த அழகையும் வெட்டிக்காட்டியது. அவர்களது குடிலுக்குச் சற்றுத் தொலைவில் பெருந்திரளான மக்கள் நதியில் இறங்கிக்கொண்டிருந்தனர். கூழாங்கற்களோடு மணல் நிறைந்த நிலப்பரப்பில் மரத்திலான ஒரு குடில் தென்பட்டது. நண்பகல் வெயில் சுட்டெரிக்க ஆண்களும் பெண்களும் பாதி ஆடையணிந்து குடிலின் அருகில் வெயிலில் குளித்துக்கொண்டு இருந்தனர். நீல நிறப் பூப்போட்ட காற்சட்டை அணிந்த 25 வயது மதிக்கத்தக்க தோள்கள் விரிந்து நல்ல கவர்ச்சியான உடலை ஒத்த ஆடவன் ஒருவன் தனிமையில் அங்கே மனம் கலவரப்பட்டவனாய் மணலில் நிறுத்தி வைக்கப்பட்ட மரக்குற்றியோடு சாய்ந்து வைன் குவளையைக் கையில் ஏந்திய படி சிகரெட்டைப் புகைத்துக்கொண்டிருந்தான். குறுக்குப்பாதையால் அவனைக் கடந்து சென்ற மாயாவை கறுப்பு நிற கண்ணாடியால் ஊடுருவிப்பார்த்தான். அவள் அழகில் தன்னிலை மறந்து கையில் இருந்த சிகரட் விரலைச் சுட அதைக் கீழே போட்டு விட்டு வைனில் ஒரு மிடறு உறிஞ்சிக்கொண்டு தன் பார்வையை மாயா மீது மீண்டும் தீவிரமாகப் பதித்தான்.

மாயா தன் கடைக்கண்பார்வையை வீசிச்சென்றாள். அப்போது அங்கு வந்து சேர்ந்த ரெபேக்கா தனது பல்கலைக்கழக நண்பர்களை மாயாவுக்கு அறிமுகம் செய்துவைத்தாள். பின்பு அனைவரும் சேர்ந்து "அக்கே நமுறா" வின் பிரெஞ்சுப்பாடலை ஒலிக்கச்செய்து பாடலோடு இணைந்து ஆடிக்கொண்டாடி மகிழ்ந்துகொண்டிருந்தனர். சற்றும் உற்சாகம் குன்றாத அந்தப்பாடலை மாயாவும் சத்தமாகப்பாடி கை தட்டி ஆரவாரம் செய்துகொண்டிருந்தாள். ரெபேக்காவின் நண்பர்களுடன் பேசிக்கொண்டு இருக்கும் போதே மாயா அந்த ஆடவனின் திசையில் பார்வையைத் திருப்பினாள். அவன் அங்கிருந்து புன்னகையோடு கட்டை விரலால் ஏதோ சைகை செய்தான். பதிலுக்கு மாயாவும் அழகான பற்கள் தெரிய புன்முறுவல் செய்தாள்.

சற்றும் எதிர்பாராத போது சில நிமிடங்களில் அவன் அவளை நோக்கி வந்துகொண்டிருந்தான். வந்தவன் பொன்ஸூ என்ற படி பேச்சை ஆரம்பித்தான். நேர் எதிரே அவளது கண்களைப்பார்த்து நெளிந்துகொண்டு தனது பெயர் விக்டோர்

என்று அறிமுகம் செய்தான். இருவரும் பேசத்தொடங்கினர். ரெபேக்கா குளிரான பியர் போத்தல்களை திறந்து மாயாவுக்கும் விக்டோருக்கும் பரிமாறினாள். வெய்யில் நதி நீரை நக்கிக்குடித்துக்கொண்டிருந்தது. பியர் அருந்தியவர்கள் பின்பு கைப்பந்தாட்டம் ஆடுவதற்கு சென்றார்கள். விக்டோரும் மாயாவும் பேசிக்கொண்டே சற்றுத்தொலைவுக்குச் சென்று எதைப்பற்றியோ பேசிக்கொண்டிருந்தனர். இன்னும் சற்றுத்தொலைவில் சிலர் நெருப்பில் இறைச்சியைச் சுட்டு சுற்றி இருந்து சாப்பிட்டுக்கொண்டு இருந்தனர். விக்டோர் பேசியபடியே அவளை ஊடுருவிப்பார்த்தான். தலையில் இருந்து பாதம் வரை மாயாவை அளந்தெடுத்தான். அவனது கண்கள் இரண்டும் "பிதுங்கி நின்ற அவளது செழிப்பான சோடி மார்புகளைப்பதம் பார்த்தன. போதை ஏற்றும் அவளது வழுவழுப்பான கால்கள் அவனைத் தொந்தரவு செய்தன. நெற்றியில் வழியும் மயிரை வழித்து சரி செய்யும் சாட்டில் மாயா அவனைப்பார்த்த போது நான்கு கண்களும் ஒரு நேர் கோட்டில் சந்தித்த அக்கணம் இருவருக்குமிடையில் உணர்வு பூர்வமான எதோ ஒன்று நிகழ்ந்திருக்க வேண்டும். "ரென்" நதி கோடை வெயிலில் காய்ந்து கொண்டு இருந்தது. நதியில் கால்களை கழுவியபடி இருவரும் பேசிக்கொண்டனர். அவனது குறும்புப் பேச்சுக்களை ஒவ்வொன்றாக இரசித்தாள். பின்னர் நதியின் அருகில் கிடந்த பாறை மீது இருவரும் நெருக்கமாக அமர்ந்தனர். அவளது கைக்கடிகாரத்தில் நேரத்தை பார்ப்பதென்ற சாக்கில் அவளை நெருங்கி அவளது மென்மையான கையைப் பிடித்தான். அவள் பதறியபடி விடுவிக்காமல் பனியில் உறைந்தவள் போல் விறைத்துப்போய் நின்றாள். அவனது சூடான மூச்சுக்காற்று அவள் மீது பட அவள் சடாரென விலகினாள். இருவரும் சுவாரசியமாகப் பேசிக்கொண்டிருக்கும் போது இடையே

"மாயா நாளை உன்னோடு சேர்ந்து பியர் குடிக்க ஆசைப்படுகிறேன் எனது வீடு நதி அருகிலேதான் உள்ளது. நிறையப் பேசலாம். உன்னோடு பேசிக்கொண்டு இருந்தால் நேரம் செல்வதே தெரியவில்லை இன்னுமொரு முறை சந்திக்கலாமா? நீர் ஏன் மௌனமாக இருக்கிறீர்" என விழித்துக்கேட்டான்.

புருவங்களை உயர்த்தி "இல்லை இல்லை எனக்கு அலுவல் இருக்கிறது" என இழுத்தாள்.

அவன் விட்டபாடில்லை பேச்சைக்கொடுத்துக்கொண்டே இருந்தான். முடிவில் அவன் சம்மதம் வாங்கிவிட்டான். முதல் சந்திப்பின் பின்பு பல சந்திப்புகள். ஒரு நாள் அவன் தன்னுடைய காதலை ஒரு பூச்செண்டைக்கொடுத்து வெளிப்படுத்தினான். மாயா அவனை முத்தமிட்டுத் தன் மகிழ்ச்சியை வெளிப்படுத்தினாள். மனங்கள் இரண்டும் இணைந்தன. இருவரும் கள்வெறியில் ஆழ்ந்து போய் நின்றார்கள். தழுவிக்கொண்ட கைகள் தளர மறுக்க இதழ்கள் இணைந்துகொண்டன. பின் தொடர்ந்து வந்த நாட்களில் ஒருவரை ஒருவர் விடாமல் துரத்திச்சென்றனர். அவன் மாயாவைக் காணாமல் தவித்தான். மாயா தங்கியிருக்கும் "லே லோஜ்" அகதி முகாமுக்கு நள்ளிரவு கடந்த பின்பும் மதிலேறிக் குதித்து அங்கிருக்கும் சிறுவர் பூங்காவில் மணிக்கணக்காக உரையாடிக்கொண்டிருந்தனர். விடுமுறை நாட்களில் எல்லோருடைய கண்களில் படும்படியாக பரிஸ் நகரத்துக்குச் சென்று உல்லாசமாகச் சுற்றித்திரிந்தனர். தமது உடல்களை வெவ்வேறாக பிரித்துக்கொள்ள முடியுமென அவர்களுக்குத் தோன்றவில்லை.

சில மாதங்கள் உருண்டோடின.

ஒரு ஞாயிறு விடுமுறையன்று மாயா அவனது வீட்டில் தங்கி நின்ற வேளை அலுவலகத்தில் வேலை புரியும் மெத்தியூ என்ற சக பணியாளன் அவளைச்சந்தித்து கோப்பொன்றை வழங்க வாயிலில் நின்று வீட்டு அழைப்பு மணியை அழுத்தினான். வந்தவனை மறைந்திருந்து பார்த்த விக்டோர் தன்னோடு வீதியில் குடித்துவிட்டு தகராறு செய்த ஓர் அல்ஜீரியன் என்பதை உறுதி செய்தான். அவனுக்கும் மாயாவுக்கும் என்ன தொடர்பு ஏன் அவளைத்தேடி அவன் இங்கு வரவேண்டும் என அவனது கசங்கிய மூளையில் ஆயிரம் சந்தேகங்கள் முளைத்தன. வெளியில் இறங்கிச்சென்ற மாயாவை வெடுக்கென்று தடுத்து நிறுத்தினான். அவள் ஆச்சரியத்தோடு அவனது கண்களைப்பார்த்தாள்.

கோப்புடன் வந்தவன் தாமதிக்காமல் சிறிய குறிப்பெழுதி அதை அஞ்சல் பெட்டிக்குள் போட்டுவிட்டுச் சென்றான். மாயா விக்டரைச் சமாதானப்படுத்தி தெளிவாக்க முனைந்த போது

அவன் காரணமே இல்லாமல் வெறுப்பைக் காறி உமிழ்ந்தான். உள்ளிருந்த காகிதகுறிப்பை விரித்துப்படித்துப்பார்க்க முற்பட்ட போது திடீரென வெறிபிடித்தவனாய் அதைப்பறித்து மூர்க்கத்துடன் குப்பைத்தொட்டிக்குள் கிழித்து வீசினான். அதை சற்றும் எதிர்பார்க்காத மாயா எதுவும் பேசாமல் அவனது கண்களை ஏறெடுத்துப்பார்த்தாள். கோபத்தில் அவனது முகம் இருண்டு போய்க்கிடந்தது. சற்று அமைதியான குரலில் மாயா "வந்தவன் பெயர் முகம்மது மூன்று வருடங்களாக என்னுடன் வேலைபுரிபவன் எங்களது சுற்றுவட்டாரத்தில் வசிப்பவன். அலுவலகத்தில் இருந்து ஏதோ கோப்புக் கொண்டு வந்திருக்கின்றான். அதை மீண்டும் திருத்தி நாளை அலுவலகத்தில் சமர்ப்பிக்க வேண்டும்" எனக்கூறி அதை எடுக்கச்சென்றாள். அவளைத்தடுத்து விட்டு "இனி நீ வேலைக்கு போகாதே என்னோடே இருந்து கொள் நான் உன்னுடைய சம்பளத்துக்கு மேலாக கொடுத்து உன் வீட்டு வாடகையையும் முறையாக செலுத்துகின்றேன். இனி எந்த அல்ஜீரியனுடனும் பேசாதே அவர்கள் அயோக்கியர்கள் தெரியுமா? நம்மைப் பிரித்துவிடுவார்கள். அது மட்டுமல்ல உனது தாயின் தற்போதைய காதலன் அல்பிரட் ஒரு கேடுகெட்டவன் உன் மீது அந்தக்கிழவனுக்கு ஒரு ஆசை இருக்கிறது அவனிடம் நீ தள்ளியிருக்க வேண்டும் மாயா" என்றான்.

அவளது தகப்பனின் இறப்புக்குப்பின் தாய் மீது கொண்ட வெறுப்பால் நொந்துபோயிருக்கிறாள். என்ன நடந்தாலும் தாய் பூலோகராணி இவ்வளவு அவசரப்பட்டு இன்னுமொரு காதலனை தேடியிருக்கக்கூடாது அதுவும் வயதுக்கு வந்த பெண் பிள்ளையை வீட்டில் வைத்துக்கொண்டு இன்னுமொருவன் வீட்டுக்கு வருவதை மாயா அடியோடு வெறுத்தாள். அவளது தகப்பனின் அவசரப் புத்தி, பணத்தாசையினால் கனடா செல்லும் வழியில் பணிக்கட்டுக்குள்ளே தகப்பனின் உடல் புதைந்தே போனது. அதன் பின்பு மாயா தன் தாயைப்பிரிந்து தொண்டு நிறுவனமொன்றின் உதவியுடன் அவர்களது பாதுகாப்பில் வளர்ந்து வந்தாள். இடையிடையே தன் தாயின் வீட்டுக்கு போய் வந்தாலும் அந்த இடம் ஒரு நரகத்தின் நெருப்பாகவே அவளை எரித்துக்கொண்டிருந்தது. ஊர், உறவுகள் எல்லாம் பூலோக ராணியை நிந்தனை செய்தாலும் அது குறித்து தன் தாய்க்கு எந்த கவலையும் இல்லை என்பதை அழுத்தமாக

புரிந்து கொண்ட பின்பு மாயாவின் நிரந்தரமான வதிவிடம் அந்த லே லொஜ் போயர் மட்டுமே. அங்கிருந்துதான் அவள் தான் கற்ற கல்விக்கேற்ப வேலையையும் தேடிக்கொண்டாள். அவளுக்கு இருக்கும் ஒரே ஆறுதல் அவளது நண்பிதான்.

இப்போது விக்டரின் இந்தப்பேச்சு இன்னும் அவளுக்கு தாயின் மீது வெறுப்பைத் தூண்டி விட்டது. மாயா அவனின் நெஞ்சில் தலையைப்புதைத்துக் கொண்டு தலையை மெதுவாக ஆட்டினாள். அவளது கண்களில் கண்ணீர் முட்டியது. அவன் அவள் உதட்டில் முத்தமிட்டு கழுத்தைத் தடவிக்கொடுத்தான். மறு நாள் தாயின் வீட்டுல் இருந்து தனக்குத்தேவையான அத்தியவசியப்பொருட்களை அவள் எடுத்து ஒரு பையில் போட்டுக்கொண்டு உயரமான படிகளால் வேகமாக இறங்கினாள். இதைக்கண்ட அல்பிரட் "மாயாவைத் தடுத்து நிறுத்த அவள் திமிறிக்கொண்டு வெளியேறினாள்.

"எங்கே போகிறாய் அப்பாவை தனியா விட்டு அவன் அந்தக்குடிகாரனிடமா? அவன் வருத்தக்காரன் சைக்கோ பலரிடம் நான் விசாரித்து விட்டேன். அவன் கேடுகெட்டவன். அவனை நம்பாதே மாயா" எனக்கத்தினான். கெஞ்சிப்பார்த்தான். அவள் எந்தப் பதிலும் கூறாமல் வண்டி நிறுத்தப்பட்ட இடத்துக்கு ஓட விக்டர் கதவைத்திறந்து கொடுத்து விட்டு சிகரட் புகையை கிழவனின் முகத்தில் படும்படியாக ஊதிப் பற்கள் தெரிய கேலி செய்தான். கொதிப்படைந்த கிழவன் பின்னால் ஓடிப்போய் அவளைத் தடுக்க அவள் மொத்தப்பலத்தையும் சேர்த்து தள்ளிவிட்டாள். கிழவன் தரையிலே புல் வழுக்கி மூக்கடிபட விழுந்தான். பியற்கார் மின்னல் வேகத்தில் மறைந்து போனது. கிழவனின் புலம்பல் அடுக்கு மாடிகள் நிரம்பிய அவ்வீதி முழுவதும் ஒலித்துக்கொண்டு இருந்தது.

சில வருடங்களின் பின்பு, ஒரு நாள் மாயாவை மளிகைக்கடையில் அல்பிரட் கண்டான். அவளால் தன்னை மறைத்துக்கொள்ள முடியவில்லை. அவள் மெலிந்து உருவமே ஒழிந்து வாடிப்போய் இருந்தாள். தகப்பனைக்கண்டதும் ஒளிய எத்தனித்தாள். அவளது முழங்கால்கள் சிவந்து காயமாய் இருந்தன. கிழவன் அவளைக் கண்டு பின் தொடர அலறியபடியே ஒரு பரிசியன் டக்சியில் மின்னலாக மறைந்தாள். மீண்டும் ஒரு நாள் அல்பிரட் தன் உதவியாளனுடன்

மாயாவின் இருப்பிடத்தை அடைந்தான். அழைப்பு மணியை அழுத்திய போது அங்கே விக்டர் கதவைத்திறந்தான். அவனது முகம் மாறுவதை ஊகித்த அல்பிரட் சற்று கண்களை உருட்டி மகளைத்தேடினான். அறைக்கட்டிலில் அவள் உலர்த்திய உடைகளை மடித்துக்கொண்டிருந்தாள். அல்பிரட் நெருங்கிச்சென்ற போது அவள் எந்த சலனமுமின்றி ஒதுங்கி நின்றாள். இவை எல்லாவற்றையும் விக்டர் உன்னிப்பாகக் கவனித்துக்கொண்டிருந்தான். வெறும் மயான அமைதி. யாரும் யாரிடமும் பேசுவதாயில்லை. வேறு வழியில்லை, அல்பிரட் தனது மகளின் கோலத்தைப்பார்த்த போது எதுவும் பேச முடியாது கண்கள் பனிக்க சிலையாய் நின்றான். விக்டோர் காணாத போது சில யூரோத் தாள்களை மாயாவின் கைக்குள் திணித்தான். அதை அவள் வெடுக்கென்று தன் மார்புக்குள் மடித்தொளித்து வைத்தாள். பின்பு கொண்டு வந்த பொருட்களைக் கீழே போட்டுவிட்டு அவளின் கைகளைப்பார்த்தான். உள்ளங்கைகள் வெடித்து சிதைந்திருந்தன. நிலைமையைப்புரிந்து அல்பிரட் மகளை உடனடியாகத் தன்னுடன் புறப்பட வற்புறுத்தினான். அவன் இடையில் வந்து தகப்பனோடு சண்டைபிடித்து தள்ளி அவனை வீழ்த்தினான். விக்டோர் தன் மொத்தப் பலத்தையும் ஒன்று திரட்டி அவனின் ஜக்கட்டைப்பிடித்து உலுப்ப திடீரென நினையாப்பிரகாரம் மாயா பாய்ந்து வந்து தகப்பனையும் உதவியாளனையும் கதவுக்கு வெளியே தள்ளித் துரத்திவிட்டாள். தன்னை விடுவித்தவன் திடீரென பல்லை நறும்பிய படியே மாயாவின் கன்னத்தில் அறைந்தான். அவள் அருகில் கிடந்த பூஞ்செடியின் மீது போய் வீழ்ந்தாள். பின் வீழ்ந்தவளை தூக்கி நிறுத்தி கழுத்தைப் பிடித்து மார்பிற்குள் ஒழித்து வைத்திருந்த அந்த யூரோத் தாள்களை எடுத்து கசக்கி தீயில் இட்டு எரித்தான். சில நிமிடங்களில் நடந்தவற்றை மறந்தவன் போல கீழே வீழ்ந்து கிடந்தவளைத் தூக்கி முத்தமிட்டுத் தடவிக்கொண்டான்.

"நீயா கிழவனை அழைத்து வந்தாய்?"

"இல்லை"

"எப்படி அவனுக்கு வழி தெரியும்?"

"எனக்குத்தெரியாது.."

திடீரென மாயாவை நெருங்கி வந்தவன். இமைப்பொழுதில் அவளது ஜீன்ஸ் பெல்ட்டை வேகமாக அவிழ்த்து எறிந்தான். முரட்டுக் கையை அவளது இரு தொடைகளுக்குள் செலுத்தினான். அவள் உடல் நடுங்க ஆரம்பித்தது. கால்களை உதறினாள். இத்தாலிய மொழியில் ஏதோ கெட்ட வார்த்தையால் திட்டிக்கொண்டு சடார் படார் என கன்னத்தில் அறைந்தான். மாயா எந்த எதிர்ப்பையும் வெளியிடாமல் பற்களைக் கடித்துக்கொண்டு நின்றாள். அவளின் உதட்டில் முத்தமிட்டு அவன் அவனது வெறியைத் தீர்க்க முனைந்தான். அலறிக்கொண்டு வலியில் துடித்தாள். சடார் என கத்தரிக்கோலை எடுத்து அவளது அழகான கூந்தலை அசிங்கமாக வெட்டித் தீயில் எரித்தான்.

“அடி வேசி மகளே! இனிமேல் வெளியே போகக்கூடாது. மீறினால் சாகடிப்பேன்” எனக் கத்தினான். அவள் மழையில் நனைந்த நாய்க்குட்டிபோல் நடுங்கினாள். அப்போது அவளிடம் தகப்பன் வீட்டு நினைப்பு வந்தது. தீயாக யோசித்துப்பார்ப்பாள். பின் தன் கையாலாகாத் தன்மையை நினைத்து நொந்து கொண்டாள்.

சில மாதங்களின் பின்பு மாயாவுடைய வயிறு பலூன் போல வீங்கிப்போனது. அவள் கருவுற்றிருந்தாள். ஒரு நாள் உடைகளை வெளியில் உலர்த்திக்கொண்டு நிற்கும் போது 35 வயது மதிக்கத்தக்க பெண் திடீரென இரு குழந்தைகளோடு அனுமதி இல்லாமல் அவளது வீட்டுக்குள் நுழைந்து தனது சொந்த வீடு போல் உரிமை கொண்டாடிக்கொண்டிருந்தாள்.

“ஏய் பிசாசுகளா இதுதான் உங்கட வீடுச் சாமான்களை எல்லாம் கொண்டு போய் வையுங்கள்”

என உத்தரவிட்டாள். இதைப்பார்த்த மாயா அதிர்ந்து போனாள். ஆச்சரியத்துடன் அவர்களுக்கு அருகில் சென்றாள்.

“யார் நீங்கள் உங்களை யார் அழைத்தது?”

“யார் அழைக்க வேண்டும் நீ யார்?”

என வெடுக்கென வந்த பெண் கேட்க அவள் குழப்பத்தில் வாயடைத்துப்போனாள்.

“இந்தப் பேய்க்குட்டிகளுக்கு உன்னோடு படுத்தெழும்புகிறானே விக்டோர் அவன் தான் தகப்பன் என்னை ஏமாற்றி திருமணம் செய்து பெற்ற பிள்ளைகள் இனி இங்குதான் இருக்க வேண்டும் சரியாகக் கவனித்துக்கொள்” இதைக்கேட்டதும் மாயா இடிந்து போனாள். தான் ஏமாற்றப்பட்டு விட்டதை நினைத்து தன்னையே சபித்துக்கொண்டாள். அப்போது அந்தப் பெண் அழைத்துவந்த குழந்தைகளை எந்தத் தயக்கமுமின்றி விட்டு விட்டு வெளியேறுவதை கதிரையில் சாய்ந்த படியே பார்த்துக்கொண்டிருந்தாள். அப்போது விக்டர் வண்டியைத் தரிப்பிடும் சத்தம் கேட்டது. நட்டாலியாவின் பிள்ளைகளைக்கண்டவன் திகைத்துப்போனான்.

முறைத்த படி மாயா அறைக்குள் போய் கதவை இழுத்து மூடினாள். வெளியில் நின்றவன் அவளைச் சமாதானப்படுத்த நாடகம் ஒன்றை வேகமாகத் தயாரித்தான். வழமைபோல அவனது வாயில் இருந்து கனிவான வார்த்தைகள் கொட்டின. இத்தாலிய மொழியில் பேச ஆரம்பித்தவன் பின் மென்மையாக அவளை நெருங்கி அவள் காதருகோரம் முகத்தைத் தேய்த்த படி புலம்பஆரம்பித்தான்.

“நட்டாலியா என்பவள் ஒரு விபச்சாரி அவளைக் கைகழுவிட்டுவிட்டேன். அவள் செத்துப்போகட்டும் இந்தப் பிசாசுகளை துரத்தி விடுவோம் நீதான் என்னுடைய உயிர் நம்மை யாரும் இனி தொந்தரவு செய்ய மாட்டார்கள். சந்தோசமாக வாழலாம் கவலைப்படாதே”

எனப் பதட்டத்துடன் ஆறுதற்படுத்தினான். அவன் ஆடிய கபட நாடகத்தை நம்பியவள் வழமைபோல அவன் மீது இரக்கம் கொண்டாள். முத்த மந்திரதால் மீண்டும் அவள் நடந்தவற்றை மறந்து அவனை முத்தமிட ஆரம்பித்தாள். திடீரென அவன் மாயாவின் முன்னால் மண்டியிட்டு

“நீ என்னைத் திருமணம் செய்வாயா?”

முழங்காலில் இருந்தபடியே வெள்ளி மோதிரத்தை அவளை நோக்கி நீட்டினான். அவள் நம்பமுடியாத நிகழ்வு நிகழ்ந்து விட்டது போல ஆச்சரியத்துடன் அவனது கண்களைப்பார்த்தாள். மாயா அவனை முழுவதுமாக நம்பிவிட்டாள். கண்ணீரோடு அவனைக்கட்டிக்கொண்டு அழுதாள். அவனது விசாலமான

மார்பில் அவள் கண்ணீரால் மெழுகினாள். இரவு உணவின் பின் படுக்கையில் அவளின் உதட்டைத்தடவி சிவப்பு நிறத்தில் உதட்டுச்சாயத்தை பூசினால் இன்னும் அழகாய் இருப்பாய் என்றான். எழுந்து வொட்காவை குவளையில் ஊற்றி தானும் குடித்து அவள் வேண்டாம் என மறுத்த போது போதையில் அவளையும் பருகச்செய்தான். போதை ஏற தன்னை மறந்து மாயாவை அடித்துத்துன்புறுத்த ஆரம்பித்தான். குழந்தைகள் கத்தத்தொடங்கின. இந்த நிலைமை ஒவ்வொரு நாளும் தொடர்ந்தன. இப்போது சமையலுக்கு பணம் கொடுக்காமல் காலையில் குடிக்கப்போவான். பின்னேரம் வீட்டுக்கு வந்து உணவு தயாரில்லையென மாயாவை அடித்துத்துன்புறுத்தினான். மாயாவின் வெளியுலகத் தொடர்பு முற்றாக துண்டிக்கப்பட்டு விட்டது. ஒரு நாள் அவனுக்குத்தெரியாமல் அவனது பணத்தைத் திருடி உணவுப் பொருட்கள் வாங்கப் போனாள். அதை அறிந்த அவன் மாயாவை வெறித்தனமாய் அடித்து நொறுக்கினான். அவள் வயிற்றில் இருந்த கரு கலைந்து போனதாக வைத்தியபரிசோதனை அறிக்கை சொன்னது.

நீண்ட நாட்கள் தொடர்பு கிடைக்காத போது அவளது நண்பி ஒருத்தி வீடு தேடி வந்து விட்டாள். நடந்தவற்றை கண்டு அதிர்ந்து போனாள். மாயா தாக்கப்பட்டு வலியோடு கீழே கிடந்தாள். அவளைத்தூக்கிவிட்டு அவள் கண்டபடி திட்டினாள். அவளின் வாயில் இருந்து பதில் எதுவும் வரவில்லை சோர்ந்து போய் கிடந்தாள். கண்களில் இருந்து கண்ணீர் வடிந்துகொண்டு இருந்தது.

“மாயா இனி இங்கே இருக்க கூடாது புறப்படு இது நரகம். அந்தக் கொடியவன் வருவதற்குள் ஓடிப்போகலாம் வா”

என இழுத்தாள். அவள் மறுத்தாள். கோபங்கொண்ட அவளது நண்பி அருகில் இருந்த பொலிஸ் நிலையத்துக்கு அழைக்க ஓடினாள். இயந்திரம் போல இயங்கிய மாயா அவளை இடைமறித்து அவளது தொலைபேசியைப் பறித்து வீசி எறிந்தாள். அவள் செய்வதறியாது கோபத்தில் அந்த இடத்தை விட்டு மறைந்து போனாள். சில நாட்கள் கழிந்தன ஒரு அதிகாலைப்பொழுது கிறீங் கிறீங்... வீட்டு மணி அலறியது. மாயா குழியலறையில் குளித்துக்கொண்டிருந்தாள். கதவைத்திறக்காமல் விக்டர் கண்ணாடியால் தரையைப்பார்தான்.

வயல் மாதா • 81

வந்திருப்பது கிழவன் என்பதைத்தெரிந்துகொண்டு கதவைத்திறக்காமல் பற்களைக் கடித்துக்கொண்டு மடித்து வைத்த மாயாவின் ஆடைகளை மூர்க்கத்துடன் கத்தரிக்கோலால் வெட்டி வீசினான்.

“முடிந்தால் இந்த உடுப்போடு போய் கிழட்டு அப்பனை சந்தித்து வா “

என்று கூறிவிட்டு விரல்களை மடித்து அடிவயிற்றில் பலமாக குத்தொன்றுவிட்டான்” அவள் அலறியபடி வீழ்ந்தாள். சுவாசிக்க முடியாமல் துடித்தாள். பொறுமையை இழந்த கிழவன் மகளைப்பார்க்காமல் பெருவீதியை நோக்கி நடந்தான். இதைக்கண்ட பிள்ளைகள் வெளியில் கத்திக்கொண்டோடினர். உடனடியாக பொலீஸ் விரைந்து வந்து அவனைக் கைது செய்தது. பின் சில காலம் நிம்மதியாக தகப்பன் வீட்டில் வாழ்ந்தாள் மாயா . இன்னுமொரு இரவு திடீரென வீட்டுக்குள் வந்த விக்டர் தான் திருந்தி விட்டதாக கூறி அழுது புலம்பினான். தன்னுடைய கன்னங்களில் தானே அறைந்தான். தலையை சுவரோடு மோதி சேதப்படுத்தினான். அவள் அவனது செயலைக்கண்டு வியந்து போய் பரிதாபப்பட்டு கட்டியணைத்து அழுதாள். ஆனாலும் அவனிடமிருந்து அவனது கீழ்த்தரமான குணங்கள் அழிந்து போகவில்லை சற்று மறைந்து உறங்கிக்கிடந்தன. பழி வாங்கும் எண்ணம் அவனிடம் இருந்தது மீண்டும் ஒரு நாள் அசுர வேகத்தில் வெளிப்பட்டது. அவன் குடித்து விட்டு வன்முறையில் ஈடுபட்டான்.

மூர்க்கமாய் மாயாவை தாக்கி, ஒரு பாழடைந்த அறையில் பூட்டித் தாளிட்டான். உள்ளே அவள் சில மணித்தியாலங்கள் மூச்சுவிட முடியாமல் கிடந்தாள். தெய்வாதீனமாக அங்கு சென்ற ஒரு கிழவன் மாயாவைக் கண்டு தொடர் மாடியில் இருந்தவர்கள் மூலம் அவளைக் காப்பாற்றி சிகிச்சை அளித்தனர். அருகில் இருந்தவர்கள் பொலிசாருக்கு அறிவிக்க வீட்டில்புகுந்த பொலிசார் அவனைத்தேடித்திரிந்தனர். ஒரு நாள் அவன் புற நகர்ப் பகுதியில் ஒரு வீட்டைப்பூட்டிவிட்டு கழுத்தில் கயிற்றைக்கட்டி தற்கொலைக்குத் தயாராகிக்கொண்டிருந்தான். பொலிசார் அவனைக்கைது செய்து தடுத்து அவனைப்பரிசோதித்த போது அவன் மன நிலை பாதிக்கப்பட்டு இருந்தான். சில மாதங்களின் பின்பு சிகிச்சையின் பின்

விடுதலை செய்யப்பட்டான். திருந்தியவன் போல் வீட்டுக்கு வந்தவனில் பல மாற்றங்களைக்கண்டாள் மாயா மனதைத்தேற்றி நடந்தவையாவும் கெட்ட கனவாக மறந்தாள். மீண்டும் இணைந்து குடும்பம் நடாத்தினாள். சில வருடங்களின் பின் இவர்களுக்கு ஒரு குழந்தை பிறந்தது.

சில நாட்களின் பின்பு ஒரு நாள் பின்னிரவு வேளை உறங்கு நிலையில் இருந்த மாயாவை வெறித்தனமாய் போதையில் முத்தமிட்டு உதடுகளைக்கடித்தான். அவனில் மீண்டும்ா அந்த அசுத்த ஆவி பரவியது. அவள் வலியால் விலகி ஓட எட்டிக் கால்களால் உதைத்தான். அவள் ஒரு கூசா இருந்த மேசையோடு அடிபட்டு விழுந்தாள். திடீரென பைத்தியக்காரனைப்போல் குழந்தையை பிடித்து சன்னலால் வீசப்போவதாக கொலை வெறியோடு மிரட்டினான். மாயா அவனது கால்களில் வீழ்ந்து கெஞ்சிக்கதறினாள் பயனில்லை. எழுச்சி கொண்டு கையில் கிடைத்த வொட்கா போத்தலால் அவனது பிடரி மீது தாக்கினாள். கண்ணாடித்துண்டுகள் மண்டையில் சிதறி மண்டை ஓட்டில் இரத்தம் கசிந்தது . அவன் விறுமன் போல நின்றான். வெறி பிடித்தவனாய் அவளின் கழுத்தைப்பிடித்து நசுக்க அவள் மூச்சு விட முடியாமல் தன் கால்களைப் போட்டு தரையிலே அடித்தாள். வெட்டுண்ட புழுவைப்போல் துடித்தாள். சாவின் விழிம்பில் இருந்து தன்னை விடுவிக்க கடுமையாகப் போராடினாள். மேசையில் கிடந்த கூரான கத்தியால் அவனது கழுத்தில் வெறியோடு ஓங்கிக்குத்தினாள். இரத்தம் பீறிட்டுப்பாய கழுத்துத் துண்டிக்கப்பட்ட கோழியைப்போல துடித்தான்.

சம்பவத்தைப்பார்த்த பிள்ளைகள் கிலிபிடித்துக் கத்தினர். ஓடிப்போய் அணைத்தபடி மாயா தவறு செய்தவள் போல கீழே கிடந்தவனின் கால்களில் மண்டியிட்டு அழுதாள். தனது கையால் தலை தலை என போட்டு அடித்தாள். முகம் முழுவதும் இரத்தக்கறை கிழவனுக்கு தொலைபேசியில் அழைக்க தாமதிக்காமல் பதட்டத்துடன் நம்பரை சுழற்றினாள். சில நிமிடங்களில் கிழவன் கொலையுண்ட இடத்தை வந்தடைந்தான். செத்துக்கிடந்த அவனை பார்த்து அதிர்ச்சியில் சிலைபோல நின்றான். இயந்திரம் போல் இயங்கி இரத்த வெள்ளத்தில் கிடந்தவனது கைகளுக்குள் வேறொரு கத்தியை திணித்தான் கிழவன். செத்தவனின் கைரேகை படும்படி வெள்ளைத்துணி

கொண்டு அதை கவனமாக காரியத்தை முடித்தான். கொலை செய்ய பயன்படுத்திய கத்தியை யாருக்கும் தெரியாமல் மறைத்து வைத்துவிட்டுப் பதட்டத்துடன் பொலிசாருக்கு தகவல் தெரிவிக்க தொலைபேசிக்கு அருகில் ஓடினான். சில நிமிடங்களில் பொலிசார் ஆர்ப்பாட்டத்துடன் கொலை நிகழ்ந்த இடத்தை வந்தடைந்தனர்.

"சார் அவன் மாயாவுடன் சண்டையிட்டு போதையில் வொட்காப் போத்தலை தலையில் உடைத்து பைத்தியம் முற்றி தன்னைத்தானே குத்தி மாண்டு போனான் இதோ இங்கே பாருங்கள்" எனக் கீழே கிடந்த சடலத்தை விறைத்துப் பார்த்தபடி கூறினான். அப்போது கொலை நிகழ்ந்த இடத்துக்கு சில மருத்துவரும் இரசாயனப் பகுப்பாய்வாளரும் வந்து சேர்ந்தனர். வீதியில் எங்கும் அம்புலன்ஸ் வண்டியின் அபாய ஒலி கேட்டுக்கொண்டு இருந்தன. மோப்ப நாய்களைக்கண்டு முன் வீட்டு டொலி குரைத்துக்கொண்டு நின்றது. கொலை நிகழ்ந்த வீட்டைச்சுற்றி சிவப்பு பிளாஸ்டிக் பட்டியால் பாதுகாப்பு வலையமிட்டனர். எங்கும் ஆள் நடமாட்டம். சிதறிக்கிடந்த சமையல் பாத்திரங்கள் அழகுசாமான்களை ஒதுக்கி மேலதிகமாக ஏதும் தடயத்தை தேடி பொலிசார் மோப்ப நாய்கள் மூலம் வீட்டைச்சுற்றி அலைகின்றனர். மாயா அவளது மூன்று பிள்ளைகளோடு வீட்டுக்கு வெளியே குளிர்கோட்டை அணிந்து இரும்புக்கதிரையில் அமர்ந்து நிலத்தை வெறித்துப்பார்த்துக்கொண்டு இருந்தாள். தரையில் மண்புழு ஒன்று பூட்ஸ் காலில் மிதிபட்டு துடித்துக்கொண்டு பாதி உடலோடு நகர்வதை கண்டாள். கிழவன் அன்னாவை அணைத்துக்கொண்டு காதுக்குள் கிசுகிசுத்தான்.

அவள் முகம் அதிர்ச்சி நிலையில் இருந்து மாறவே இல்லை. அவளது முகத்தில் துயரம் பதிந்து இருந்தது. பின் வைத்தியசாலையில் அனுமதிக்கப்பட்ட மாயா அங்கு முழு உடல் பரிசோதனை செய்யப்பட்டாள். மூன்று பிள்ளைகளும் அவளுடைய தோழியின் வீட்டில் தங்க ஏற்பாடு செய்தாள். பொலிசாரின் விசாரணை சுறுசுறுப்பாய் நடந்தன "நிச்சயமாக மாயா ஒரு குற்றவாளிதான் அவள்தான் அவனைக் கொன்றாள்" என சனங்கள் வெளிப்படையாக பேசத்தொடங்கினர். இன்னும் சிலர் போதையில் அவனே தன்னை குத்தி மாய்த்துக்கொண்டான்

எனவும் கூறினர். இதுவே கிழவனது திட்டமாகவும் இருந்தது. மாயா அவளது வீட்டுக்கு முன்பாக வளர்ந்திருந்த பெருமரத்தின் கீழ் வைக்கப்பட்டிருந்த மரக்கதிரையின் மீது அமர்ந்து பூமியை வெறித்துப்பார்த்துக்கொண்டிருந்தாள். அவள் முன் பூமிப்பந்து வெடித்து பிளந்து போய்க்கிடந்தது. அந்த வெடிப்புக்களின் ஆழத்தில் இருந்து கரிய மயிர்களையுடைய மிருகத்தின் நீண்ட கை பயங்கரமாய் வெளிப்பட்டது. திடீரென பூமிக்குள் தன்னை இழுத்து வீழ்த்துவதை போன்ற பிரமை அவளிடம் உண்டானது. தனக்குள்ளே புலம்பினாள். ஏதோ திசையில் இருந்து பூட்ஸ் கால் ஓசை அவளை அண்மிப்பதை அவளது காதுகள் கூர்மையாக செவிமடுத்தன. நிமிர்ந்து பார்த்தபோது எதிரே சில அதிகாரிகளும் கறுப்பு நிற உடையணிந்த நீதிபதிகளும் அவளை நோக்கிவருவதை கண்டாள். எழுந்து நிற்க முற்படுகிறாள். இமைப்பொழுதில் ஓர் உருவம் அவள் முன்னால் தோன்றி மறைகின்றது.

•••

சனையா இருபத்தியெட்டு

விடிவதற்குள் டாக்டர் தூக்கத்திலிருந்து கண்களைத் திறந்து விட்டார். நேரத்தை அறிந்து கொள்ளத் தொலைபேசியைத் தேடினார். தொலைபேசி தலையணையின் அடியில் துடித்து ஓய்ந்து போய்க் கிடந்தது. தலையணையை அணைத்த படி மெல்லக் கைகளை தலையணையின் அடியில் நுழைத்துத் தொலைபேசியை எடுத்தார். தொலைபேசியின் தொடு திரையில் அந்தக்குறுந்தகவலும் சில தொண்டை இறுகிபோன அழுகுரல்பதிவுகளும் திரையில் அனுங்கிக்கொண்டிருந்தன. கண்களை அழுத்தித்துடைத்தபடியே அக்குறுந்தகவல்களை எழுத்துப்பிழையின்றித் திரும்பத்திரும்ப பதட்டத்துடன் படித்துக்கொண்டிருந்தார் டாக்டர் துரித கணேசன். சில நொடிகளின் பின்பு தெளிவாக அதை உறுதிசெய்தார். கருணைநாதனுடைய சகோதரி இறந்துவிட்டாள். அந்தக் குறுந்தகவலில் முக்கியமான வேண்டுகோள் ஒன்று வைக்கப்பட்டிருந்தது.

“தம்பி, தங்கச்சி செத்த விசயத்த கருணைட்ட பக்குவமாச் சொல்லி அவனை ஆறுதல்படுத்து இதக்கேட்டால் கெலிச்சுப்போயிருவான் கவனமா சொல்லிவிடு”

என ஒலிப்பதிவில் கூறப்பட்டிருந்தது. அப்போது இத்துயர் நிறைந்தசெய்தியை எப்படிக் கருணைநாதனிடம் சொல்லுவதென்று டாக்டர் திணறிக்கொண்டிருந்தார். எப்படியாவது சொல்லிவிட வேண்டும். என்பதில் மட்டும் உறுதியாய் இருந்தார். தங்கையின் இழப்பை நண்பன் கருணைநாதன் இலகுவில் ஜீரணிப்பானா? அவனது மனைவி எப்படித்தாங்கிக்கொள்வாள்? கருணையின் மனைவி "அண்ணி அண்ணி" என்று உருகிவழிவாளே. இதை நினைக்கும் போது பூரணமான இருட்டு டாக்டருள் வியாபித்துக்கொண்டது.

இந்த வருட ஆரம்பத்தில் கருணையின் மனைவி கர்ப்பவதியாகிய போது "என் வாழ்வில் மிகப்பெரிய மகிழ்ச்சியான நிகழ்வு இதைத் தவிர வேறு எதுவுமில்லை மச்சான்" என்று அடிக்கடி இவ்வார்த்தைகளை மனப்பாடம் செய்தவன் போல ஒப்புவிப்பான். அவனது மனைவியும் சேர்ந்து தலையாட்டி இதை உறுதி செய்த நாட்கள் பல. அப்படி இருக்க இந்த நேரங்களில் நெருங்கியவர்களின் மரணச்செய்தி அவளது மகப்பேற்றுக்குப் பெரிய பாதிப்பை ஏற்படுத்தி விடுமோ என்ற அச்சம் அவரின் மனதுக்குள் ஓடிக்கொண்டிருந்தது. எப்படி அவர்களை ஆறுதற்படுத்துவது என்ற கேள்வியே அவரைப் பாடாய்படுத்தின. இக்கொடிய மரணம் அவனது முழுக்குடும்பத்தையும் வேரோடு உலுக்கிப்புரட்டிவிடப்போகிறது. என்பது டாக்டருக்குத் தெளிவாகத்தெரிந்த உண்மை அதே நேரம் தன்னிடம் வழங்கிய பொறுப்பை டாக்டர் மிகக் கவனத்துடனும், பொறுப்புடனும் கையாளவேண்டுமென்று உறுதியாக இருந்தார்.

போர்வையை விலக்கி வெடுக்கென எழுந்த டாக்டர் குளியலறைக்குள் விரைந்து பின் ஜன்னலைத்திறந்து பார்த்தார். இருள் மெல்லப் பிரிந்துகொண்டிருந்தது. அது சிந்தனை வயப்பட்ட அதிகாலை வேளையாக இருந்தது. சிகரெட்டொன்றை மூட்டிக்கொண்டு மாடிப் பல்கணி வழியே அரை இருட்டில் வீதியைச் சரிந்து பார்த்தார். தெரு மின்விளக்குகள் சிணுங்கிக்கொண்டிருந்தன. முகத்தை குளிர்ந்த நீரில் அலம்பிவிட்டு மடிக்கணினியைத் திறந்து அதன் முன் தன் கண்களைப் பதட்டத்தோடு படரவிட்டார். முதலில் BBC தமிழ்ச் செய்திகளைப் படிக்க ஆரம்பித்த

டாக்டர் லங்காசிறீ செய்திகளின் சுட்டியை அழுத்தியபோது அவருக்கு மிகப்பெரிய ஆச்சரியம் காத்திருந்தது. கணனியின் வலது பக்கத்தில் தமிழீழவிடுதலைப்புலிகளின் முன்னாள் மகளிர் அரசியல்துறைப்பொறுப்பாளரும் இந் நாள் சிங்கள அரசாங்கத்தின் கைக்கூலியுமான சோதியா அரசாங்கத்தினால் விச ஊசி ஏற்றப்பட்டுக் கொல்லப்பட்டார். என்ற செய்தி வெளிர் சிவப்பு நிறத்தில் எழுதப்பட்டிருந்தது. செய்தியைப் படித்தவுடனே கோபத்தில் கண்கள் சிவக்க அவரது முகத்தில் புடைத்துக்கொண்ட நரம்புகள் நெற்றிப்பொட்டில் குவிந்தன. சுத்தமான ஆங்கிலத்தில் திட்டிக்கொண்டு கால்களால் நிலத்தை ஓங்கி உதைந்தார். கோபம் தணிய அவரது முகம் வெற்றுக்காகிதத்தைப் போல் வெளிறிக்கிடந்தது. மேலும் தனது எரிச்சலைத்தணிக்க முடியாத போது வாயிலே வந்த தூசண வார்த்தைகளால் திட்டிக்கொண்டிருந்தார். ஒவ்வொருவார்த்தைகளின் முடிவிலும் சூத்தியா, பேன்சூத் போன்ற சொற்களைத் தெரிந்தெடுத்தது போல அழுத்தமாக சொல்ல மறக்கவில்லை. இயந்திரமாய் மடிக்கணினியை மூடிவிட்டு மீண்டுமொரு சிகரெட்டைப் பற்றவைத்து அதன் புகையால் தாறுமாறாகப் பல கிறுக்கல் சித்திரங்களை வரைந்தார். அறை முழுவதும் சிகரெட் புகை மண்டிக்கிடந்தது. கிட்டத்தட்ட ஒரு டசின் சிகரட்டுக்களைப் புகைத்துத் தள்ளியிருக்கவேண்டும். நண்பன் கருணைநாதனுடைய நினைவுகள் வரும்போது அவரது கண்களில் நீர் சுரந்தது. நண்பன் மீது அளவற்ற கருணை மிகுதியால் மனதில் சஞ்சலப்பட்ட டாக்டர் பற்களை நறும்பி இறுதியாக புண்டமக்களே! என்ற சொல்லை அழுத்தமாகச் சொல்லி சுவர் மீது ஓங்கிக்குத்தினார். அப்போது இருள் விலகி ஒழிந்து கொண்டு இருந்தது.

டாக்டர் மதியாபரணம் துரிதகணேசன் doctor speed என்ற பெயரினால் லண்டனில் வாழும் தமிழர்களினால் அழைக்கப்பட்டார். ஸ்பீட்டும் கருணைநாதனும் மிக நெருங்கிய நண்பர்கள். பல வருடப்பழக்கம் அதை விட டாக்டர்தான் கருணைநாதனின் முழுக்குடும்பத்துக்கும் ‘பமிலி டாக்டர்’ என்ற உயர்ந்த அந்தஸ்துக்குரியவர். கருணைநாதன் லண்டனுக்கு புலம்பெயர்ந்து ஏலெட்டு வருடங்கள் ஆகிவிட்டன. அதற்கு ஒரு வருடங்களின் முன் ஒரு நத்தார்ப் பனி இரவொன்றில் மொத்தமான ஒலிவ் நிற குளிரங்கியை அணிந்த பின்பும் விமான

நிலைய வாயிலில் நடுங்கிக்கொண்டிருந்தார் கருணைநாதன் என்ற முழுப்பெயரையுடைய கருணை. உள்ளம் துக்கத்தால் தோய்ந்து போய்க் கிடந்தது. இன்று வைத்திய சாலைக்கு செல்வதற்கான மன நிலையோ ஈடுபாடோ இல்லாமல் பேயடித்தாற்போல் அங்கும் இங்கும் அலைந்து திரிந்த டாக்டர். இறுதியாக ஒரு முடிவோடு வண்டியிலேறினார். வீட்டில் இருந்து வைத்திய சாலைக்கு சென்றடைந்த டாக்டரால் எதுவித செயலிலும் ஈடுபடமுடியவில்லை. முடிவில்லாத வெறுப்பின் நிழல் அவரைத்தொடர்ந்தது. கழுத்தில் இருந்த rரெலஸ்கோப்பைச் சுருட்டி வெண்ணிறக் கோட்டுக்குள் வைத்துவிட்டு பிறவுண் நிற லெதர் பையில் இருந்து தனது செல்போனை எடுத்து ஜீன்ஸ் பையில் செருகியபடி பெரும்பதட்டத்தோடு மருத்துவமனை வளாகப் பூங்காவை நோக்கி விறுவிறுவென நடந்து வந்தார். சூரியன் நடு உச்சிக்கு வந்துவிட்டான். கடும் யோசனையோடு, மனம் கலவரப்பட்டவராய் அங்குமிங்கும் உலாவிக்கொண்டிருந்தார். தோல் சிவத்த மனிசன் அழகான முகவெட்டு பார்ப்பதற்கு ஈரானிய நடிகரைப்போல தோற்றம் கொண்டவர். டாக்டரை யாரும் இந்தியர் எனச் சொல்லமாட்டார்கள். அப்படிப் பளிச்சென்ற முகம். நெற்றியில் விழும் சுருள் முடியும் பச்சை நிறக்கண்களும் எப்போதும் அவருக்கு எடுப்பாக இருக்கும். அவரது கலவரப்பட்ட முகத்தில் நெற்றியிலிருந்து கீழ் நோக்கி தாறுமாறாக நரம்புகள் புடைத்து அவை மண்டையோட்டுக்குள் ஒளிந்து நின்றன. சேதியைச் சொல்லுவோமா? வேண்டாமா இல்லை வீட்டுக்குச் சென்று மனைவி மூலம் சொன்னால் என்ன? என்ற எண்ணங்கள் சிந்தனையில் உதயமாகியிருந்தும் தெளிவானவொரு முடிவையெடுக்க முடியாமல் மண்டையைப் போட்டுக் கசக்கிக்கொண்டிருந்தார். சொல்வதற்கு உகந்த நேரத்துக்காகக் காத்திருந்தார்.

கருணைநாதன் நிச்சயமாக இப்போது வேலையில் நிப்பான் அவனது வேலையைக் குழப்பவேண்டாம் எனமுடிவெடுத்தார். தன்னுடைய வெள்ளை நிற மேல் கோட்டின் கையை சுருக்கி இழுத்து விட்டுக் கடிகாரத்தைப்பார்த்தார். நேரம் மதியம் 12 மணி அவன் இப்போது பிசியான நேரம் உணவு பரிமாறும் பணியில் வேகமாக இருப்பான். தொலைபேசியில் அழைத்துச் சொல்லிவிட்டால் என்ன? மூளையில் எண்ணங்கள் தாறுமாறாக

ஓடிக்கொண்டிருந்தது. கறுத்துச் சுருண்டு கிடந்த தலை முடியை கையை விரித்து விரல்களால் கோதிக்கொண்டார். பையில் இருந்த சிகரெட்பெட்டியில் சிகரெட்டொன்றை எடுத்துப்பற்றவைத்தார். மூச்சை ஆழமாக இழுத்துவிட்டார். சிகரெட் வெண்புகைகள் மூக்கின் துவாரங்களின் ஊடே அவரையறியாமல் 'குபுகுபு' என்று வெளிவந்துகொண்டிருந்தது. அங்குமிங்கும் உலாத்தித்திரிந்த டாக்டர் இறுதியாக மருத்துவமனை வளாகத்தில் அமைக்கப்பட்டிருந்த கோடைகாலப்பூங்காவின் நடுவில் உள்ள பச்சை நிற மர நாற்காலியில் அமர்ந்தார். அவரது முகத்தில் கலவரம் தணிந்தபாடில்லை.

அவர் இருக்கைக்கு எதிரே எலுமிச்சைச் செடி வளர்ந்து நின்றது. அதில் காய்த்து நின்ற எலுமிச்சை பிஞ்சுகளில் இருந்து நறுமணம் வீசிக்கொண்டு இருந்தது. அந்த நறுமணம் டாக்டருக்கு புத்துணர்வைக் கொடுக்கவில்லை. அதை வெறித்தபடி சிந்தனையில் உறைந்துபோனார். அவரெதிரே கருவண்டொன்று வெளிப்பட்டது. செடியில் அது நிற்பதுவும் பறப்பதுமாக அலைக்கழிந்தது. முன்னங்கால்கள் இரண்டையும் தூக்கி கும்புடுவது போலவும் உள்ளங்கைகளை ஒன்றோடு ஒன்று தேய்த்து பல நாட்டிய முத்திரைகளை நிகழ்த்திக்காட்டியது. இறுதியாக தன் பின் கால்களை மெல்ல உயர்த்தி மெல்லிய V வடிவச்செட்டைகளை உதறியபடி பேரிரைச்சலோடு டாக்டரின் முகத்தில் மொய்த்துப் பறக்க சடுதியில் கைகளால் மூர்க்கத்தோடு வண்டை துரத்திக் கண்களை ஒருமுறை படபட வென வெட்டிமூடினார். இப்போது டாக்டர் நூறாவது முறையாக புண்ட என்ற கெட்ட வார்த்தையை தூய வெண்ணிற மேல் கோட்டை உதறிய படி எரிச்சலோடு சொன்னார். அவரது கடிகார முட்கள் சரியாக மதியம் பன்னிரண்டு மணியில் இருந்து மெல்ல நகர ஆரம்பித்தன. தன் காலடியில் சிதறி கிடந்த சருகுகளை ஆக்ரோஷத்துடன் உதைத்தார்.

சில இலைகள் விர் விர் எனப் பறந்து இன்னுமோர் மேஜையில் பறவைபோல் அமர்ந்தன. மீண்டும் நேரத்தை சரிபார்த்தார். முட்கள் நகரத் தாமதித்தன. ஜீன்ஸ் பொக்கட்டுக்குள் கிடந்த செல்போனை எடுத்து கருணைநாதனின் தொடர்பு இலக்கத்தைக் கைகளினால் உருட்டிக்கொண்டார். அவர் எப்படியாவது ஒரு முடிவுக்குவந்தே ஆகவேண்டும் என்ற நிலைக்கு வந்துவிட்டார்.

கருணையை தொலைபேசியில் அழைத்தார். மறுபக்கம் கருணை எதோ பணியில் இருந்தபடி

“ஹலோ மச்சி என்ன சொல்லு? என்ன அவசர அலுவலாடா?

இல்ல மச்சான்..” அடைத்த குரலில் இழுக்க.

“சரியான கஸ்டமர்ஸ் மச்சி வேல முடிய அடிக்கிறண்டா” என்று சொல்லி தொலைபேசியைத் துண்டித்தார். தான் கூறவந்த செய்தியைக் கூறமுடியாமல் போனது ஒருவகையில் டாக்டருக்குச் சற்று ஆறுதலைக்கொடுத்தாலும் அந்தப் பதட்டமான நிலையில் இருந்து அவரால் தன்னை விடுவிக்கமுடியவில்லை. அல்லது எத்தனித்துக்கொண்டிருந்தார். பின்னர் சீவாமல் திரண்டு கிடந்த தலைமுடிகளை விரல்களால் கோதி ஆசுவாசமடைந்தபடியே நிமிர்ந்து மகப்பேற்று வைத்தியசாலைக் கட்டிடத்தை நோக்கினார். அது இன்னும் அமைதியாகவே இருந்த அவரது உள்ளத்தில் அச்சம் மட்டும் வெடித்து பீறிட்டுக்கொண்டிருந்தது. இன்னும் மனதில் எந்த மாறுதலும் இல்லை. கடிகாரத்தைபார்த்து அவருக்கான ஓய்வு நேரம் கடந்துவிட்டதை உறுதிசெய்தார். விறுவிறுவென்று நடையைக்கட்டினார். உள்ளே சென்றவரால் வைத்தியப் பரிசோதனை எதுவும் செய்யமுடியவில்லை. நினைவுச்சுழிகள் அவரைப் பின்னிழுத்து ராட்சத மலைப்பாம்புகளைப் போலச் சுருட்டிக்கொண்டன. உடனடியாக நண்பன் கருணைநாதனை சந்தித்து அவனுடன் துயரத்தை பகிர்ந்து கொள்ள வேண்டும் எனத் துடி துடித்தார். வேகமாக சுற்றுக்கதிரையிலிருந்து விலகி பளிங்குக்கல் பதிக்கப்பட்ட அறையை நோக்கிநடந்தார். அங்கே சில நிமிடங்கள் உயரதிகாரியுடன் தீவிர சம்பாஷணையின் பின் வைத்தியசாலையை விட்டு வேகமாக வெளியேறினார்.

வண்டிச்சக்கரம் இடை நிலைவேகத்தில் சுற்றியபடி கருணைநாதனின் அடுக்குமாடியை நோக்கி சென்று கொண்டிருந்தது. டாக்டரின் கண்கள் ஒளியிழந்து முகம் வாடிப்போய் இருந்தது. யுத்தகளத்தில் எதிரிகளால் கொல்லப்பட்ட சக வீரனின் மரணச்செய்தியை அறிவிக்கச்செல்லும் சகவீரனின் மனநிலையை ஒத்த நிலையை டாக்டர் மாற்றிக்கொள்ள முயன்று கொண்டிருந்தார். வண்டி இன்னும் சற்று வேகம் குறைக்கப்பட்டு ஓரிடத்தில் நின்றது. பெட்டியில் இருந்து ஒரு சிகரெட்டை

எடுத்து பற்றவைத்தபடி புகையை ஊதித்தள்ளினார். நேரம் நண்பகல் இரண்டு மணியாகிவிட்டது. காரின் கறுப்புக்கண்ணாடி ஸ்ஸ்ஸ்... என்ற சத்தத்தோடு சற்றுக் கீழ் இறங்க டாக்டர் கண்ணாடி இடைவெளியால் கருணைநாதனின் வேலைத்தளத்தை கூர்மையான கண்களால் நோட்டமிட்டார். கருணையின் நடமாட்டம் அங்கு இல்லையென உறுதிப்படுத்திக்கொண்ட பின்னர் ரயில் கடவை ஓரமாக உள்ள ஒடுக்கமான பாதையால் வண்டியைச் செலுத்தினார். வலப்பக்கம் மின்னல் வேகத்தில் வாகனங்கள் சென்று கொண்டிருந்தன. சில வானுயர்ந்த கட்டிடங்களை நெருங்க வண்டி எஞ்சின் வேகத்தைக் குறைத்துக்கொண்டது.

நத்தையைப்போல வண்டி ஊர்ந்து தொடர்மாடியின் கீழ் உள்ள தரிப்பிடத்தை அடைந்தது. அங்குள்ள படிகளால் வேகமாக வெளியேறி கருணைநாதனின் வீட்டின் அழைப்புமணியை அழுத்தினார். கருணைநாதனின் மனைவி ஜீவிதா பெரிய வயிற்றோடு அரக்கி அரக்கி நடந்து வந்து கதவை மெதுவாகத் திறந்து உள்ளே வரவேற்றாள். அதற்கிடையில் கருணை "வா மச்சான் என்ன நேரத்துக்கு வந்திட்டாய்?" என்றபடி வாயிலை நோக்கி வந்தான். டாக்டர் எதுவும் சொல்லவில்லை. துயரரேகை படிந்த முகத்துடன் வரவேற்பறையில் தொப்பென அமர்ந்தார். எதிரே மேசையில் கிடந்த ஏதோ நாளிதழை திறந்து அதன் பக்கங்களை வேகமாகப் புரட்டிக்கொண்டிருந்தார்.

"என்ன அண்ணா ஏதும் குடிக்கிறீங்களா? சோறு கறி ரெடி வாங்க சாப்பிடலாம்" என்று அழைத்தாள்.

மனைவி ஜீவிதாவைக் கண்டிக்கும் முகமாக "என்ன கேட்டுக் கொண்டு இருக்கிறாய்? ஜூஸ் தண்ணி கொண்டுவா முதலில்" என்று பணித்தார் கருணை. வேகமாகக் குசினியை அடைந்த ஜீவிதா கண்ணாடிக் குவளை நிரம்பிய குளிர்ந்த நீரோடு குலுங்காமல் மேசையை நோக்கி வந்துகொண்டிருந்தாள். பொறுமை இழந்த கருணை "என்ன மச்சி இப்படி சோந்து இருக்கிறாய்? முகமெல்லாம் வாடிப்போய் என்னடா ஆச்சு சொல்லுறியா இல்லையா? ஏதும் ஹோஸ்பிடலில் பிரச்சனையே?" என பயமுறுத்தும் தொனியில் கேட்க தலை குனிந்து இருந்த டாக்டர் சற்று நிமிர்ந்தார். அப்போது டாக்டரின் கண்களில் இருந்து பொலுபொலுவென கண்ணீர் ஆறாக

ஓடியது. உதடுகள் துடித்தன. எதுவும் கூற முடியாதவாறு தொண்டை அடைத்து கரகரத்தது. மரத்தில் இருந்து பிடுங்கப்பட இளம் தளிரைப்போல நடுங்கிக்கொண்டு இருந்தார் டாக்டர் ஸ்பீட்.

"மச்சான் காலங்காலத்தால ரெலிபோன் அடிச்சவ அம்மா!"

"அம்மாக்கு என்னாச்சுடா...."

"அம்மாக்கு ஒண்டுமில்ல தங்கச்சிக்குத்தான்...... என டாக்டர் இழுக்க"

"என்னடா சொல்லு அவளுக்கு என்ன?"

"தங்கச்சி திடீரெண்டு மயக்கம் போட்டு விழுந்திட்டாளாம். உடன கொஸ்பிட்டல் கொண்டுபோக ஒரு மணித்தியாலத்தால ஆள்...."

கையில் நீர்க்குவளையுடன் வந்து கொண்டிருந்த ஜீவிதா செய்தியைக் கேட்டதும் அதிர்ச்சியில் தொம்மென்று கையை நழுவ விட்டாள். தரையில் வீழ்ந்த குவளை சன்னமாக வெடித்துச்சிதறியது. அதைக் கண்ட கருணைநாதன் ஓடிப்போய் அவளை பத்திரமாக கதிரை ஒன்றில் அமர்த்தினார். டாக்டர் செய்வதறியாமல் திகைத்துப் போய்நின்றார். ஜீவிதா கருணைநாதனை கட்டியணைத்தபடியே கதறி அழுதாள். துக்கத்தில் வாயடைத்துப்போய் நின்ற நண்பனை டாக்டர் சமாதானப்படுத்த எத்தனித்துக்கொண்டிருந்தார். பொங்கி எழுந்த உணர்ச்சிகளை கட்டுப்படுத்தமுடியவில்லை. ஓ வென்று கதறினார் டாக்டர்.

"மச்சான் இதுக்குள்ள பெரியகேம் நடந்திருக்குடா இந்தச்சாவுக்குப் பின்னால அரசாங்கமும் இராணுவமும் இருக்கு என்று கதைக்கிறாங்கடா இன்ரநெட்ல செய்திபோட்டு இருக்கிறாங்கடா முன்னாள் பெண்போராளி சோதியா விச ஊசி ஏற்றிக் கொலை! "நம்ப முடியலடா மச்சான்" அதைவிட கடுப்பான விசயம் இந்த தமிழ் தேவிடியா விபச்சார ஊடகம் ச்சைக் அவளப் பற்றி கண்டபடி கண் மூடித்தனமா ஏதோ எல்லாம் எழுதித் தள்ளுதுடா தாங்க முடிலடா மச்சி அவள் இந்த மக்களுக்கும் மண்ணுக்கும் செய்த தியாகம் எல்லாம் மண்ணாப்போச்சுடா.."

அதுவரை தரையில் குனிந்திருந்த கருணைநாதன் செய்தியைக் கேட்டதும் கடும் சீற்றமடைந்தார். எழுந்து சீறிப்பாய்ந்தார். உதடுகள் துடித்தன. இயந்திரமாக தனது விரல்களை மடித்து எதிர்ச் சுவரை மூர்க்கத்தோடு தாக்கினார். சுவருக்கு எந்த பாதிப்புமில்லை விரல்களால் இரத்தம் ஓடியது. ஜீவிதா அச்சத்தில் கருணைநாதனின் கைகளைப்பற்றினாள். பற்களை நறநறவென்று நறும்பிக்கொண்டு விசித்திரமான விலங்கைபோல ஒலியை எழுப்பியபடி நாதன் அங்குமிங்கும் நடந்துதிரிந்தார். ஆனாலும் கருணையால் அந்தநிலையில் இருந்து விடுபட முடியவில்லை. நாதனின் கண்களில் இருந்து ஈரக்கசிவு மெல்லமெல்ல வெளிப்பட்டது. சற்று நேரத்தின் பின் சோபா வொன்றில் அமர்ந்துகொண்டார். ஒளி மெல்ல மெல்ல அகல இருள் வீட்டைச் சூழ்ந்துகொண்டது. விறாந்தையில் ஜீவிதாவுடன் வெளி ஆட்களின் உரையாடல் மெல்லிய சத்தத்தோடு விட்டுவிட்டு கேட்டபடி கருணையின் செவிகளில் அழுத்தமாக வீழ்ந்தது. சன்னலுக்கு வெளியே பிரமாண்ட நகரம் வர்ணங்களால் ஒளிர்ந்துகொண்டிருந்தது. அந்த இரவு முழுவதும் வீடு இருளடைந்து சோகத்தில் மூழ்கிக்கிடந்தது. மரண அமைதியை பொதித்து வைத்த அறை போலத் தோன்றியது.

02

அண்மையில் டாக்டர் ஸ்பீட் எனக்குச் சொன்னகதை...

வாழ்க்கையில் இலகுவில் எங்களால் மறக்கக்கூடிய நாளில்லை அந்த நாட்கள். பாலைவன வெயிலில் குளித்தெழுந்த நாட்கள். ஆரம்பத்திலேயே கதையை இடை நிறுத்தி, சிறிய மௌனத்தின் பின் முகத்தை இரு கரங்களாலும் தேய்த்தபடி மீண்டும் ஆரம்பித்தார் டாக்டர். கருணைநாதன் கட்டாரில் காலடிவைப்பதற்கு சரியாக நான்கரை ஆண்டுகளுக்கு முன்பு நான் இந்தியாவில் இருந்து மருத்துவசேவையின் நிமித்தமாக கட்டார் நாட்டின் தலைநகரம் டோகாவுக்கு வந்து சேர்ந்தேன். எனக்கான பணியிடம் “அகமட் அல் தானி” என்ற மருத்துவமனையில் வழங்கப்பட்டிருந்தது. நல்ல ஊதியம் நல்ல அக்கமெண்டேசன் ,எனது போக்குவரத்துக்காக சாரதியுடன் ஒரு வண்டி இலவசமாக வழங்கி இருந்தார்கள். இந்த வைத்தியசாலை

வெளிநாடுகளில் இருந்து கூலித் தொழிலாளர்களாக வந்தேறும் நோயாளிகளுக்கான பெயர் போன மருத்துமனை. இவ்வாறு கட்டாரில் என்னுடைய மருத்துவப்பணியோடு மெல்ல மெல்ல வாழ்க்கையை நகர்த்திக் கொண்டு சென்றேன். வாரநாள் ஒன்றில் கடும் வெயில் எரித்துக் கொண்டிருந்த மதிய வேளை ஒன்றிலே முதன் முதலாக கருணையைக் கண்டேன். பார்ப்பதற்கு வாட்ட சாட்டமான மத்திய உயரம், வெளுத்த முகமும் சுருண்டு மடிந்த தலைமுடியும் கொண்ட அந்த பேஷண்ட் முகம் வாடிப் போய் தலை முடி சரியாக சீவாமல் வரிசையில் மெல்ல மெல்ல அந்த உருவம் என்னுடைய அறையை நோக்கி நடந்து வந்துகொண்டிருந்தது.

“அசலாமு அலைக்கும்”

பதிலுக்கு அந்த பேஷண்டின் வாயில் இருந்து எந்த பதில் வார்த்தையும் வெளிவரவில்லை. சட்டென நிமிர்ந்து அந்த உருவத்தைப்பார்த்தேன். அந்த முகத்தில் எதுவித உணர்ச்சியும் வெளிப்படவில்லை உதட்டில் சிறு புன்னகைமட்டும் தவழ்ந்தது. அதை வெளிப்படுத்த அவன் பெரும்பாடு பட்டிருக்கவேண்டும். கண்கள் சொருகி இருந்தன. துன்பத்தின் ரேகைகள் அவன் முகத்தில் கன்னா பின்னா வென்று படர்ந்திருந்தன. அவன் எனக்கு முன்னால் வைக்கப்படிருந்த வெண்ணிறப் பிளாஸ்டிக் கதிரையில் மெதுவாக அமர்ந்தான்.

“கியாஹ்லே பிறதர்?”

“போலோ ஆப்கா நாம் தோ கியாஹே?”

எந்தப் பதிலும் இல்லை!

“யவாப்தேதோ....” அழுத்தமாகக் கேட்டேன்.

அவனது பத்தாக்காவை வாங்கிக்கொண்டு பெயரை குனிந்து வாசித்தபடி

“ஹிந்தி மாலுமே பாஹய்?”

“நோ...?”

எந்த அனுங்கலுமில்லை சற்று எரிச்சல் கொள்ளத் தொடங்கினேன். ஒரு வேளை வாய் பேசாத பெடியனோ என்ற

முடிவுக்கு வருவதற்குள் சில நொடிகள் அமைதியின் பின் வசிலின் பூசாமல் வெடித்துப்போன உதடுகள் மெதுவாக திறந்து

"நான் தமிழ்...."

"ஓ..தமிழா? சொல்லுங்கோ என்ன பிரச்சனை உடம்புக்கு?"

"எத்தின நாள் வேலைக்கிபோக இல்லை நீங்களு? எப்ப வருத்தம் வந்தது?"

பேஷண்ட் கதிரையில் தலையை சாய்த்தபடி ஏதோ சொல்ல முயற்சித்தான். நான் அவனது வாயிலிருந்து வார்த்தைகள் வெளிப்படும் வரை பொறுமையுடன் காத்திருந்தேன். பேஷண்டிடம் இருந்து புன்முறுவல் வெளிப்பட்டது. அது செயற்கையான புன்முறுவல் என்று எனது பழுத்த டாக்டர் மூளை இலகுவாக கண்டுபிடித்துவிட்டது. இது எனது வைத்தியத்துறையில் முதல் அனுபவம். ஆயிரக்கணக்கான நோயாளிகள் இங்கு வருகிறார்கள் போகிறார்கள், அதில் நூற்றுக்கணக்கான தமிழர்கள் ஆனாலும் சில்ரை மட்டுமே எப்போதும் நினைவுகொள்ளமுடிகிறது. அன்றுதான் முதல் முதலாக கருணைநாதனையும் சந்தித்தேன். அவன் கட்டாரில் சனய்யா என்ற இடத்தில் தொழிலாளருக்காக பிரத்தியேகமாக அமைக்கப்பட்ட முகாம் ஒன்றில் தங்கவைக்கப்பட்டு இருந்தான். தகப்பன் பெயர் முத்தர். தாயின் பெயர் திலகவதி. ஒரு தங்கை சோதியா என்ற இயக்கப் பெயருடைய ராஜீ கருணையுடன் கூடப்பிறந்தவள். சில வாரங்கள் கழிந்த பின் மீண்டும் கருணையைச் சந்திக்க இரண்டாவது வாய்ப்புக்கிடைத்தது. இம்முறை வேலைத்தளத்தில், மூக்கு வாயினால் இரத்தம் கக்கியதாக கூறி அவனது பாத்தாக்கா அட்டையில் யாழ்ப்பாணம் என்று அச்சிடப்பட்ட பெடியனை கருணைநாதன் வைத்தியசாலைக்கு அழைத்து வந்தான். இப்போது சிறியமாற்றம் அவனில் கண்டேன். தலைமுடியை பொலிஸ்குறொப் அடித்து இருந்தான். கடும் வேலையினால் முகம் வெயிலில் காய்ந்து சிவந்து போய்க்கிடந்தது. இம்முறை அவன் பேச்சில் மாற்றம் நிகழ்ந்திருப்பதைக்கண்டேன்.

தொடர்ந்து மூன்று நாட்களாக புழுதிப்புயல் சனையா நகரில் வீசிக்கொண்டிருந்தது. மூன்றாம் நாள் தீவிரமாகி, சற்று மூர்க்கமடைந்து எல்லைக் கோட்டைத் தாண்டி சவுதி

நாட்டுக்குப் படையெடுத்ததனால் வாகனப் போக்குவரத்துகள் பாதிப்படைந்தது. வீதியைக் கண்ணால் பார்க்க முடியவில்லை. எங்கும் புழுதிக்காடு. அடிக்கடி அல்ஜசீரா மத்தியகிழக்கு செய்திகளில் சனையாவைத் தாக்கிய புழுதிப்புயல் பற்றியே செய்திகள் வந்த வண்ணமிருந்தன. ஒவ்வொரு வாரமும் புதன் கிழமைகளும் தவறாமல் சரியாக ஆறு மணிக்கு சக வைத்தியர்களுடன் வேட்டை நாய்ப்பந்தயம் பார்க்கச் செல்வது வழக்கம். ஒவ்வொரு புதன்கிழமையும் நாய்ப்பந்தயம் களை கட்டும். ஒரே வகையான உடல் மெலிந்து ஒட்டிப் போன வயிற்றுடன், இருபதுக்கும் குறையாத நாய்கள் பந்தயத் திடலில் வரிசையாக நிறுத்தப்பட்டிருக்கும். இருபத்தைந்து அடிதூரத்தில் ஒரு வாகனத்தின் பின்னாலொரு செம்மறியாட்டை அடித்து அதன் உடலில் இருந்து இரத்தம் வழிந்தோடும் படி செய்வார்கள். போட்டி தயார் என சமிக்ஞை வழங்கப்பட்டதும் இறைச்சியை எடுப்பதற்காக மின்னல் வேகத்தில் காற்றைக் கிழித்துக்கொண்டு வண்டியின் வேகத்துக்கு வாயிலிருந்து நுரையைக் கக்கியபடி இலட்சியத்தோடு நாய்கள் ஓடும். இது குதிரைப்பந்தயத்தைவிட அலாதியானது. வயது வேறு பாடின்றி அராபியர்கள் அனைவரும் பங்கெடுப்பார்கள். வெற்றி பெற்ற நாய் உரிமையாளருக்கு பல்லாயிரக்கணக்கான கட்டார் றியால்கள் பரிசாகக் கிடைக்கும். தோற்றுப்போன நாய்களின் நிலை பரிதாபமானது.

இதைப்பார்ப்பவர்கள், அராபியர்கள் மொக்கனுகள் என்று நிச்சயமாக சொல்லாமல் இருக்கமாட்டார்கள். போட்டி முற்றுப்பெறும் வரைக்கும் நல்ல ஆர்ப்பாட்டமும் ஆரவாரமுமாக இருக்கும். பந்தயத்தின் திடல் பின்னர் இரத்த ஆறாக காட்சி தரும். தோல்வியடைந்த நாய்களை கூரியவாட்கள் கொண்டு வெட்டிக்கொன்று விடுவார்கள். இதைப்பார்க்க நாங்கள் யாரும் நிற்பதில்லை. அவ்வளவு கொடூரம். அராபியர்களுக்கு இது வீர விளையாட்டு. இவ் வீர விளையாட்டைக் காண பல ஊர்களில் இருந்தும் தமிழர்கள், மலையாளிகள் என பலரும் கூடுவார்கள். இவ்வாறு கூடும் ஒரு நாளில்தான் அந்த வரலாற்றுச் சிறப்புமிக்க சந்திப்பு இடம்பெற்றது. அப்போது கருணைநாதன் நல்ல வாட்டசாட்டமாக இருந்தான். பார்ப்பதற்கு அவன் முகம் அவனது பெயரைப் போலக் கருணையின் திருவுருவமாக வெளிப்பட்டது. தூரத்தில் தனியாக வேட்டை

நாய்ப் பந்தையத்தை பார்த்துக்கொண்டிருந்த கருணையை புழுதி வீசிக்கொண்டிருந்த அந்தப் பிற்பகல் வேளை சந்தித்தேன். கண்டதும் மரியாதையுடன் கைகளைக் குலுக்கினான். நிறையப் பேசினோம் இந்த வீரவிளையாட்டில் கொல்லப்படும் நாய்கள் குறித்து அதிகமாக இரக்கம் கொண்டிருந்தான். தானும் வீட்டில் நாய் வளர்ப்பதாகவும் தமது குடும்பம் எப்படி அதை அன்புடன் பராமரிக்கிறார்கள் என்று சொன்ன போது அவன் மீது அளவுகடந்த பிரியம் ஏற்பட்டு விட்டது. மேலும் விரைவில் தன்னுடைய தங்கையின் கணவனைக் கட்டாருக்கு அழைத்து வரவேண்டும் என்று கூறினான்.

நாட்டில் போர் முற்றுப்பெற்றுவிட்டது. ஆனாலும் கெடுபிடிகள் தீர்ந்து மக்கள் நிம்மதியாக வாழ குறைந்தது இன்னும் பத்து ஆண்டுகளாவது தேவை. வேலை இல்லாத் திண்டாட்டம், வீட்டுப்பிரச்சினை சமாளிக்க இன்னும் ஒருவர் வெளி நாட்டிக்கு வந்தால் தான் தீரும் என்று பொறுப்புணர்ச்சியோடு கூறினார். கருணை மீது அளவற்ற கருணையும் மதிப்பும் அக்கணம் எனக்குள் பிறந்துவிட்டது. மனதுக்குள் பட்டதை தயக்கமும் ஒளிவு மறைவுமின்றி வெளிப்படையாகப் பேசுகின்றானே அதனால் எதோ ஒருவகையில் அவனுக்கு உதவ வாய்ப்புத்தேடினேன். குடிவெறி இல்லாமல் தன் குடும்பத்தை முன்னேற்ற வேண்டும் எனத் துடிக்கும் ஒருவனுக்கு உதவவேண்டும் என முடிவுசெய்துவிட்டேன். புழுதிப்புயல் சவுதி அரேபியாவின் எல்லையை ஆக்கிரமித்தபடியே இருந்தது. கண்ணுக்கு எட்டும் தூரத்தில் சில தொழிலாளிகள் காவி நிற உடையுடன் ஒட்டகம் மேய்த்துக்கொண்டிருந்தனர். நானும் கருணை என அழைக்கப்படும் கருணைநாதனும் நாய்ப்பந்தயம் இடம் பெற்ற திடலில் இருந்து என்னுடைய வண்டி நிறுத்தப்பட்ட இடத்தை நோக்கி நடந்து சென்றோம்.

எங்களுக்குப் பின்னால் கருணையுடைய நண்பன் தொலைபேசியில் யாருடனோ இந்திமொழியில் உரையாடிக்கொண்டு வந்தான். மணல் மேடைகளைத் தாண்டி என்னுடைய வண்டியை அண்மித்த போது நேரம் மதியம் 6.00 மணியைத்தாண்டி விட்டது. பள்ளிவாசல்களில் இருந்து வாங்கொலிகள் தாறுமாறாக ஒலித்துக்கொண்டிருந்தன. பந்தயத்திடலில் இருந்து மக்கள்

வேகமாகச் சென்று கொண்டிருக்கின்றனர். அருகில் பத்துக்கும் மேற்பட்ட ஆண்கள் சைக்கிள் ரியூப்புகளில் சிறிய டெனிஸ் பந்துகளைச் செய்து அதை கிரிக்கெட் மட்டைகளால் அடித்து விளையாடிக்கொண்டிருந்தனர். வரும் வழியில் உருது மொழி பேசிக்கொண்டு வந்த சிலருடன் கருணை கைகுலுக்கிவிட்டு வந்தான். "இந்தப் பாக்கிஸ்தானிகளின்ர கேம்புக்கு முன் கேம்புதான் எங்கட கேம்ப் டொக்டர் கிறிக்கெட் விளையாட என்னையும் அழைப்பார்கள் நான் ஓரிரு தடவை விளையாடி இருக்கிறேன்" என இருமியபடி கருணை சொன்னான்.

இப்போது கருணையுடன் வந்தவன் தொலைபேசிப்பேச்சை நிறுத்தி விட்டான். "சரி டாக்டர் போயிற்று வாங்க இன்னொரு நாள் சந்திப்போம்" என்ற போது என்னுடைய மனம் கேட்கவில்லை. "நானும் சனையாவாலதான் நஷினலுக்குப்போறேன். ஏறுங்க நான் உங்கட கேம்புக்குக் கொண்டு போய்வுடுறன். இருட்டுப்படுது. இந்தப்புழுதிக்கால எப்ப போய்ச் சேரப் போறீங்க? நாளைக்கு வேல வேற இல்ல" என்று நான் சொன்ன போது "டாக்டர் உங்களுக்கு ஏன் சிரமம்" "சரி சரி ஏறுங்க" என்று அழுத்தமாகக் கூறிய போது. இருவரும் தயங்கித்தயங்கி ஏறினர்கள். என்னுடைய வண்டிக்கண்ணாடியை இருக்கையில் இருந்து சரி செய்த போது அவர்கள் முகத்தில் ஏதோ கலவரம் வெளிப்பட்டது. டாஷ்போட்டில் இருந்து இளையராஜா ஹிட் சீடியை எடுத்து வண்டியில் ஒலிக்கச்செய்த போது அவர்கள் இருவரது முகத்தில் எந்த ஈயாட்டமும் இல்லை. அவர்களுடைய சிந்தனை எங்கோ பறந்துகொண்டு இருந்தது.

அவர்களைத் திசை திருப்புவதற்காக "ஏதும் குடிக்கப்போறீங்களா? பெப்சி கிப்சி?"

"இல்ல... டொக்டர் பறவால" ஒரே சொல்லில பதில் வந்தது.

"சரி ம்ம்ம்ம்ம் உங்கட முதிர் எப்படி நல்லவனா?" "சீ சீ அவன் ஒரு நாய் மலையாளி எங்களக் கண்டால் அவனுக்குப் புடிக்காது பேய் மாதிரி நிப்பான் இந்தியாக்காரரை மட்டும் நல்லா கவனிப்பான். எங்கள மாதிரி சிறீலங்காக்காரரை கண்ணில காட்டக் கூடாது அப்பிடி ஒரு சனியன்" என்று பற்களை நறும்பியபடி சொன்னான். "ஹலோ நானும் இந்தியன்

தான் மெட்றாஸ்காரன் என்னையும் அப்படி நினைக்காதீங்க தோஸ்த்"

"சீ சீ இல்ல டொக்டர் நீங்க ஏன் அப்பிடி சொல்றீங்க"

"எங்கட போராட்டமும் எங்கட கஸ்ரமும் இந்த மலையாளிமாருக்கு மயிர் மாதிரியாம். அண்டைக்கி என்னோட கொழுவிப்போட்டு முகத்தில அடிச்ச மாதிரி சொன்னான். ராஜீவ் காந்திய கொண்டு போட்டோமாம். மயிரனுக்கு அதுதான் பிரச்சனையாம்" இதைக்கூறும்போது வண்டி கிட்டத்தட்ட அவர்களது முகாமை அண்மித்துவிட்டது. சனையாவில் ஒரு பதிவான கூரையுடன் அமைக்கப்பட்ட நீண்ட எஸ்டேட் வீடுகள் போன்ற வடிவத்தையுடைய கட்டிடத்தின் முன்பு வண்டியை நிறுத்தச்சொன்னார்கள்.

"தேங்க்ஸ்" டாக்டர் என கருணையுடன் வந்தவன் கண்களை சிமிட்டியபடி கூறினான். "நேரமாச்சு இன்னொரு நாள் பார்ப்போம்" என்றேன். "இல்லை வந்து விட்டீர்கள் ஒருமுறை வாருங்கள்" என கருணை அழைக்க அதை தட்ட முடியவில்லை. அவர்கள் என்னை வற்புறுத்தி அழைத்துகொண்டு சென்றார்கள். இலக்கம் 67 என்று பொறிக்கப்பட்ட அறையினுள் மூவரும் நுழைந்தோம். அறை முழுதும் இருளில் மூழ்கிக்கிடந்தது.

எங்கும் நெருக்கமும், புழுக்கமும் மண்டிக்கிடந்தது. வாயிலில் மலைபோல காலணிகளின் குவியல். அவர்கள் அறை வாசலைத் திறந்த போது அங்கே இயக்கப் பாடல் ஒன்று தொலைக்காட்சிப் பெட்டியில் ஓடிக்கொண்டு இருந்தது. உள்ளங்கையில் சிறு பொடித்தூள்களை வைத்து மறு கையால் பக்குவமாகத் தேய்த்து பின்னொரு சிறு பொட்டலமாக உருட்டி அதைத் தன் வாயைத்திறந்து கீழ் நாக்கில் திணித்த படியே ஒரு வங்காளி வாலிபன் என்னை வரவேற்றான். உள் நுழைந்தவுடன் குப்பென வியர்வை நாற்றம் நாசியைப்பதம் பார்த்தது. இப்படி ஒரு நாற்றத்தை என் மூக்கு ஒருபோதும் சுவாசித்ததில்லை. புளித்துப்போன உடைகளின் நாற்றம் ஒருபக்கம் குமட்டிக்கொண்டு வந்தது. அங்குதான் செல்லப்பாவுடைய புகழ்பெற்ற "பச்சை வயலே" என்று தொடங்கும் அந்தப்பாடலைக் கேட்டேன். இப்போது லண்டனில் கூட அந்தப் பாடல் என்னுடைய மேர்சடஸ்

காரில் கேட்டுக் கொண்டிருப்பேன். அந்தப்பாடல் ஏதோ ஒரு சோகமான சூழலில் அங்கு இருந்தவர்களால் கேட்கப்பட்டது. தலையைச் சுழற்றுவது போல இருந்தது. தம்பாக்கு மணம்.

"வாங்க டாக்டர்" என்ற படி காலியாக கிடந்த கட்டிலில் குவிந்து கிடந்த உடைகளை அள்ளி மூலையில் மறைத்துப்போட்டான். இப்போது இருக்கை தயார் அதில் நான் அமர்த்தப்பட்டேன். "டாக்டர் எதும் குடிக்கிறீங்களா?" "இல்ல பரவால வேண்டாம்" "நோ டாக்டர் முதன் முதலா வாறீங்க றூமுக்கு இதோ பெப்சி கொண்டு வாறன்" என்ற படி கருணை குளிர்சாதனப் பெட்டியைத் திறந்தான். அதுவரை குளிர்சாதனப் பெட்டி என்று எனக்குத் தெரியாது. அதன் முகப்பில் பல புரட்சியாளர்களின் முகங்கள் ஒட்டப்பட்டு அதன் முகப்புத்தோற்றம் மறைந்து இருந்தது. தொலைக்காட்சியில் ஓடிக்கொண்டிருக்கும் பாடலுக்கு பின்னால் யாரோ ஒருவன் பிற்பாட்டுப்பாடினான். பார்வையை திருப்பி தலைக்குப் பின்னால் வந்த குரலின் சொந்தக்காரனைப் பார்க்க முயற்சித்தேன். அதற்குள் குறிப்பறிந்து கருணை அந்த மனிதனை எனக்கு அறிமுகம் செய்து வைத்தான். அப்போதுதான் அந்த மனிதனை முதன் முதலாகக் கண்டேன். ஆள் கணக்கான உயரம். 37 வயது மதிக்கத்தக்க எடுப்பான மனிதன். மூன்று நான்கு நாட்களின் முன்பு தாடி மழித்தவன் போல முகத்தில் புற்கள் முளைத்திருந்தன. பொது நிறம். கண்கள் குழி விழுந்து சிவந்திருந்தன. என்னைக் கண்டவுடன் புன்சிரிப்பை மட்டும் அவன் வெளிப்படுத்தினான். கருணை அந்த மனிதனைத் தன்னுடைய தங்கையின் கணவன் என்று அறிமுகப்படுத்தினான். இவனைப்பற்றி கருணை ஏற்கனவே என்னிடம் சொல்லி இருந்தான். போர் முள்ளிவாய்க்காலோடு ஓய்ந்து போக, இராணுவத்திடம் சரணடைந்து, நேரடியாக வவுனியா தடுப்பு முகாமுக்கு அனுப்பப்பட்டிருந்தவனை, பணத்தை இலட்சக்கணக்கில் செலவு செய்து தடுப்புமுக்காமிலிருந்து வெளியே எடுத்து, இங்கு கொண்டு வந்திருகிறான் கருணை என்றார். இதைச்சொல்லும் போது டாக்டரின் முகம் கலவரப்பட்டிருந்தது.

என்னிடம் கதை சொல்லுவதை நிறுத்திவிட்டு குளியல் அறைக்குள் சென்று முகத்தை சற்று குளிர்ந்த நீரால்

கழுவிக்கொண்டு குளிர்சாதனப்பெட்டியைத் திறந்து கொஞ்சம் பியர் எடுத்து வந்தார். குவளையில் 'பியர்' அளவாகப் பரிமாறப்பட்டதும், கதையை கேட்கும் ஆவலில் "டாக்டர் அந்தப்பெடியன் தானே இயக்கப்பெட்டை சோதியாவட புருசன்?" என்று கேட்டேன். சிறிய அமைதியின் பின் வாயை இடது பக்கம் கோணியபடி அதை உறுதி செய்தார். இப்போது கதை சுவாரசியமாகச் சென்றுகொண்டு இருப்பதையும் தொடர்ந்து டாக்டரிடமிருந்து மிகுதிக்கதையைக் கேட்டுத்தெரிந்துவிட வேண்டும் என்ற ஆவல் மேலெழுந்தது. பியரை அருந்தி முடித்துவிட்டு குவளையை வைக்கும் அதே நேரத்தில் சொன்னார்.

கருணை நாதன் அந்த மனிதனைத் தனது தங்கையின் கணவன் என அறிமுகப்படுத்தும் முன் அவன் என் இருக்கைக்குப் பின்னால் போடப்பட்டு இருந்த கட்டிலில் இருந்தபடி கைத்தொலைபேசியில் எதையோ நோண்டிக் கொண்டிருப்பதைக் கண்டேன். அவன் என்னைப் பார்த்ததும் கண்களை வெட்டி மூடியபடி எனக்கு மரியாதை செலுத்தும் முகமாக எழுந்து தலையை மெல்லச் சிலுப்பி சற்று புன்முறுவல் செய்தான். அப்போதுதான் நான் அவனைக் கூர்ந்து கவனித்தேன். வெள்ளி கம்பிகள் போல நரை முடிகள் நாடிப்பக்கம் இடைவெளி விட்டு மடிந்து கிடந்தன. கலவரம் அடங்காத முகம். நீண்ட நாட்களாக எதையோ தேடி அலைபவனைப்போல் அவனது கண்கள் பட படத்தன. இருவரும் கைகளைக்குலுக்கினோம். அவனது விரல்களை அழுத்தும்போது கடுமையான கட்டிட வேலை செய்யும் பாக்கிஸ்தானியர்களின் உள்ளங்கையை ஒத்து இருந்தன. அவனது விரல்கள் கூரான ஆணி போல எனது உள்ளங்கையில் உரசின. அருகில் கருணையின் அனுங்கிய குரல் கேட்டது. முகத்தை வெடுக்கெனத் திருப்பினேன். எனக்குப்பின்னால் ஒரு தகர நாற்காலி வைக்கப்பட்டு இருந்தது. பரீட்சயமில்லாத தண்ணீர்த்தொட்டியில் அமர எத்தனிக்கும் புறாவைப்போல நுனி நாற்காலியில் மெல்ல அமர்ந்தேன். வெளிக்கதவு திறந்து மூட அங்கிருந்தவனை மெல்ல எனது கண்களால் ஊடுருவிப்பார்த்தேன். அப்போதும் அந்த மனிதன் சதுர அறைக்குள் இருந்துகொண்டு தொலைபேசி தொடு திரைக்குள் மெல்ல மெல்ல மூழ்கி அமிழ்ந்து மொழி இல்லாதவனைப்போல மௌனமாக இருந்தான்.

வானம் இருண்டு கறுத்துப்போய்க்கிடந்தது. நான் அறையை விட்டு வெளியேறும் நேரம் வந்துவிட்டது. ஒரு கையில் வெள்ளை நிறக் கப்பில் பால்டீயும் இன்னொரு கையில் விசுக்கோத்துகளும் எடுத்துவந்தான். நன்றி கூறி பெற்றுக்கொண்டேன். கப்புக்குள் நிரம்பிக்கிடந்த பால் டீயை ஒரு சில மிடறுகள் குடித்துவிட்டு அவர்களிடமிருந்து நன்றி கூறி விடைபெற்றேன். கதவை அடைந்ததும் அந்தக் கட்டிலில் சாய்ந்து இருந்த மனிதனைப்பார்த்தேன். அவன் அப்போது அங்கு இல்லை. என் பின்னால் கருணை வந்தான். வீதிவரை வண்டியின் முன் பகுதி புழுதி மணலால் மூடிக்கிடந்தது அதைத் துப்புரவு செய்யக் கருணை முற்பட்டான் அவனைத்தடுத்துவிட்டு வண்டியை ஸ்ரார்ட் செய்தேன். “குர் குர் குர் “ என்ற அலறலோடு வண்டி உறுமியது. கையைக் குலுக்கி விட்டுப் புறப்பட்டேன்.

அப்போது வண்டி பாலை வன மணற்பாதைகளை ஊடறுத்து பெருந்தெருவை அடைய ஒரு சில நிமிடங்கள் வண்டியை அதிவேகமாக செலுத்தவேண்டி இருந்தது. ஓர் உயரமான இடத்தின் வளைவில் இருந்து சனயாவின் அந்தத் தொழிலாளர்களின் முகாம்களைப்பார்தேன். ஆங்காங்கே சில மின்மினிப்பூச்சிகளின் வெளிச்சம் போல மின் குமிழ்கள் ஒளிர ஆரம்பித்தன. அன்று நான் முதன் முதலாக ஒரு போராளியின் முகத்தை நேராகப் பார்த்தேன். அவன் தன்னை எனக்கு ஓர் அந்நியனைப்போல உணரச்செய்தான். அவனை என்னால் புரிந்து கொள்ள முடியவில்லை. அவனது முகத்தில் இன்னும் துன்பத்தின் ரேகைகள் அகன்று விடவில்லை. எதோ இன்னும் துன்பத்தைச் சுமந்து வந்திருக்கும் ஒரு வழிப்போக்கனைப்போல என்னால் அவனை ஊகித்து அறிய முடிந்தது. என்னுடைய வீட்டுக்கு வந்தாலும் அங்கு சந்தித்த ஒவ்வொருவரையும் திரும்பத் திரும்ப நினைவு படுத்திகொண்டு இருந்தேன். அவர்களை மதிக்க வேண்டும் போல தோன்றியது. துன்பத்தின் இருப்பிடத்தில் இருந்து தப்பி வந்தவனைப்போல அன்று இரவு உணர்ந்தேன். பெரிய இலட்சியக் கனவு நிறை வேறாமல் கருவோடு அழிக்கப்பட அந்த மக்களையும், அந்தமண்ணையும் ஒரு முறை அல்ல பல முறைகள் நினைத்துக்கொண்டேன். போர் முடிந்து ஒரு வருடமாகியிருந்தாலும் அங்கு மக்கள் நிம்மதியாக வாழத் தொடங்கவில்லை என்பது மட்டும் உறுதி.

அந்த மக்களுக்கு எதாவது நல்லது செய்யவேண்டும் போல தோன்றியது.

ஸ்பீட் இதை என்னிடம் சொல்லி முடித்து விட்டு குசினிக்குள் சென்று சூடான தேநீரோடு வந்தார். அவரது கையில் ஒரு சிகரெட் ஒளிர்ந்துகொண்டு இருந்தது. இப்போது எப்படியாவது மிகுதிக்கதையை அவரிடமிருந்து கறந்து விட வேண்டும் என்றதில் நான் குறியாக இருந்தேன். கதையைக் கொடுக்க ஆரம்பித்தேன். சற்றுச் சினந்தபடி சிகரெட் துகள்களை மேசையில் இருந்த ஆஷ் றேயில் தட்டினார். பின் கதையைச் சொன்னார். ஒரு நாள் என்னை ஒரு நிகழ்வுக்கு அழைத்தார்கள். அந்த நிகழ்வு பிரிகேடியர் தமிழ்செல்வனுடைய நினைவு நாள் என்றார்கள். நான் கௌரவமாகக் கலந்து கொண்டேன். அன்றுதான் அந்த மனிதனைக் கண்ட கடைசி நாளாக இருந்தது. நிகழ்வை சனையாவில் வசித்து வரும் அத்தனை தொழிலாளர்களும் உணர்வு பூர்வமாக அனுசரித்தார்கள். மஞ்சள் ,சிவப்பு நிறங்களில் கொடிகள் தாயகப்பாடலின் மெட்டுக்கு அசைந்தன.

வெவ்வேறு இடங்களில் இருந்து வருகைதந்து நிகழ்வைப் பூத்தூவிச் சிறப்பித்தார்கள். அங்கு உள்ள சுவர்களில் சில போராளிகளின் போஸ்டர்கள் ஒட்டப்பட்டு அஞ்சலி செலுத்தினர். அன்று மதியம் நான் அங்கிருந்து கிளம்பி விட்டேன் . வீட்டுக்குச் சென்று தொலைக்காட்சிப் பெட்டியைத் திறந்த போது முதலாவது ஆச்சரியம் காத்து இருந்தது. அன்று இடம்பெற்ற வணக்க நிகழ்வுகளை அல்ஜசீரா தொலைக்காட்சி ஒளிபரப்பு செய்து இருந்தது. அடுத்த நாள் ஒரே பரபரப்புடன் காலை விடிந்தது. வைத்தியசாலைக்கு வந்த ஆம்புலன்ஸ் சிலவற்றில் தமிழ் பொடிகள் காயப்பட்டு வந்து இருப்பதாக ஒரு தகவல் கிடைத்தது. சரியான தகவல் இன்னும் இல்லை. உடனடியாக கருணைக்கு தொலை பேசி செய்தேன். அவன் சொன்னதை நம்ப முடியவில்லை. வணக்க நிகழ்வு நடந்த அன்று இரவு சனையாவில் கலவரம் நிகழ்ந்து இருப்பதாகச் சொன்னான். பல சிங்களத் தொழிலாளிகள் காயமடைந்து போனதாகவும் தமிழர்கள் சிலர் கத்திக்குத்துக்கு இலக்காகி உள்ளதாகவும் சொன்னான்.

நான் விரைந்து அம்புலன்ஸ் இரைந்த இடத்தை நோக்கி ஓடினேன். அங்கு கருணையும் அவனது நண்பர்களும்

கவலையோடு நின்றார்கள். கருணையை தனியாக அழைத்துச் சென்று விபரத்தை அறிந்த போது விறைத்துப்போனேன். கேம்பை சுற்றி ஒட்டியிருந்த தமிழ்செல்வனுடைய போஸ்டர்களை சிங்கள தொழிலாளிகள் கிழித்து விட்டதாகவும் கோபமடைந்த தமிழர்கள் அவர்களது இருப்பிடத்துக்கு சென்று வன்முறையில் ஈடுபட்டதாகவும் அதில் ஒரு சிங்களவன் கண்ணாடி போத்தலால் வயிறு கிழிக்கப்பட்டு பரிதாபமாக இறந்ததாக கருணை சொன்னான். நம்ப முடியவில்லை. சனையா முழுவதும் ஆயுதம் தாங்கிய போலீசார் பாதுகாப்பில் ஈடுபட்டு இருப்பதாக தகவல் கிடைத்தது. கொல்லப்படட சிங்களவன் முன்னாள் பாதுகாப்பு படை வீரன் என்ற தகவலைப் போலீசார் உறுதி செய்தனர். குற்றவாளியைப் போலீசார் வலை வீசித் தேடுவதாகவும் போலீசார் தெரிவித்தனர். கொல்லப்படட இராணுவ வீரன் வவுனியா மாவட்டத்தைச் சேர்ந்தவன் என்றும் போர் முடிந்தவுடன் அங்கிருந்து இலங்கை அரசாங்கத்துக்குத் தெரியாமல் தப்பி அரபு நாட்டுக்கு வந்ததாகவும் இலங்கைச் சிங்கள செய்திச் சேவை ஒன்று தெரிவித்து இருந்தது. வவுனியா தடுப்பு முகாமில் உள்ள நபர்களை கடத்தியது, பாலியல் வன்முறைகள், சிறுவர் துஸ்பிரயோகம் போன்ற சமூக விரோதச் செயல்களில் ஈடுபட்டதாகவும் குறித்த நபரை இலங்கை அரசாங்கம் சில காலம் வலைவீசித்தேடித் திரிந்ததாகவும் அறியப்பட்டது.

அன்று இரவு நாங்கள் தூங்கவே இல்லை. நானும் முடிந்த அளவு அந்தக் கொலைகாரனைத் தெரிந்து கொள்ள முயற்சித்தேன். அந்தக் கொலைச்சம்பவம் சில தினங்களின் பின்பு தொழிலாளர்களால் மறக்கப்பட்டு மறுபடியும் அனைவரும் வேலைக்குச் சென்று வந்தனர். கொலை நடந்த ஏழாம்நாள் பின்னிரவு கருணையின் தொலை பேசி அழைப்பு வந்தது. அவனோடு பேச ஆரம்பித்த போது "ஓவென்று" கதற ஆரம்பித்தான். என்ன சம்பவமென்று அறிய முயற்சித்தேன். அவன் அழுகையை நிறுத்தியபாடில்லை பயந்து போனேன். இப்போது நம்ப முடியாத ஆச்சரியம் எனக்காகக் காத்திருந்தது.

"அவன் பிளான் போட்டு வந்து சிங்களவனைக்குத்திக்கொன்றிருக்கிறான் டாக்டர்" என்று குமுறிக்கொண்டு சொன்னான் கருணை. ஸ்பீட் கதையை நிறுத்திவிட்டு தன் அடர்ந்த

தாடியைக் கோதிவிட்டு தன் முன்னால் இருந்த குவளையை மதுவால் நிரப்பினார். அது வரை நான் அவரைக் கேள்வி கேட்டுக் குழப்பவில்லை. "சனையாவும் புண்டையின் மயிர்" என்று திட்டிக்கொண்டு மெல்லக் கால்களை உதைந்தார். "அவன் இப்படிச் செய்வான் எண்டு கனவிலும் நினைச்சு பாக்க இல்லை" என்றார். எனக்கு ஒண்டும் புடிபட இல்லை குழப்பத்தோடு "என்ன மச்சி அவன் கருணை சொன்னான்?" என்று கேட்டேன். அப்போதுதான் அந்தச் செய்தி தன்னைத் தூக்கி வாரிப்போட்டதாகவும் கருணையின் மச்சானை வேலைத் தளத்தில் போலீசார் தேடியதாகவும் அவன் அங்கு இல்லை என்றும் எங்கோ நகரின் ஒதுக்குப்புறமான இடத்தில் மறைந்து இருந்தபோது விசேட போலீஸ் பிரிவினர் கைது செய்துவிட்டதாகப் புலம்பி அழுதான். "நிச்சயமாக எதோ நடக்கப் போது அராபிக்காரனட்டத் தப்ப ஏலாது" என்று கத்தினான். அடுத்த நாள் தொலைக்காட்சிச் செய்தியில் கருணையின் மச்சான் கைகள் கட்டப்பட்டு கறுத்தத் துணியால் முகம் மூடப்பட்டு போலீஸ் வாகனத்தில் கொண்டு செல்லப்படும் காணொளியை அல்ஜஸீரா தொலைக்காட்சி ஒளிபரப்பியது. அடுத்த நாள் போலீசார் கருணையை விசாரணைக்கு அழைத்தனர். அவனது மச்சானுக்கு மரண தண்டனை உறுதியானது. இனி யாராலும் அவனை காப்பாற்ற முடியாது.

சில மாதங்களில் நான் இந்தியா வந்து விட்டேன். இனி அரபு நாடு செல்வதாக எண்ணம் இல்லை என்று கருணைக்கு ரெலிபோனில் சொல்லி இருந்தேன். அதன் பின்பு கருணை தான் இலங்கை செல்வது பிரச்சனை என்றான். ஓர் அரபி முதிரைப் பிடித்துக் கள்ளப் பாஸ்போர்ட் முடிச்சு அவனை அங்கிருந்து லண்டன் எடுத்து விடக் கொஞ்சக் காலம் பிடிச்சுது. மீண்டும் அவன் லண்டன் பாஸ்போட் எடுத்துக்கொண்டு இலங்கைக்குத் தங்கச்சியைப் பார்க்கப் போகும்போதெல்லாம் அவன் என்னையும் அழைப்பான். ஏனோ நான் இலங்கை செல்வதைத் தவிர்த்து வந்து இருக்கிறேன். சோதியாவும் பல முறை என்னை அழைத்து இருக்கிறாள். தனது புத்தக வெளியீட்டுக்காவது வரும்படிகேட்டிருந்தாள். சோதியாவை லண்டனுக்கு எடுக்கவேண்டும் என்பது கருணையின் விருப்பம். ஆனால் அதற்கு வாய்ப்பே இல்லாமல் போய்விட்டது. கடைசி வரை அந்தப் போராளியின் முகத்தை என்னால் பார்க்க

முடியவில்லை. டாக்டர் இவற்றை சொல்லி முடிப்பதற்குள் கருணைநாதனிடமிருந்து அவருக்குத் தொலைபேசி அழைப்பு வந்தது.

தற்போது கருணை இலங்கை செல்லும் வழியில் டோகாவில் ட்ரான்ஸிற் விமானத்தைப் பிடிக்க காத்திருப்பதாகவும். பழைய நண்பன் ஒருவன் அவரைப் பார்க்க விமானநிலையம் வர இருப்பதாகவும், அவருக்கு மறுபடியும் கொலை நிலத்தைத் தொட விருப்பம் இல்லையென்றும், விமான நிலையத்தினுள்ளே இருப்பதாகவும், சிலோன் போய்ட்டு எடுப்பதாகவும் சொல்லி தொலைபேசித் தொடர்பைத் துண்டித்ததாகவும் டாக்டர் என்னிடம் சொன்னார். இந்தக் கதையை நான் எழுதி முடித்த போது எனக்குள் எழுந்த சந்தேகம் அந்தச் சிங்கள ராணுவ வீரனை, ஏன் அவன் கொலை செய்தான் என்பதே. அதற்கான காரணத்தை டாக்டரிடம் கேட்ட போது அவர் சொன்ன பதில் என்னை இன்னும் திடுக்கிட வைத்தது. அதை வாசகருக்குச் சொல்ல நான் விரும்பவில்லை. அவர்களே அதை ஊகித்து அறிந்து கொள்ளட்டும் இப்படியே கதையை முடி என்று டாக்டரும் என்னிடம் சொல்லியிருந்தார். ஆனால் கதையை முடிக்க எனக்கு இரண்டு மாதங்கள் ஆகின.

•••

லெப்டினண்ட் கேர்ணல் ராபட் கொன்சர்லஸ்

'சொத்தி ராஜன்' என மக்களால் அழைக்கப்பட்ட கனகசபை ராஜன் மிகச்சிறந்த சுழியோடி. கடலட்டை, சங்கு எனக் கடலிலுள்ள மச்சங்களை ஓயாமல் வேட்டையாடிக்கொண்டே இருப்பவன். ஆனாலும் சீசனுக்கு ஏற்ப தொழிலை மாற்றிக்கொள்ளத் தயங்கவும் மாட்டான். கறுத்த அட்டை குவியலாய்க் கிடைத்த போது அதில் கிடைத்த பணத்தைக் குடித்துக் கும்மாளம் அடித்து ஊதாரியாகச் செலவு செய்தான். யாராவது கேட்டால் வயது பால் பார்க்காமல் "மை கார் மை ரோட், மை பெற்றோல் உனக்கென்னடா பூனா... ஓக்காமல் மாறு" என்று வாய் கூசாமல் சொல்வான். அப்போது அவனுக்கு வயது 21 இருக்கும். தாண்டித்தாண்டி நடந்தாலும் வாட்ட சாட்டமானவன். பெண்கள் விசயத்திலே அவனிடம் பெரிய வீக் பொயின்ற் இருந்தது. அவனது பலம் எல்லாம் சிங்களம் சரமாரியாகப் பேசுவதுதான். அதுவே அவனுடைய நம்பிக்கையும் பெருமையும். மன்னார், கொழும்பு கருவாட்டு முகவராகவும் வேலை செய்துக்கொண்டிருந்தான். பேசாலை, வங்காலைப்பாடு, தலைமன்னார், தாழ்வுபாட்டிலிருந்து கருவாடுகளை இறக்குமதி செய்து கொழும்புக்கு அனுப்பி நல்ல இலாபம் ஈட்டிக்கொண்டிருந்தான். கருவாட்டு வியாபாரத்தோடு சிலகாலம் மன்னார் - வவுனியா தனியார் பஸ் நடத்துநராகவும் வேலைசெய்தான். இடையிடையே கொழும்பு றூட்டையும் கவனித்தான். சிங்கள மொழி இன்னும் சரமாரியாக பேசப்பழகினான். இதன் விளைவால் கொழும்பு ஆமர் வீதி, மோதர பிரதீபா திருமண மண்டபம் போன்ற இடங்களில் சில

பெண்களைப் பழக்கம் பிடித்து வவுனியா மன்னார் என பஸ்களில் இரவோடு இரவாக ஏற்றிவந்து இங்கு முகாமிட்டு இருந்த இராணுவத்துக்கும் நேவி பொலிசுகளுக்கும் பழகிப்பார்க்கக் கொடுத்துதவினான். அவனுக்குப் பிரதியுபகாரமாகக் குடிக்க நெப்போலியனும், பொரிச்ச இறைச்சியும், சீஸ் டப்பாக்களும் கிடைத்தன. தேவைக்கேற்ப தானும் சந்தர்ப்பத்தைப் பயன்படுத்தி அப்பெண்களைப் புணர்ந்து கொண்டான்.

இரவு பஸ் றூட் அடிக்கும் போதும் விடுமுறைக்குச்செல்லும் பொலீஸ், ஆமிக்கும் அழகான சிங்கள, தமிழ்ப் பெண்களை அமைத்துக்கொடுத்தான். பஸ் இருக்கைகள் இரவு நேரங்களில் அவர்களுக்குச் சௌகரியமாக இருந்தன. அதை அவர்கள் வலு கச்சிதமாகப் பயன்படுத்தத் தவறவில்லை. சில காலத்தில் புலனாய்வு அதிகாரிகளுடன் அவனுக்கு நட்பு மலர்ந்தது. இந்தப்பழக்கத்தால் சொத்தி ராஜன் இராணுவத்துக்கு வேண்டியவனானான். உயர்அதிகாரிகள் அவனை நாடவேண்டியும் இருந்தது. இந்தக்காலத்தில் சொத்தி ராஜன் சிறிய குற்றங்கள் செய்து பிரபலமாகி ஒரு சண்டியன் றேஞ்சுக்கு ஆகிவிட்டான். எந்தப் பயமச்சமும் இல்லாமல் நடமாடினான். தன்னை அடையாளப்படுத்துவதற்காக தலைமுடியைச் சற்று நீளமாக வளர்த்து, வலது கை கட்டவிரலில் வளையமும், கழுத்தில் வெள்ளிச்செயினும், நெஞ்சில் நங்கூரமும் வரைந்து இருந்தான். சில மாதங்களின் பின்பு மன்னாரில் உள்ள இராணுவத்தின் நலன்புரிச்சங்கத்தில் தொடர்புகளை ஏற்படுத்தி அங்கிருந்து “சதோசா”என்கின்ற இராணுவப் பல்பொருள் அங்காடியில் எடுபிடி வேலையில் இணைந்து கொண்டான். இரவு நேரங்களில் கடையை பூட்டிவிட்டு அங்கு இருப்பவர்களோடு மது அருந்திக் காலத்தைக்கழித்தான். அன்றில் இருந்து சரியாக ஒரு வருடம் இரண்டு மாதங்களில் அந்த வேலையை விட்டு வவுனியா பூந்தோட்டத்துக்கு ஓடினான். யாரோ அவனது கூட்டாளி சவுதியில் இருந்து வந்து இருப்பதாகத் தகவல். பின்னர் சில நாட்களில் மீண்டும் மன்னாரில் காலடி வைத்தான்.

“சதோசா”அவனது நிரந்தர வேலைத்தளமாகியது. இப்பொழுது சொத்திராஜன் “சதோசா ராஜன்” என்ற கௌரவப் பெயரைப் பூண்டுகொண்டான். சொத்தி ராஜனுக்கு நெருக்கமான ரத்னவீர என்ற ஒரு ராணுவவீரன்

சதோசாவுக்குப் பொறுப்பாக இருந்தான். நகர் முழுவதும் அவனது பொறுக்கித்தனத்தைக் காட்டிக்கொண்டிருந்தான். போதையில் தன் 150 குதிரை வலுக்கொண்ட கவசாக்கி பீல்ட் பைக் மோட்டார் சைக்கிளை வேகமாகச் செலுத்திச் சிலரை சாகடித்தும் பலரை காயப்படுத்தியுமுள்ளான். பொதுமக்கள் அதைத்தட்டிக் கேட்கப் பயந்து கொண்டிருந்தனர். சொத்தி ராஜன் அவனுடன் சேர்ந்து இன்பமாகச் சவாரி செய்துகொண்டான். ரத்னவீர போலவே தன்னையும் எண்ணிக்கொண்டு மிகக் கீழ்த்தரமான செயலைச் சொத்தி ராஜனும் செய்தான். ஹேல்மட் அணிவதால் பொதுமக்கள் யாரையும் சரியாக அடையாளம் கண்டு கொள்ளச் சிரமப்பட்டனர். உயர் ரக வாகனங்களின் பாவனை இயக்கத்தைத் தவிர ஆமி, நேவியிடம் மட்டுமே இருந்தன. அதைவிட மீன்பிடித்தொழிலாளர்கள் பயன்படுத்தும் அவுட்போட் மோட்டர்கள். 15 குதிரை வலு வேகத்திலும் குறைவான வேகமுள்ள இயந்திரங்களை மட்டுமே மீனவர்கள் பயன்படுத்தவேண்டுமென்று இறுக்கமாக பணிக்கப்பட்டு இருந்தனர். இவை அனைத்தும் நேவியின் பாதுகாப்பிலே இருந்தன. நகரில் அடிக்கடி ஆங்காங்கே கைத்துப்பாக்கிச் சூட்டுச்சத்தங்களும், மிதி வெடிகளும், கைக்குண்டுச்சத்தங்களும் கேட்டவண்ணமே இருந்தன. நிலமை இவ்வாறு இருக்க "ரத்னவீர" பெண்கள் நடமாடும் பாடசாலை வீதிகளில் இறங்கி மாணவிகள், ஆசிரியர்கள் என்று பாராமல் அவர்கள் செல்லும் வழிகளில் கிண்டல் செய்வதும், மோட்டார் சைக்கிளில் இருந்தபடியே கால்களால் மாணவிகளின் புட்டத்தில் உதைத்தும், மோட்டார் சைக்கிளின் வேகத்தில் பிள்ளைகளின் உள்பாவாடை பறந்து அணிந்திருந்த உள்ளாடை நிறத்தைச்சொல்லி அடுத்த நாள் கேலி செய்வதுதான் அவனது பிரதானமான வேலையாக இருந்தன. இவனது அடாவடித் தனத்துக்குப் பின்னரே இங்கிலீஸ் கொண்வெண்ட் கன்னியாஸ்திரிகள் உடனடியாகப் பெண் பிள்ளைகளுக்கு உள்பாவாடைக்குள் இறுக்கமான "ரைட் சோட்ஸ்" அணியும்படி பெற்றோரை வலியுறுத்தினர்.

காற்றடிக்கும் காலங்களில் பயனுள்ள ஒரு உள்ளாடையாக "ரைட்சோட்ஸ்" இருந்தது. ஆனாலும் எரிக்கும் மன்னார் வெயிலுக்கு பெண் பிள்ளைகள் அந்தரங்க இடங்களில் உஷ்ணத்தை உணர்ந்தனர். இதனால் பிள்ளைகள் சிஸ்ரர்மாரின் காதுகளை எட்டும் வரை முணுமுணுத்தனர். இந்த விடயம்

குறித்து பெற்றோர்கள் பொலிசாரிடம் முறைப்பாடு செய்யத் தயங்கினர். சில மாதங்கள் உருண்டோடின. ஒரு பாடசாலை நாளன்று ஆஸ்பத்திரி,கொண்வென்ட் வீதியால் எஸ்பிலனட் வீதியை கடுகதியில் கடக்கும் போது ரத்னவீராவை நடு வீதியில் வைத்து நெற்றிப்பொட்டில் நேரு அம்மானால் பிஸ்டல் வெடி வாங்கி எஸ்பிலனட் வீதிக்கருகாமையில் பட்டப்பகலில் தூக்கி வீசப்பட்டிருந்தான். அவனது சடலத்தின் துண்டுகள் வீதியில் நாய்களால் குதறப்பட்டு இரண்டு நாட்கள் அல்ஹசார் மகாவித்தியாலய மைதானத்தில் கிடந்து நாறியது.

சொத்தி ராஜன் மன்னாரில் இருந்து தப்பித்து ஓடிக் கொழும்பில் தலைமறைவானான். சதோசாவின் கணக்கு வழக்கைப்பற்றியும் ரத்னவீர பற்றிய இரகசியங்களைத் தெளிவாக அறிந்த ஒரே ஜீவன் "சொத்தி ராஜன்" மட்டுமே. அவன் தப்பி தலைமறைவானது இயக்கத்துக்குப் பயந்தா? அல்லது சதோசாவில் கொள்ளையடித்த பல ஆயிரம் பணத்தைப் பதுக்குவதற்காகவா? இந்தக் கேள்வி ராணுவ உயர்மட்டங்களில் மட்டுமன்றி சாதாரண மக்களிடமும் எழுந்து இருந்தது. உயிரோடு இருக்கின்ற சொத்தி ராஜன் பற்றிய தகவலைச் சேகரிக்க இலங்கை இராணுவப்புலனாய்வு அதிகாரிகள் உற்சாகமாக செயற்பட்டனர். தலைமன்னார் வீதியில் அமைந்திருக்கும் "கமுதாவ" பொலிஸ் நிலையத்தினர் விசேடமாக களத்தில் இறங்கி வேலைசெய்தனர். சதோசா இன்று வரை இயங்காமல் பாழடைந்து கழுதைகளின் கூடாரமாக மாறிவிட்டது. ரத்னவீர கொல்லப்பட்ட அன்று காலை பேசாலையில் இருந்து சந்தேகத்துக்கு இடமான மூவர் சாறத்துக்கு உள்ளே அரைக்காற்சட்டை அணிந்து கொண்டு வந்ததாகவும் புலனாய்வுத்துறை பொலீசுக்குத் தகவல் கொடுத்து இருந்தது.

அன்று இரவு பொதுமக்கள் இராணுவத்தால் சரமாரியாகத் தாக்கப்பட்டு, புனித சவேரியார் ஆண்கள் கல்லூரி மைதானத்தில் நிறுத்தப்பட்டிருந்த பவள் வண்டியின் உள்ளே முகமூடி அணிந்த தலையாட்டி ஒருவனின் முன்னால் நிறுத்தப்பட்டனர். அவர்களிற் சிலர் கைது செய்யப்பட்டனர். கைது செய்யப்பட்டவருள் 'சாவற்கட்டு என் ரட்சகர்' ஆலய பாஸ்ரர் ஜீவரட்ணமும் அவரது மருமகன் ஆமோஸும் இருந்தது பின்னர் தெரியவந்தது. முகமூடி அணிந்து அவர்களைக் காட்டிக் கொடுத்துத் தலையாட்டியவன்

ஆமிக்காரனில்லை “சொத்தி ராஜன்” தான் என அழுத்தம் திருத்தமாகச் சிலர் கூறினர். சொத்தி ராஜனுக்கு இடது கால், வலது காலை விடச் சற்று சிறியதாக இருக்கும். தாண்டித்தாண்டி நடப்பான் எல்லாரும் “சொத்தி சொத்தி” என்று கிண்டல் அடித்ததால் பிற்காலத்தில் கனகசபை ராஜன் “சொத்தி ராஜனாக” அழைக்கப்பட்டான். சொத்தி ராஜன் என்றதும் அவன் கொஞ்சம் தொந்தரவுப்பட்டான். அதனாலேயே அவன் நடந்து திரிவதை தவிர்த்துக்கொண்டான். தாண்டி நடப்பது அவனது அழகுக்கு ஒரு குறையாக இருந்தது.

மன்னார் பொது வாசிகசாலைக்கு அருகில் சிறுவர் பூங்காவை அரச அதிபர் மார்க் திறந்து வைத்து நன்கு மாதங்கள் கழிந்த பின்னர் அதன் அருகில் ஒரு வேப்பமரத்தின் கீழ் ‘கார்ட் போட்’ மட்டைகளைக்கொண்டு செருப்புத்தைக்கும் கடையொன்றை சிக்கனமாக நாராயணன் நிறுவினார். அவரிடம் சொல்லி விசேடமாக உயரமான இடதுகாற் செருப்பொன்றைச் சரிக்கட்டினான். கடை முதலாளி நாராயணன் வெளியே செல்லும் போது முபாரக் என்னும் ஒரு சர்பத் வியாபாரி பொறுப்பேற்றான்.

முபாரக் கற்பிட்டியைப் பிறப்பிடமாக கொண்டவன். கற்பிட்டியிலிருந்து புறா வியாபாரம் செய்ய மன்னார் எருக்கலம்பிட்டிக்கு வந்து அங்கே தங்கி இப்போது பிள்ளை குட்டி என்று பல்கிப்பெருகிவிட்டான். சொத்தி ராஜன் முபாரக்குடைய கடையிலும் சர்பத் போடும் தொழிலை முறையாகக் கற்றுத்தேர்ச்சி பெற்றான். இன்று அவன் கொழும்பில் ஆமொர் வீதியில் ஒரு சர்பத் கடை போட்டு பிழைப்பை நடத்த முபாரக்கின் கூல் பாரில் வேலை செய்த அனுபவம் போதியதாக இருந்தது.கொழும்பில் சர்பத் வியாபாரத்துடன் கஞ்சாவைச் சைட் பிசினசாகச் செய்தான். சில காலங்களின் பின்பு மன்னாருக்கும் வவுனியாவுக்கும் கஞ்சா ஏஜென்சியாக உருவாகினான். இதற்குப் பின்புலமாக ஒரு முஸ்லீம் பாராளுமன்ற உறுப்பினர் இருந்ததாகச் சந்தேகம் இருந்தது. கஞ்சாக் கட்டுகளை அவரே இந்தியாவில் இருந்து தருவிப்பதாகத் தகவல் கசிந்தவண்ணம் இருந்தன. இயக்கம் கஞ்சாக்காரர் சிலரைக் கடத்தி வன்னிக்கு கொண்டு சென்று பங்கர் வெட்ட விட்ட சம்பவங்களும் நடந்தேறின. சொத்தி

ராஜன் கொழும்பில் "ராஜய மாத்தையா" என்ற பெயரில் அழைக்கப்பட்டான்.

ராஜயவுக்கு இப்பொழுது வயது இருபத்தேழு. அவன் தோற்றமும் மாறி ஒரு ஆட்டோவுக்கும் சொந்தக்காரனாகிவிட்டான். ராஜயாவின் அக்கா ஒருத்தி மன்னார் தரவாங்கோட்டைப் பகுதியில் வசிப்பதாக தகவல் கிடைத்தது. இடைக்கிடயே சிங்கள ஆக்கள் நீர்கொழும்பில் இருந்து விசைப்படகில் வந்து மீன் பிடித்தொழில் செய்ய ஆரம்பித்தனர். மீண்டும் சொத்தி ராஜனின் கால் மன்னார் கடற்கரை மண்ணில் ஆழமாக ஊன்ற ஆரம்பித்தது. அவன் மீண்டும் வந்தபோது பெரும்பான்மையான இராணுவம், பொலிஸ் சி.ஐ.டிக்கள் இடமாற்றலாகிச் சென்றதாகக் கூறப்படுகின்றது. சொத்தி ராஜன் இப்போது தொழிலை மாற்றிவிட்டான். அவனது குணங்குறிகள் சற்று மாறி தரவாங்கொட்டை சலீம் ஜீயஸ் உடன் தொடர்பு உண்டாகி அவனுக்கே எடுபிடியாக மாறினான். சில வருடங்களின் பின்பு புலிகளுக்கும் அரசாங்கத்துக்கும் சமாதான ஒப்பந்தம் வெகு விமரிசையாக ஏற்படுத்தப்பட்டது. சில வாரங்களில் இயக்கம் மன்னார் நகருக்குள் அரசியல் அலுவல்களைக் கவனிக்கவெனக் காலடிவைத்தது. அமுதாப் தலைமையிலான குழு மன்னார் பிரதான வீதியில் இருந்த ஒரு பேக்கரியை திருத்திவிட்டு தம் கொடியைப் பறக்கவிட்டு, தேசிய கீதத்தோடு அவர்கள் தமது பணியை ஆரம்பித்தனர். வெவ்வேறு இடங்களிலும் பணிகள் மும்முரமாக நடைபெற்றுக்கொண்டு இருந்தன. அந்தக்கால கட்டத்தில் சொத்திராஜன் மிகவும் செல்வச்செழிப்போடு வாழ்ந்தான். அவனுக்கு சலீம் ஜீயஸ் பக்க பலமாக இருந்தான்.

தலைமன்னார் வீதியை புனரமைக்கும் பணி சலீம் ஜீயஸ், ஹமீட் ஆகியோருடைய தலைமையில் மும்முரமாக நடைபெற்றுக்கொண்டு இருந்தது. அந்த ஒப்பந்த வேலை சொத்திராஜனுக்கு கிடைத்தது. நாட்கள் செல்லச்செல்ல சொத்தி ராஜன் அமுதாப், கவியாழன்,போன்ற இயக்கப் பொறுப்பாளர்களுடன் தொடர்புகளைப்பேணப் பழகிக்கொண்டான். முதன் முதல் மன்னாருக்கு இயக்கம் உத்தியோக பூர்வமாக காலடி வைத்த போது திருவிழா போல நகர் காட்சி தந்தது. அக்காட்சியை இராணுவத்தினர் உயரமான

பழைய கூட்டுறவுச்சங்க கட்டிடத்தில் இருந்து வீடியோ பதிவு செய்தது நினைவிருக்கின்றது. சொத்தி ராஜன் கொஞ்சம் கொஞ்சமாக இயக்கத்தின் காரியாலயங்களுக்கு வருகை தர ஆரம்பித்தான். இயக்கத்துக்கும் சொத்திராஜனுக்கும் இடையிலான அன்னியோன்ய உறவின் பலத்துக்கு பின்னால் வரலாற்றுச் சம்பவமும் ஒன்று உள்ளது. போர் நிறுத்த ஒப்பந்தத்துக்கு பின்பு மன்னார் நகருக்குள் அரசியல் நடவடிக்கைகளுக்கு என போர் நிறுத்தக் கண்காணிப்புக் குழுவின் மேற்பார்வையின் கீழ் வருகை தந்து தமது அரசியல் நடவடிக்கைகளில் தீவிரமாக செயற்படத்தொடங்கினர்.

எங்கும் உணர்ச்சிப் பொங்கல் தீவிரமாகப் பரவி பல ஏரியாக்களுக்கு விஸ்தரிக்கப்பட்டு இருந்தன. வாரத்தின் முதல் நாள் இயக்கத்தின் மகளிர் அமைப்புக்குப் பொறுப்பான தமிழினி வன்னியில் இருந்து ஹொண்டா சீஜீ 125 ரக மோட்டார் வண்டியில் இன்னொரு இயக்கப் பொட்டையுடன் உயிலங்குளம் வழியாக மன்னார் நகருக்குள் புக முற்பட்ட வேளை இடையில் போர் நிறுத்தக் கண்காணிப்புக் குழுவின் முகாமைத்தாண்டி இராணுவத்தின் கட்டுப்பாட்டுக்குள் தடுத்து நிறுத்தப்பட்டு பல மணி நேரங்கள் விசாரித்துக்கொண்டிருந்தனர். இயக்கப் பொட்டைகள் இருவரும் துப்பாக்கி, பிஸ்டல், வெடிகுண்டு, தோட்டா, சைனட் என்று எதுவும் தங்களிடம் வைத்து இருக்கவில்லை. ஆயினும் தடுத்துவைத்தது போர் நிறுத்த உடன்படிக்கைக்கு முரணானது என எல்லாப் பத்திரிகைகளும் தலைப்புச்செய்திகளில் எழுதியிருந்தன. ஆனால் அவர்கள் தடுக்கப்பட்டதற்கான காரணம் சொத்திராஜன் மூலமே புலிகளுக்கு அறிவிக்கப்பட்டது. சொத்தி ராஜன் சிங்களத்தில் தேர்ச்சி பெற்றவன். அவன் ஏதோ தேவைக்காக கருங்கண்டலுக்குச் சென்று வரும் வழியில் இயக்கப்பொட்டைகளின் பிரச்சனை நடந்துகொண்டு இருந்தது. தமிழினியும் மற்றப்பொட்டைக்கும் சொத்திராஜன் தான் அந்த நேர மொழிபெயர்ப்பாளன். அன்றில் இருந்து சொத்தி ராஜன் சற்று உயர்வாக மதிக்கப்பட்டான். ரைகஸ் பெட்டைகள் இடுப்பில் இடுப்புப்பட்டி அணிந்திருந்தது தான் காரணம் என்று அவனால் அறியப்பட்டது.

இடுப்புப்பட்டியும் போர் ஆயுதமாம். இராணுவ பிரிகேடியர் சம்பத் கெக்கடுவ கண்காணிப்புக்குழுவிடம் தெரிவித்துள்ளார்.

ஆனாலும் சொத்திராஜன் எப்படியான தந்திரம் அறிந்தவன். அவனது பழைய வாழ்க்கையை இயக்கப் பொடியள் அறியாமலாவிட்டார்கள்? வேடிக்கைதான். ஒருவேளை விதானைமாரின் நற்சான்றிதழும் இயக்கத்துக்குக் கிடைச்சு இருக்கலாம். திடீரென்று ஒரு வெள்ளிக்கிழமை நாள் பார்த்து சொத்தி ராஜன் ஒரு பெண்ணைத் திருமணம் செய்திருந்தான். அந்தப்பெட்டையை நேவிக்காரன் காணிவேலுக்கு ஒரு முறை கூட்டிக்கொண்டு போனதாகச் சிலர் கூறித்திரிந்தனர். அவனது இருப்பு கோந்தப்புட்டிக்கு மாறியது. முஸ்லீம்கள் பூர்வீகமாக வாழும் கோந்தைப்பிட்டியில் சில தமிழ் மீனவர்கள் வாடி போட்டுத் தொழில் செய்தனர். பின்னர் வாடிகள் சிறிய கொட்டில் வீடுகளாயின. கொட்டில்கள் தகரக்கொட்டில்களாக மாறியதால் இரு சமூகங்களுக்குமிடையில் பிரச்சினை மூண்டது. கோந்தைப்பிட்டியில் எழுந்த தமிழர்களது திடீர் வீடுகளுக்குக் காரணம் ஒரு தமிழ்ப் பாராளுமன்ற உறுப்பினர் என்ற தகவல் வெளிவந்தது. சில முஸ்லிம் புத்திஜீவிகள் அரசியல்வாதிகள் விடயத்தை வன்னிக்கு அறிவித்த போது அரசியல் துறை பொறுப்பாளர் சுப.தமிழ்செல்வன் இந்த விடயத்தைத் தமது அரசியல் சாணக்கியத்துடன் மாவட்ட விளையாட்டு அணியை கௌரவிக்கும் நோக்கில் மன்னாருக்கு சென்ற தளபதி சொர்ணம், பாப்பா குழுவினரிடம் விடயத்தை தெளிவுபடுத்தி அவர்கள் மூலம் பிரச்சனையை முடிவுக்குக்கொண்டு வந்தார்.

மன்னார் வந்த தளபதிகளுடன் பொதுமக்கள் புகைப்படம் எடுத்தனர். தளபதிகளுக்கு அதில் ஆர்வமில்லை என்றாலும் மக்களின் விருப்பத்தை நிறைவேற்றத்தவறவில்லை. மக்களோடு மக்களாக சொத்திராஜனும் குறுக்காலே நின்று சில புகைப்படங்களை எடுத்து மகிழ்ந்துகொண்டான். 2003ல் பொங்கு தமிழ் ஏற்பாடுகள் தயாராயின. தமிழரின் ஒற்றுமை உலகத்தை உலுக்கவேண்டுமென்பதுதான் தமிழ் மக்களுடைய விருப்பமும் இயக்கத்தின் விருப்பமுமாக இருந்தது. சுயநிர்ணய உரிமை முக்கியமானதாகவும் அது தமிழ் மக்களுடைய ஒட்டுமொத்தக் குரலாகவும் ஒலிக்கவிடவேண்டும் என்பதுதான் விசயம். முத்தரிப்புத்துறையை இயக்கமும் தமிழ் எம். பி.க்களும் ஏனைய தமிழ் அமைப்புகளும் ஒன்றிணைந்து மக்கள் பேரணியொன்றை தயார்ப்படுத்தினர். மன்னார் பொது விளையாட்டு மைதானத்திலிருந்து பேரணி ஆரம்பமானது.

பாடசாலை மாணவர்கள் எல்லோரும் வரிசையாகச் சீருடை அணிந்து புலிக்கொடி பிடித்தனர். பஸ்களும் தட்டி வான்களும் வரிசை வரிசையாக மன்னார் பாலத்தைக்கடந்து வங்காலை வழியாக முத்தரிப்புத்துறையை நோக்கி நகர்கின்றன. இதற்கிடையில் உணவு, தண்ணீர்ப்பந்தல் என பல்வேறு தேவைகளும் இருந்தன. பல லட்சகணக்கானவர்கள் ஒருமித்துக் கூடுமிடம் உணவுப்பிரச்சனை வரக்கூடாது என்று இறுக்கமான கட்டளை வன்னி மேலிடத்திலிருந்து கிடைத்தது . சொத்தி ராஜன் எப்படியோ தேநீர்க்கடைகளை நடத்தும் உரிமத்தை வாங்கிவிட்டான். யார் உதவி செய்தார்கள் என்று தகவல் இல்லை.

சொத்தி ராஜன் சிறந்த வீச்சு ரொட்டிக்காரன். எத்தனை கிலோ மாவிலும் ரொட்டி செய்து குறித்த நேரத்துக்குள் தன் வித்தையை முடித்துக்காட்டுவான். குறித்த நாள் முத்தரிப்புத்துறை விழாக்கோலம் பூண்டது. எங்கும் மஞ்சள் சிவப்பு வர்ணக்கொடிகள் அசைந்தாடின. வீதியின் இரு மருங்கிலும், நிகழ்வு இடம்பெற இருக்கும் மைதானத்துக்கு எதிர்ப் பக்கம் முத்தரிப்புக் கடல் இணைந்து இருந்தது. கடலின் நடுவில் பெரிய கப்பல் நிறுத்தப்பட்டு சிவப்பு மஞ்சள் நிறங்களால் அலங்கரிக்கப்பட்டிருந்தது. வீரச்சாவடைந்த வீரர்களது உருவப்படங்கள் தாங்கிய கப்பல் ஆழமில்லாத கடல் நீரில் மிதந்து கொண்டு இருந்தது. ஒலி பெருக்கியில் எழுச்சிப்பாடல்கள் இசைக்கப்பட்டு அதன் ஒலி முத்தரிப்புத்துறையை அண்டிய ஊர் வரை எழுச்சியின் உச்சிக்கு கொண்டு சென்றது. சில அரசியல் வாதிகளும், தமிழ் ஆர்வலர்களும் முதலில் ஒலிபெருக்கியில் தமது உரையை நிகழ்த்தினார்கள்.

வெய்யில் எரிந்துகொண்டிருந்தது. ஆங்காங்கே தண்ணீர்ப்பந்தல் போட்டு அதில் சேவை செய்து கொண்டு நின்றனர் சில இளவட்டங்கள். அதில் சொத்தி ராஜனும் ஒருவன். சனத்துக்கு பசி குடலைத்தின்ன கொஞ்சம் கொஞ்சமாக மக்கள் கடைகளை நோக்கி நகர ஆயத்தமாயினர். சொத்தி ராஜன் ரொட்டிக்கடையில் ரொட்டி கொத்தும் சத்தம் எழுச்சிப்பாடல்களை ஊடறுத்துக் காதுகளை வந்தடைந்தது. சில இயக்கப் பொடியள் வந்து கடைகளை நோட்டமிட்டனர். கடைக்காரர்கள் இயக்கத்திடம்

குறைந்த விலையில் உணவுப்பொருட்களை வாங்கி வியாபாரம் செய்தனர். சொத்தி ராஜன் யாரையோ பிடித்து பல ஆயிரக்கணக்குப் பெறுமதியான பொருட்களை இயக்கத்தின் களஞ்சியத்தில் இருந்து பெற்றுக்கொண்டான். இறுதியில் வந்த இலட்சக்கணக்கான மக்களுக்கு உணவு சரியாக கிடைக்காமல் சனங்கள் சோர்ந்து விழுந்ததாகப் பல அமைப்புகள் விசனம் செய்தன. சொத்தி ராஜன் ரொட்டிகளை பச்சை பச்சையாக விற்று முடித்தான். அவற்றைத் தின்றவர்கள் வாந்தியுடனும், வயிற்றுப்போக்குடனும் காட்டுப்பற்றைகளைத் தேடி ஓடியதாக பொதுமக்கள் விசனப்பட்டனர். தகவல் பொறுப்பாளரின் காதில் சென்றடைய சொத்திராஜன் கிடைத்த பல ஆயிரம் ரூபாய்களுடன் தலைமறைவு ஆகினான். இயக்கம் வலைபோட்டுத் தேடியும் ஆள் கிடைக்கவில்லை.

இனி என்கதை...

செக்கோஸ்லாவியா வழியாக களவாக பிரான்சுக்குள் புகுந்து இன்றோடு 17 நாட்கள் ஆகிவிட்டன. ஐரோப்பாவுக்குள் என்னை கார் மூலம் கடத்தி வந்த செல்வம் என்ற செல்வராசா அண்ணை பிரான்சுக்கு வந்து 22 வருசம் என்று, இரவு மேற்கட்டில் குணா அண்ணை சொன்னவர். காலையில் நாங்கள் குடியிருக்கும் றிப்பப்பிளிக் அவனியூவில் ஏதோ தீப்பற்றி எரிந்ததாக தகவல். அம்புலன்ஸின் அபாய ஒலியில் அதிகாலையே துடிச்சுப்பதைத்து எழும்பி கட்டிலில் உட்கார்ந்து யோசிச்சுக்கொண்டிருந்தேன். போன வாரம் எனது பிறப்புச் சான்றிதழ்ப் பத்திரத்தை அம்மா அனுப்பி வைச்சவ. கச்சேரியில் ஒரு கொப்பிக்கு 100 ரூபாய் அறவிட்டார்களாம். இரண்டு கொப்பிகள் அதிவேகப் பார்சல் சேவையில் எனக்கு வந்து சேர்ந்தன.

“தம்பி இண்டைக்கி மொழிபெயர்ப்பாளரிடம் போகவேணும்” என்று குணா அண்ண சொன்னவர். என்னுடைய கையில எந்த பத்திரமும் இல்லை. மனதுக்குள் அச்சம் முளைத்தது. “வீடு வாசல வித்துப்போட்டு பிரான்சுக்கு வந்தனான். வரேக்க முப்பது நாப்பது கிலோச்சாமான் விமானத்தில ஏத்தினாங்கள். பிரான்சுக்கு வந்து இறங்க என்ர கையில ஒரு பிஸ்கட் பக்கட்டும் ஒரு ஒரேஞ்ச் யூஸ் போத்தலும்தான் மிஞ்சினது அண்ணே” என்றேன்.

"பிரான்சுக்குள்ள இறங்கிட்டீர் தானே. இனி என்ன ஒண்டு ரெண்டு வரியத்தில ஒரு வீடு என்ன ரெண்டு வீடும் கட்டிடலாம் மற்ற நாடுகள் போல இல்ல தம்பி பிரான்ஸ். ஊரில இருக்கிற மாதிரி இருக்கலாம். ஒருக்கா லாச்சப்பலுக்கு போனால் திரும்பி வரமாட்டீர்" எண்டு சொன்னார். அண்டைக்கு இரவு எனக்கு ஒண்டும் பிடிபடவில்லை. கட்டிலில் இருக்கும் போது கையில ஒரு பிளாஸ்டிக் கப் நிறைஞ்ச பிளேண்டி கொண்டு வந்து கொடுத்தார் குணா அண்ணை. பசி வயிற்றைக் குடைந்து கொண்டு இருந்தது. வாயால கேக்க வெக்கமா இருந்தது.

"தம்பி இங்கயல்லாம் காலமச்சாப்பாடு சாப்பிடுறது இல்லை. ஒரு விசுக்கோத்தைக் கடிச்சுப்போட்டு வேலைக்கி கிளம்பவேண்டியதுதான். வேலை செய்யேக்கை அப்பப்ப ரெஸ்ரொறண்ட்ல வெட்டேக்க இறைச்சிய கிறைச்சிய வாய்க்குள்ள போட வேண்டியதுதான். அதோட சரி. சில ரெஸ்ரொறண்டில சாப்பாடு கிடைக்கும் அவங்கள் புண்ணியம் செய்து வைச்சவங்கள்" என்று சொல்லி முடிச்சுவிட்டு இரு கேக் துண்துகளைப் பிரித்து எனது கைகளில் திணித்தார். நான் என்னுடைய சில கோப்புகளை எல்லாம் எடுத்து ஒரு பைக்குள் வைத்தேன். இணையத்திலிருந்து தரவிறக்கம் செய்த சில படங்களையும் சேகரித்து ஒன்றாக்கினேன். அதற்குள்ளே குணா அண்ணன் முகத்தைக்கழுவி விட்டு வெளியே வந்தார். நான் படார் எனச் சன்னலைத்திறந்தேன். வெயில் சுள் என்றது.

"சா... நல்ல வெயில் தம்பி ஜக்கட் தேவையில்ல சனிக்கிழமை லாச்சப்பல் புள்ளா நம்மட சனமாத்தான் கிடக்கும் வந்து பாருமன்" என்றார். நான் காலுக்குள்ளே சப்பாத்தைச் சொருகினேன். குணா அண்ணன் லிப்ட் பட்டினை அழுத்தினார். லிப்ட் 18 வது மாடியில் இருந்து 13 வது மாடிக்கு "டொமார்" என வந்து நின்றது. ஒரு பிரெஞ்சு மனிசி ஒரு குட்டி நாயுடன் லிப்டுக்க ஏறினாள். நாய்க்குட்டிக்கு கண் எங்கே வாய் எங்கே என எனக்கு பிடிபட இல்லை.

"போன்சியூர் மிஸ்யூ" என்றா கிழவி. பதிலுக்கு குணா அண்ணையும் திருப்பிச்சொன்னார். கிழவி என்னைப்பார்த்து சிரிச்சா. நானும் சிரிச்சேன். ஐந்து நிமிடங்கள் நடந்து சென்று இருக்கவேண்டும். ரயில் நிலையம் வந்துவிட்டது என்றார். குணா அண்ணன் தன்னிடம் இருந்த மட்டை ஒன்றைக்காட்டி

“தம்பி என்னோடை உள்ளுக்கை வாரும்” என்றார். வெருண்டுகொண்டு கம்பிகளைத்தாண்டி வெளியே வந்து ரயில் ஏறினேன். சிறுவயதில் ரயிலில் ஒருமுறை தான் ஏறி இருக்கின்றேன். இன்றுதான் இரண்டாவது தடவை ஏறுகிறேன்.

“தம்பியான் கார் து நோர்ட் வரை போகவேணும். மஜந்தா என்றும் சொல்லுவினம் பரிசின்ரை முக்கியமான இடம் பாத்துக்கொள்ளு” நான் பள்ளிக்கூடப்பிள்ளை போல தலை ஆட்டினேன். ஒலிபெருக்கியில் பிரெஞ்சில் ஏதோ அறிவித்தல் விடுக்கப்பட்டது. அண்ணன் நல்லா பிரெஞ்சு கதைபேர் போல நினைக்கிறன். அறிவித்தல் கிடைச்சவுடனை உடனுக்குடனை தமிழில் விளக்கம் சொன்னார்.

“தம்பி இங்கிலிஸ் கதைப்பீரோ”

“ஓம்” என்று தலையை ஆட்டினேன்.

“நல்லதா போச்சு அப்புடி எண்டால் வலு கெதியா பிரெஞ்சு புடிச்சுவிடுவீர். ஒண்டையும் யோசிக்க வேண்டாம் எல்லாம் வெல்லலாம்” என்கிறார்.

“தம்பி ஒடிவாரும் எனக்கு முன்னால நில்லும் ரிக்கட் அடிக்கிறன்”

அங்கே இங்கே சுத்திப்பாத்தார் குணா அண்ணன். எனக்கு பயம்பிடிச்சு போச்சு. எனக்கு ஒண்டும் பிடிபட இல்லை.

“நீலக் கோட் போட்டு யாரும் நிக்கிறினமே பாரும்”

“இல்லையண்ணை ...”.

லிப்ட் கண்ணாடிப்பெட்டிக்குள் சனம் முண்டியடிச்சு ஏறினதுகள். குணா அண்ணன் என்னை இழுத்து உள்ள விட்டார். லிப்ட் வேகமாக மேற்றளத்தை அடைந்தது.

ஒரு பெருமைச்சிரிப்போடு “தம்பி நீர் இப்ப லாச்சப்பல் வந்திட்டீர்” என்றார்.

“தம்பி இந்த இடம் இப்ப தமிழாக்கட கோட்டை. இதுக்கு பின்னால ஒரு விசயம் இருக்கு”.

என்னதான் இருக்கும் என்று அப்பாவியாக அவரைப்பார்த்தேன்.

"ஆபிரிக்கனும் பிரெஞ்சுக்காரனும் வைச்சு இருந்த கடைகளையெல்லாம் நம்மட தமிழாக்கள் வெத்தில துப்பித்துப்பி எழும்பி ஓடவச்சிட்டாங்கள். இப்ப பாரும். முழு யாழ்ப்பாணத்தானும் இங்கதான் வாழுறாங்கள்" என்று கூறிக்கொண்டு ஒரு நக்கல் சிரிப்பொன்று சிரிச்சார்.

தூரத்தில் கும்பலாய் ஒரு கூட்டம் நின்றது. நாங்கள் அதை நெருங்கிக்கொண்டோம். அது தமிழ்ச்சனம் தான். அதற்கு அருகில்த்தான் ரான்சிலேட்டர் வாசுதேவன் இருக்கிறாராம்.

கூட்டத்தை நெருங்க நெருங்க சலசலப்பை உணர்ந்த வண்ணம் இருந்தேன். ஒரு புத்தகக்கடைக்குள் நுழைந்தோம். அங்கே சண்டையில இறந்துபோன இயக்கப்பெடியங்கட புகைப்படங்கள் தொங்கவிடப்பட்டு இருந்தன. கல்லில் செதுக்கிய ஒரு பிரமாண்டமான வீரனின் உருவம் சிலையாய் நின்றது. வன்னிப் போராட்டம், மீட்பு, சனம், இயக்கம் என்ற வார்த்தைகள் மட்டுமே கடையை நிறைத்து இருந்தது. துடிப்பான இளைஞர்கள் உற்சாகமாகச் செயற்பட்டுக்கொண்டு இருந்தார்கள். ஒரு பொடியன் தகர உண்டியலை மேசை மீது கொண்டு வந்து வைத்தான். சூழ நின்ற எல்லோரும் கைகளில் இருந்த 10 யூரோ 5 யூரோ நோட்டுகளால் அந்த உண்டியலை நிறைத்தனர். அங்கே நின்றவர்களில் பெரும்பான்மையானவர்கள் இயக்கத்தில் இருந்தவர்கள் என்பதை காணும்போதே புலப்பட்டது. இடையில் ஒரு வயதான சிவலையர் குறுக்கிட்டு உண்டியலில் பணம் போடாதவர்களைக் குறித்து விசனப்பட்டார்.

"இத்தனை போராளிகள் தமிழீழத்துக்காகச் செத்துப்போட்டாங்கள். எத்தனை சனங்கள் வீடு வாசல் இல்லாமல் பட்டினி கிடக்குதுகள். உங்கடை பங்குதான் என்ன?"

"செத்த போராளிகளுக்கு பிண்டம் கரைக்கயே வந்தனீங்கள்? தமிழனாய் பிறந்தால் சூடு சுறணை வேணும். மயிரா புடுங்கிறீங்கள் இங்க வந்து புண்டை மக்களே.."

திடீரென ஒரு வாலிபன் கிழவன் முகத்துக்கு நேராகப்பாய்ந்து,

"மயிராண்டி நீ என்ன கத்துறாய்? 30 வருசம் பிரான்சுக்கு வந்து ஒரு நாள் போய் வன்னியப் பாத்திருப்பியே? முள்ளிவாய்க்கால் எங்க இருக்கு எண்டு தெரியுமே? மயிராண்டி இங்க வந்து

பூ★★★★ கதை கதைக்கிறாய். சிங்களவனோடை நேர நேர சண்டை போட்டு காயங்களோட நாட்டை விட்டு வந்து அனுதினமும் சனத்த நினைச்சு செத்துக்கொண்டு இருக்கிறம் கிழட்டுப்பயல் எங்களப்பாத்து இந்தக்கதை கதைக்கிறான். சேற்கிற காசில வயிறு நிரப்புற நீ எல்லாம் தமிழீழத்தப்பற்றி கிளாசோ எடுக்கிறாய்? மண்டைல போடுவன் பாக்கிறீயா மசிராண்டி?" பற்களை நறும்பிக்கொண்டு கண்களை மேலும் கீழும் உருட்டிக்கொண்டு இன்னும் ஒருவன் பாய்ந்தான். கடை முழுதும் பெரிய அடிபாடாய் போச்சு. நான் தள்ளிப்போய் ஒரு மூலையில் நின்றேன். பொக்கட்டில் கிடந்த 2 யூரோவை எடுத்து கையில் பார்த்துவிட்டு மீண்டும் பொக்கட்டுக்குள் போட்டேன்.

திடீரென பழுப்புநிறவேட்டியுடன் ஒரு வயதானவர் தோன்றி, "டேய் தம்பிகளா பொறுங்கோ அண்ணன் வாறார் சண்டை பிடியாதையுங்கோடா"

அந்தக் கடை மயான அமைதியானது. சிலர் வாயிலைத்தேடி ஓடினர். வீதியில் நின்ற சனங்கள் ஒதுங்கினர். சலசலப்பில் 'ராபட்' என்ற பெயரைப் பலர் உச்சரித்தனர். யார் அந்த 'ராபட்' அவரைப்பார்க்க நானும் ஆவலாய் நின்றேன். சுவிஸ் நாட்டு இலக்கத்தகட்டுடன் ஒரு கருப்பு நிற "பீ.எம்.டபிள்.யூ" கார் வந்து வாயிலில் நின்றது. கதவுகளைத் திறக்க இருவர் ஓடினர். காரின் கறுப்புக் கண்ணாடி மெதுவாய் இறங்கியது. உள்ளே "மாங்கிளியும் மரங்கொத்தியும்" செல்லப்பாவுடைய பாடல் ஒலித்துக்கொண்டு இருந்தது. பூமா சூவுடன் ஒருவன் லாச்சப்பல் வீதியில் காலடிவைத்தான். "அவர்தான் அண்ணன் ராபட். கடைசி வரை ஆமியோடு சண்டை புடிச்சவராம். மன்னார் மாவட்ட தளபதி விக்டருக்கு அறிமுகமானவராம். நிறைய தளபதிமாரோட அவர் எடுத்துக்கொண்ட போட்டோக்கள் அண்மையில் வெளிவந்தன. கடைசியாக ஈழமுரசு பேப்பர்லயும் வந்தது தெரியுமா...."

பக்கத்தில் நின்ற ஒருவன் யாருக்கோ காதுக்குள் ஓதிக்கொண்டிருந்தான். அவர் ஒரு காலைத் தரையிலே ஊன்றி மறுகாலை வண்டியிலிருந்து வெளியே இழுத்தெடுத்தார். அவரைக்கண்டவுடன் அதிந்துபோனேன். நெற்றிப்பொட்டில் வெடி விழுந்தாற் போல் மூளை கலங்கிக்கொண்டிருந்தது.

இந்த உருவத்தை எங்கோ முதலில் கண்ட நினைவுகள் சடக் என்று நினைவு வந்தது. அதே சொத்திக்கால். அது சொத்தி ராஜனேதான் என்று உறுதிப்படுத்தினேன் “அட சைக் இவன் இங்கை எப்படி?” ஒரு நொடியில் தலைசுற்றிப்போனது. பின்னால் இருந்த கதிரையில் விறைத்துப்போய் அமர்ந்தேன். நினைவுச்சுழிகள் மன்னார் நகரை நோக்கிப் பின்னிழுத்தது. யாரோ ஒருவர் எனது பெயரை விழித்தது போலவுணர்ந்தேன். “தம்பியான் இங்க பாரு” குணா அண்ணன் கையில் இருந்த பைலை உருவி எடுத்தார். நான் உணர்வற்றவனாய் சுவரோடு சாய்ந்து கிடந்தேன். ஒரு வாகன கோர்ன் சத்தம் பலமாய் கேட்டு தூரத்தில் மறைந்தது.

•••

முற்பணம்

அல்பேர் கெம்யூ சுற்றுவட்டாரத்தில் மிஸ் லூனாவை அறியாதவர் யாரும் இருக்க முடியாது. அவளது உருவத்தையும், நிறத்தையும் வாட்ஸாப்பில் பார்த்த போது அத்தான் வானம் வரை துள்ளிக்குதித்தார். வளுவளுப்பான சாம்பல் நிறம் கொண்ட அவளது மேனியின் நெஞ்சுப்பகுதியில் வெள்ளை நிறத்தில் வர்ணம் தெளித்தது போல அழகான மேனி. பார்க்க அவளுக்கு எடுப்பாக இருக்கும். பிரகாசமான கண்களிரண்டும் நீல நிறம். மூக்கு சிவப்பு நிறத்தில் முசுமுசு வென்றிருக்கும். பிரெஞ்சுக்காரர் அதை ரெட் நோஸ் என்பார்கள். நன்கு வளர்ந்து உறுதியான விரிந்த நெஞ்சுடன் முன்னங்கால்களை நேராக வைத்து நிமிர்ந்து நின்றால் ஒரு திறன் மிக்க போர் வீரனைப்போல காட்சி தருவாள். பழக்கம் இல்லாதவர்கள் அவளைக்கண்டு பயந்து ஓடுவார்கள். அதுவும் இருட்டில் அவளது கண்கள் மனிதரை மயக்கும் வல்லமை கொண்டன. அமெரிக்கன் ஸ்டாப் புல் டெரியர் வகையை சேர்ந்த நாய் இனங்கள் சண்டைக்காக மனிதர்களால் உருவாக்கப்பட்டவை என ஆய்வுகள் சொல்கின்றன. அமெரிக்கா மற்றும் லத்தின் அமெரிக்க நாடுகளில் மிக பிரபலமானவை. நான் அவளை

நாய் என்று விளிப்பதில்லை. ஒரு கிறிஸ்துமஸ் தினத்தன்று வாய் தவறி நாய் என்று சொன்னதால் வீட்டில் பெரிய யுத்தம் மூண்டது. பாதியில் கிறிஸ்மஸ் இரவு உணவும் நாசமாகப் போனதும் நினைவிருக்கின்றது.

மிஸ் லூனாவை என் கணவருக்கு காண்பித்து "இதை அடொப் செய்வோமா? என்று கேட்டபோது எந்த மறுப்பும் இல்லாமல் "ஓ எஸ்" அவளை எப்படியாவது நம்முடைய வீட்டுக்கு கூட்டி வந்து நம்மோடு வைத்திருக்க வேண்டும் என்று தன்னுடைய விருப்பத்தைத் தெரிவித்தார். இது சம்பந்தமாக என்னுடன் பணிபுரியும் நண்பியுடன் கதைக்க வேண்டும் என்று தெளிவாக சொன்னேன். அவர் சும்மா இருந்த பாடில்லை இரவு தூங்கும் போதும் புசத்தத் தொடங்கிவிட்டார். வேலை முடிந்து வந்ததும் கட்டிலில் இருந்த படியே நாய்களின் வீடியோக்களில் அமெரிக்கன் ஸ்டாப் இனங்களைப் பார்த்து விபரங்களை ஒரு குறிப்புப் புத்தகத்தில் எழுதிக்கொண்டிருப்பார். அவை செய்யும் சாகசங்களை நேரகாலம் பாராமல் எனக்கும் வற்புறுத்திக் காண்பிப்பார். இப்படித்தான் யூடியுப்பில் ஒரு காணொளியைக்கண்டேன். ஜீப் ரக வாகனத்தை ஒரு நாய் தன் கூரிய பற்களால் கடித்து தன் மொத்தப் பலத்தையும் ஒன்றிணைத்து இழுத்துக்கொண்டு வீதியில் செல்வதையும் பார்வையாளர்கள் நிகழ்வைக்கண்டு ஆர்ப்பரிப்பதும் புகைப்படக்காரர்கள் முண்டியடித்து புகைப்படம் எடுப்பதுமாக அந்த இடம் ஒரு சாகச மேடைபோல காட்சி தந்தது. அந்தக் காணொளியைப் பார்த்த பின்பு ம்ம்.. சூரர்கள் அசாத்திய சக்தி கொண்டவர்கள் என நான் ஏற்றுக்கொண்டேன். வீடுகளை பாதுகாப்பதும் குழந்தைப் பிள்ளைகளோடு தன் சகோதரனைப்போல விளையாடுவது என்று அதன் நற் பண்புகளை அத்தான் காண்பித்தார்.

"ஐயோ அத்தான் இங்க பாருங்க சும்மா எடுத்த எடுப்பில அந்தரப்பட்டு நாங்கள் அடப்ட் செய்ய விருப்பம் என்று சொல்லக்கூடாது. அப்படிச் சொன்னால் நம்முடைய ஸ்டேட்டஸ் என்னவாகிறது? ஆப்பிஸில அவள் எல்லாருக்கும் சொல்லி என்ர மானத்தை வாங்கி விடுவாள். எதோ இலவசத்துக்கு அலையிற ஆக்கள் எண்டு நினைப்பாளுகள் கொஞ்சம் பொறுங்கள்!" என்று எனது கணவனை ஆறுதற்படுத்தினேன். சில வருடங்களின்

முன்பு எங்களுடைய வீட்டில் வளர்த்த ஓர் அழகான போர்டர் கொலி வகை நாய் காணாமலே போய்விட்டது.

இரவு பகலாக நாங்கள் தேடியும் அது கிடைக்கவில்லை. முகநூல், வாட்ஸாப் என்று சமூக ஊடகங்களில் பதிவிட்டுத்தேடினோம். அது போதாதென்று மேஜரின் உருவம் பொறித்த நோட்டிஸ்களை லாச்சப்பலில் மனோ அண்ணனிடம் விடாப்பிடியாய்ச் சொல்லி அச்சடித்துக்கொண்டு வந்து இங்குள்ள மின்கம்பங்கள், நகரில் மக்கள் நடமாட்டம் நிரம்பிய இடங்களில் உள்ள விளம்பர பகுதிகள், மிருக வைத்திய நிலையங்களென அனைத்து இடங்களிலும் ஒட்டி விட்டார். அதிகாரிகளிடம் தவறாமல் தனது தொலை பேசி இலக்கத்துக்கு தொடர்பு கொண்டால் உரிய சன்மானம் தருவதாகவும் வாக்கு கொடுத்துவிட்டு வந்தார். துயரம் தோய்ந்த முகத்தோடு வீட்டுக்கு வந்து சேர்ந்த அத்தான் நேராக அவனது அறைக்குச் சென்று அவன் படுத்துறங்கிய கருப்பு நிறத்தில் அழகாக எம்பிராயிடு செய்த வட்ட வடிவப் பஞ்சு மெத்தையின் மேலல் அமர்ந்து அவன் கடித்து விளையாடிய விளையாட்டுப் பொருட்களை கையில் வைத்து அழுத்தியபடி மேஜரை இறுதியாக அடைத்துவைத்த கம்பிக்கூட்டை கவலையோடு வெறித்துக்கொண்டிருந்தார். அந்த காட்சிகளைப் பார்த்த போது உடைந்து அழுதுவிட்டேன். அவரைத் தேற்ற முயற்சித்துத்தோல்வியடைந்தேன். அவன் கடத்தப்படுவதற்கு முந்திய அந்த இறுதி நிமிடம் வரை எங்களது வீட்டைப் பாதுகாக்கும் தனது கடமையைத் தவறாமல் செய்துகொண்டுதான் இருந்தான். அவனது குரைப்பில் எழுந்துவிட்டார் என்றாலும் நடக்கப்போகும் இழப்பைப்பற்றி எள்ளளவும் அறிந்திருக்கவில்லை. அவன் குப்பை லாரியைப்பார்த்துக் குரைக்கும் போது அவனது அசைவு தெரு விளக்கின் வெளிச்சத்தில் நிழலாக தாயறைச்சுவரில் தெரிவான். அத்தான் அரைத்தூக்கத்திலும் அதைப்பார்த்துவிட்டுத்தான் உறங்குவார். அன்றும் அதுதான் நிகழ்ந்ததாக அவர் கண்கலங்கியபடி சாட்சி சொன்னார். அன்று அதிகாலையே சென்று போலீஸ் அதிகாரியிடம் முறைப்பாடு செய்து விட்டு வந்தோம். அவர்கள் அறிவிக்க வேண்டிய இடங்களில் எல்லாம் அறிவித்து இருந்தார்கள். குறித்த நாளில் எங்கள் சுற்றுவட்டத்தைச் சுத்தம் செய்த இளைஞர்கள் மீதுதான் சந்தேகம் எழுந்தது. கழிவுகளை

ஏற்றும் வண்டி எங்களது வீதியைக் கடந்த பின்பு மேஜரின் சத்தம் வெளியில் வரவில்லை.

அத்தான் பிரிவின் கவலையில் வாடிப்போனார். ஒழுங்காகச் சாப்பிடுவதில்லை என்னுடன் ஒழுங்காகப் பேசுவது கூட இல்லை. மேஜர் சரியான விளையாட்டுப்பிள்ளை ஓய்வு நேரத்தில் சிறிய பந்துகளை எறிந்தால் போதும் அடுத்த நொடி துப்பாக்கியில் இருந்து புறப்பட்ட புல்லட் போல பாய்ந்து சென்று அதைத் தன் வாயினால் கவ்விக்கொண்டு அவரின் கால்களின் கீழ் போட்டு விட்டு அடுத்த கட்டளைக்காகக் காத்திருக்கும் இராணுவ வீரனைப்போல மேஜர் தயாராக நிற்பான். போர்டர் கொலி என்ற நாயினத்தை இங்கு மந்தை மேய்ப்பதற்குப் பயன்படுத்துகின்றார்கள். தினமும் பத்து கிலோமீட்டர் கட்டாயம் ஓடித்திரிய இடம் கொடுக்க வேண்டும். அதற்காகவே பழக்கப்பட்ட உடலமைப்பு.

"குறைவாக உணவை எடுத்து நிறைவான சேவையைச் செய்கிறார்கள்" என மலைகளில் வாழும் பிரெஞ்சுப் பண்ணையாளர்கள் உறுதி கூறுகிறார்கள். எப்போதும் துரு துருவென்று ஓடித்திரிவன. அன்பாகப் பழக கூடியன. அதற்காகவே மேஜரைத் தெரிவு செய்து பிள்ளையைப்போல வளர்த்தோம். இரண்டு மாதக் குட்டியாக நாங்கள் அவனை விலைகொடுத்து வாங்குவதற்கு முன்னர் நான் அத்தானுடன் நீண்ட கலந்துரையாடலை நிகழ்த்தினேன். வீட்டில் நாய் வளர்ப்பது பராமரிப்பது போன்ற விடயங்களை அதிகமாகப் பேசினோம். இருவரும் வேலை செய்கின்றோம் அதனால் நாய் பராமரிப்பில் கவனம் செலுத்துவது சிரமம். இருவருக்கும் வெவ்வேறு நேரங்களில் வேலைகள் ஆரம்பிக்கின்றன. அதனால் சிக்கல் ஏற்படாது. எல்லா பராமரிப்பு பொறுப்பையும் தானே எடுப்பதாக உறுதியளித்தார். இறுதியாக நாய் வாங்குவதாக முடிவு எடுத்தோம். எந்த வகை நாயை வாங்குவது என்று குழப்பம் ஏற்பட்ட போது எங்கள் வீட்டுச்சூழலுக்கு ஏற்றவாறு நாயைத் தெரிவு செய்ய வேணும் என்று நெருக்கமானவர்கள் சொன்னார்கள். பிரான்சில் உள்ள தனியார் டோக் கனல் நிலையத்துக்குச் சென்று அதிக பணம் கொடுத்து நான்கு மாதக்குட்டியாக மேஜரை வாங்கி வந்தோம்.

ஏற்கனவே தடுப்பூசிகள் ஏற்றப்பட்டு இருப்பதாக கனல் உரிமையாளர் உறுதிப்படுத்தியிருந்தாலும் முதல் வேலையாக மிருக வைத்திய சாலைக்கு பக்குவமாக எடுத்துச்சென்று அவனது உடலை உடலைப்பரிசோதனை செய்யும் போதும் மேஜரின் அடர்ந்த கறுத்த மயிர்களைச் செல்லமாகத் தடவி முத்தமிட்டார். இடது பக்கக் காதில் லேசர் கருவியைக்கொண்டு இலக்கமிட்டு மெல்ல தடவிக்கொடுத்தார் வைத்தியர். குட்டி மேஜர் மீண்டும் தன்னைத் தடவிகொடுக்கும் படி முன்னங்கால்களால் டாக்டரின் கைகளை பற்றிப்பிடித்ததும் அத்தான் அதைக்கண்டு பரவசத்தில் என்னுடைய கையை அழுத்தியதும் இப்போதும் எங்கள் நினைவுகளில் வந்து போகிறது. மேஜர் சட்டப்படி பதிவு செய்யப்பட்ட போதும் அவனைக் கண்டு பிடிக்க முடியவில்லை. சில நாட்கள் கழிந்த பின்புதான் போலீசார் ஒரு மதிய நேரம் அத்தானின் தொலைபேசிக்கு அழைத்து அந்தத் துக்க செய்தியை பகிர்ந்து கொண்டார்கள். மேஜர் எங்கள் வீட்டுக்கு அருகிலுள்ள ஒரு நெடுஞ்சாலையில் வாகனம் மோதி இறந்து கிடந்ததாகவும் தாங்கள் அவனை எடுத்து அடக்கம் செய்து விட்டதாகவும் சொல்லி மன்னிப்புக் கேட்டுத் தொலைபேசி அழைப்பைத் துண்டித்ததாக அத்தான் தொண்டை அடைத்த குரலில் சொன்னார். அன்று அத்தான் காரியாலயத்தை விட்டு சோகத்தோடு நேரத்துக்கு வந்தது நினைவில் உண்டு. நாங்கள் திருமணம் முடித்து நான்கு வருடங்கள் ஆகிவிட்டன. இன்ப வாழ்வில் குழந்தைச்செல்வங்கள் இல்லை என்ற தாக்கம் மனதை வருத்தியது.

ஒரு நாள். உணவு இடைவேளையின் போது அத்தான் காரியாலயத்தில் இருந்து தொலைபேசியில் அழைத்தார். இன்று எப்படியாவது மிஸ் லூனாவை நாங்கள் தத்து எடுத்து வளர்க்க முழு சம்மதம் என்று சொல்லி விடு என்று அழுத்தமாகச் சொன்னார். சரி அது குறித்து விபரமாக நண்பியிடம் பேச முடிவெடுத்தேன். அவர்கள் லூனாவை வளர்த்துப் பராமரிக்க முடியாமல் போனதற்கான காரணத்தை ஏற்கனவே அவர்களிடம் தெளிவாகக் கேட்டு அறிந்துகொண்டேன். அதன் உரிமையாளர் வசிப்பது தொடர்மாடி கட்டிடத்தில் ஒவ்வொரு நாளும் தங்களால் இறக்கி ஏற்றி சிறுநீர், மலம், கழிக்கச் செய்ய முடியாது. அதைவிட வேலைப்பளு. சில நேரங்களில் சரியான உணவு குறித்த நேரத்தில் வழங்கா விட்டால் கத்தி

ஊரைக்கூப்பிட்டு விடுவாள். பாவம் அவள் கர்ப்பம் தரித்து இருக்கிறாள். உரிய போசாக்கான உணவு கொடுக்கவேண்டும் என ஏற்கனவே அவர்கள் கூறி இருந்தார்கள்.

நாங்கள் நாயை எடுத்து வளர்க்க ஆர்வமாக இருக்கிறோம். என்ற விடயத்தை என்னுடைய கந்தோரில் வைத்து அவளிடம் சொல்லிவிட்டேன். அவளுக்கு மட்டற்ற மகிழ்ச்சி. உடனடியாக தனது கணவனுக்குத் தொலைபேசியில் அழைத்து விபரத்தைக்கூறி மகிழ்ந்தாள். பதிவுக்கான தேதி குறிக்கப்பட்டது. ஒரு, வார இறுதி நாளில் நானும் அத்தானும் லூனாவை எங்களது வீட்டுக்குக் கொண்டு வருவதற்காக அவர்களுடைய வீட்டுக்குச் சென்றோம். மனதுக்குள் ஒரே படபடப்பு. பிரதான வாயில் கதவை திறந்ததும் தன் வாலை ஆட்டித் துள்ளிக்குதித்துகொண்டு அத்தானின் தோள்களின் மீது முன்னங்கால்களைத் தூக்கிப் போட்டாள். ஒரு குழந்தையை தத்து எடுக்க செல்லும் பெற்றோர் முதன் முதலாக அந்த குழந்தையை கண்கள் நிறைந்த கருணையோடு தூக்கிக் கொஞ்சுவது போல அத்தான் மிஸ் லூனாவை தன் நெஞ்சோடு அணைத்து முத்தமிட்டார். அந்த நிகழ்ச்சிகளை பார்த்ததும் மனதுக்குள் என்னை அறியாமலே என் மார்பில் பால் சுரந்தது போல உணர்ந்தேன். திடீரென சோபாவில் ஏறி அதிகமாகத் துள்ளி ஆர்ப்பாட்டம் செய்ய தொடங்க அதன் உரிமையாளர் செல்லமாக அவளைக்கண்டிக்கும் தோரணையில்

“ஏய் ஏய் ஸ்டொப் லூனா போதும் வயிற்றுக்குள் இருக்கும் குட்டிகள் பாவம் போதும் துள்ளாத என்று செல்லமாக கடிந்துகொண்டார்.”

“எத்தனை மாதங்கள் அவள் கர்ப்பிணி ? என்ன வகையான உணவுகள்? வைத்தியரிடம் கொண்டு சென்றீர்களா? என்று அடுக்கடுக்காக அத்தான் அவர்களிடம் கேட்க எல்லாவற்றுக்கும் திட்டமிட்டு ஒத்திகை பார்த்த நாடக நடிகர்களைப்போல அழகாகப் பதில் கூறினார்கள். வெடுக்கென்று அறைக்குள் சென்ற நாய்க்காரச் சீமாட்டி கையில் ஒரு கோப்போடு வந்தாள். “இதோ பாருங்கள் லூனாவுடைய கடவுச்சீட்டு,தடுப்பூசி ஏற்றப்பட்டதற்கான சான்றிதழ் “அட இதோ பாருங்கள் இங்குள்ளது அவளுக்கான வைத்தியக் காப்பீட்டுப் புத்தகம் நீண்ட நாட்கள் இது என் கண்ணில் பட வில்லை பார்த்தீர்களா? என்று தன் அகன்ற விழிகளை பட படவென்று அடித்தபடி அந்த

நாய்க்காரச் சீமாட்டி அவளுடைய கணவனிடம் ஒரு கோப்பைக் காண்பித்தாள். அதைக் கைகளில் வாங்கி ஆர்வமாக அதன் பக்கங்களை புரட்டியபடி எங்களை நிமிர்ந்து பார்த்தார்.

"இதோ பாருங்கள் மிஸ் லூனாவுக்கான சகல டொக்கிமெண்டுகளும் தயாராக உள்ளன. நீங்கள் படிவங்களை நிரப்பி சட்டப்படி உங்களது உரிமையாக்கிக்கொள்ளலாம்" என்கிறார். அதற்குச் சம்மதித்து நாங்கள் சகல பதிவுகளை உடனடியாக மேற்கொண்டோம். மஞ்சள் நிறத்தில் கைப்பிடி போட்ட தைரியமான உலோகச் சங்கிலியில் பிணைத்த படி எங்களுடைய கைகளில் அவர்கள் ஒப்படைத்தார்கள். கவனமாக மிஸ் லூனாவை கவனித்துக்கொள்ளுங்கள். ஓடி ஆடி விளையாட விடாதீர்கள் குட்டிகளுக்கு ஆரோக்கியம் குன்றும். குட்டி போட்டவுடன் பிரயோசனப்படுத்துங்கள்! வெடுக்கென்று அத்தான் முன்னர் எத்தனை குட்டி போட்டது? என்று கேட்டார்.

இருவரும் ஆளையாள் பரீட்சையில் பதில் தெரியாமல் திணறும் பள்ளி மாணவனைப்போல கண்களை உருட்டினர். நினைவு திரும்பியவர்களைப்போல வெடுக்கென்று "இல்லை இல்லை இதுதான் முதல் தடவை என்கிறார்" அந்தக் கனவான். அத்தான் லூனாவை படிகளால் கூட்டிக்கொண்டு வந்தார். அவள் ஆடி அசைந்து ஊதிய வயிற்றையும் ஆட்டிக்கொண்டு மெல்ல நடந்து வந்தாள். எங்கள் வண்டியின் பின் புறத்தில் கம்பியால் செய்யப்பட்ட மேஜரின் கூட்டின் உள்ளே மெத்தை மீது படுக்கும் படி அத்தான் சொல்ல கட்டளைக்கு கீழ்ப்படிந்து படுத்துக் கொண்டாள். பின் கதவை அடைத்துக்கொண்டோம். நாங்கள் நன்றி கூறி அங்கிருந்து எங்களது வீடு நோக்கிப் புறப்பட்டோம். வீட்டுக்கு வந்து பக்குவமாக லூனாவை வண்டியில் இருந்து தரையில் இறக்கினோம். அவள் வாழப்போகும் இடம். அத்தான் வடிவாக வீட்டை சுற்றிக்காட்டினார். நான் உள்ளே சென்று வேகமாக லூனாவுக்கு படுக்கைக்கு தேவையான ஒழுங்குகளைச் செய்தேன். மேஜருக்கு ஒதுக்கப்பட்ட இடத்தில் மீண்டும் மிஸ் லூனாவை தங்க வைப்பதுதான் திட்டம். "அத்தான் உணவு தீர்ந்து விட்டது. அவள் பசி தாங்க மாட்டாள். ஆர்ப்பாட்டம் செய்வதற்குள் கடைக்குச் சென்று வாங்கி வந்திருங்கள்" என்று அவரது கையில் கடனட்டையைக் கொடுத்தேன்.

அவர் வேண்டாம் பணம் உள்ளது என்றார். எனக்கு ஆச்சரியமாக இருந்தது. பணம் உள்ளதா எப்படி என்ன காசு என்று விபரமாகக் கேட்டேன். இல்லை அது முற்பணமாக ஒரு சிலரிடம் வாங்கியது என்றார் முற்பணமா? எதற்கு என்று சற்று கோபமாகக் கேட்ட போது லூனா பெறப்போகும் குட்டிகளை விற்பனை செய்ய சிலரோடு ஒப்பந்தம் செய்து முற்பணம் பெற்றிருப்பதாகச் சொன்னார். அவர் சொன்ன பதில் என்னைச் சற்றுக் கோபப்படுத்தினாலும், விற்பதற்கு முன்னரே வருமானம் வீடு தேடி வந்துவிட்டது என்றதில் சற்று மனத்திருப்தி ஏற்பட்டது. ஒரு குட்டி எவ்வளவுக்கு விற்பதாக உத்தேசம் என்று ஆர்வத்தோடு கேட்டேன். அவர் சற்றும் தாமதிக்காது "தமிழ் ஆட்களுக்கு ஆயிரத்து ஐந்நூறு, பிரஞ்சுக் காரனுக்கு ரெண்டு சொல்லுவோம்" என்றார். நான் லூனாவுடைய வயிற்றின் அளவை வைத்து அண்ணளவாக எட்டு அல்லது ஒன்பது குட்டிகளுக்கு கணக்குப்பார்க்கத் தொடங்கினேன். மனதுக்குள் ஒரே புளுகு இனி இதை வச்சே நல்ல பிஸ்னஸ் செய்யலாம் நல்ல காணியோட வீடு வாங்கி பெரிய அளவில் நாய் பிஸ்னஸ் செய்ய வேண்டியதுதான்.

அத்தானை எட்டிப்பார்த்தேன். அவர் விறுக்கு விறுக்கு என்று கடைக்குள் செல்வதைக் கண்டேன். அங்கிருந்து தொலைபேசியில் அழைத்து "எந்த உணவு வாங்க வேண்டும் என்று உன்ர போனில் நோட் செய்யச் சொன்னேன் பாரு" என்கிறார். அதற்கிடையில் பொட்டானிக் கடை மேலாளர் வந்து போஞ்சூர் என்கிறார். அத்தான் டெலிபோன் இணைப்பைத் துண்டித்தார். கர்ப்பிணி நாய்க்கு உணவு வேண்டும் ஐயா என்று அவரிடம் கேட்ட போது எந்த நாய் இனம் என்று விபரமாகக் கேட்ட பின்பு சில ஆலோசனைகளையும் கூறி இருக்கிறார் மேலாளர். கர்ப்பிணித் தாய்க்கு இலகுவில் சீரணம் அடையக்கூடிய உணவும் அந்த உணவு வயிற்றில் இருக்கும் குட்டிகளுக்கு நல்ல போசாக்கைக் கொடுக்க கூடிய உணவுமாக இருக்க வேண்டும் என்கிறார். இப்போதைக்கு இந்த வகையான உணவை எடுங்கள் இதோ "றோயல் கனின்" என்று பிரவுண் பையில் தங்க நிறத்தில் பெயர் பொறித்த உணவுப்பை காண்பித்துச் சொன்னார். "குட்டி ஈன்ற பின்பு தாய்ப்பால் சுரக்க வேறு வகை உணவு கட்டாயம் பெற்றுக்கொள்ளுங்கள்" என்று அழுத்தமாகக் கூறியதாக அத்தான் சொன்னார்.

“விலை சற்று அதிகம் ஆச்சே” என்றேன்.

“விசரே உனக்கு சத்து இல்லாத குட்டிகளை போட்டால் ம்ம்ம்ம் அவ்வளவுதான் வாயில மண் ஒரு குஞ்சும் நாய் வாங்க வராது பிறகு நீதான் கட்டி மேய்க்க வேணும்” என்று சொல்லி மெல்லக் கடிந்து கொண்டார். நான் அவரைச் சமாதானப்படுத்த முற்பட்டேன். எனக்கு அவர் சொல்லுறதில் உண்மை இருக்குது என்று அப்ப புரிந்து கொண்டேன். மிஸ் லூனா வீட்டுக்கு வந்த கொஞ்ச நாட்களிலே வீடு முழுவதும் ஆர்ப்பாட்டமும், கலகலப்பும் நிறைந்திருந்தது. அதிகாலை நான் கண் விழிப்பதற்கு முன்னரே அத்தான் எழுந்து மிஸ் லூனாவைக் கொஞ்ச ஆரம்பித்து விடுவார். குசினிப்பக்கம் அடுப்பை மூட்டி உலோகச்சட்டியில் ஏதோ உஸ்ஸ்ஸ்ஸ் என்ற பொரியும் சத்தம் கேட்கும் ஆமாம் நான்கைந்து முட்டைகளை உடைத்து ஊற்றி அரைப் பதத்துடன் முட்டைகள் தயாராகிவிடும். மேலும் ஒரு பாத்திரத்தில் வீவா பால் எடுத்துக்கொண்டு சென்று லூனாவுக்கு பக்கத்தில் அமர்ந்து விடுவார். அவள் பாலையும், முட்டையும் தின்று முடிக்கும் வரை அதன் அருகிலே இருந்து கவனித்துக்கொள்வார். சில்வர் பீங்கான் மினு மினு என்று மினுங்கும் வரை அதைத் தன் நீண்ட நாவால் நக்கிச் சுத்தம் செய்துவிடும். பின்னர் அதன் வயிற்றை அத்தான் கைகளால் தடவிக்கொடுப்பார். பதிலுக்கு அவள் தன் வாலை ஆட்டி தன் அன்பைக் காண்பிக்கும்

இதுவரை ஏழு பேரிடம் நாய்குட்டிகளுக்கான முற்பணம் வாங்கி விட்டோம். அதில் மூவர் வெள்ளைக்காரர். பெறப்பட்ட முற்பணத்தில் காற்பங்கு தாய் நாய்க்கே உணவு, மருத்துவம், பராமரிப்பு என விரயம் செய்துவிட்டோம். பணம் கொடுத்தவர்கள் தொடர்ந்து தொலைபேசியில் அழைத்து குட்டிகளைப்பற்றி ஆர்வமாக விசாரிக்கத்தொடங்கிவிட்டனர். சிலர் எப்போ டேட், வெள்ளை நிறத்தில் கருப்பு நிறத்தில் என குட்டிகளின் நிறங்களைச் சொல்லி அந்த நிறத்தில் நாய்க்குட்டிகள் வேண்டும் என அடம்பிடித்தனர். தொலைபேசி அழைப்புகள் எங்களுக்கு எரிச்சலை ஏற்படுத்தின. அவள் குட்டிகளை ஈன்று தள்ளப் போகிற அந்த நிமிடங்களை நினைத்துப்பார்க்கும் போது மனம் குதூகலமடையும். எங்கள் விறாந்தையில் லூனா தன் ஊதிய வயிற்றை தேய்த்துக்கொண்டு நடக்கும் போது அவள்

மீது பரிதாபப்படுவோம். நாட்கள் கழிந்தன. லூனாவை மிருக வைத்தியரிடம் காண்பித்து வைத்திய ஆலோசனையையும் மகப்பேற்றுத் திகதியையும் குறித்துக்கொண்டு வர கோப்புகளை எடுத்துக்கொண்டு புறப்பட்டோம். வண்டி வைத்திய சாலையின் முன்பு கிரீச் என்ற சத்தத்தோடு நின்றது. வண்டியின் பின்னால் பத்திரமாகப் படுக்க வைத்திருக்கும் லூனாவைக் கம்பிக்கூட்டின் உள்ளிருந்து அத்தான் வெளியில் தூக்கி எடுத்து குழந்தையைப் போல தரையில் நடக்க விட்டார். தரையில் இறங்கினவள் வெடுக்கென்று தரையை மோப்பம் பிடித்த படி பருத்த முலைகள் தரையை தேய்த்துக்கொண்டு படார் என்று ஓட ஆரம்பித்தாள்.

அத்தானின் கையில் இருந்த சங்கிலியின் பிடி தளர்ந்து போகவிடவில்லை. இன்னும் வலிமையாக இழுத்துப்பிடிக்க உதறித்திமிறியபடி ஓட எத்தனித்தாள். தரையில் பதித்திருந்த பளிங்குக் கல்லில் வழுக்கி இடுப்பு அடிபட அத்தான் வீழ்ந்து கிடந்தார். நல்ல வேளை லூனாவுடைய பிடியை நழுவ விடவில்லை. பிடி நழுவி இருந்தால் வீதியின் குறுக்கால் வாகனத்தில் மோதி ஏதாவது ஆகி இருக்கும் இல்லையென்றாலும் வயிற்றில் இருக்கும் குட்டிகளுடைய நிலை பயங்கரமாகி இருக்கும். தரையில் மல்லாக்கக் கிடந்த படி ஏதோ வாய்க்குள் முணுமுணுத்தார். கையைப்பிடித்து அவரை தூக்கிவிட ஜீன்ஸில் படிந்துவிட்ட கறையை இடக்கையால் துடைத்துக்கொண்டு வெடுக்கென்று எழுந்தார். “அட பாரு இந்தக் கெண்டிசனிலையும் இவளுக்கு ஆம்பிள நாயிட தொடுசல் தேவைதான் போல கிடக்கு'' என்று கிண்டலாக சொல்லிச் சிரித்தார் அத்தான். அப்போது வாயில் காவலன் எங்களைத்தேடி வந்தான். பின் அவனுடைய உதவியுடன் வைத்தியசாலைக்குள் சென்றோம். வைத்தியரின் உதவியாளன் என்னை உள்ளே அனுமதிக்கவில்லை. அத்தான் லூனாவை அழைத்துக்கொண்டு வைத்தியர் இருக்கும் அறையை நோக்கிச் சென்றார். வைத்தியர் வாயிலில் நின்று வரவேற்றார்.

அத்தான் மெல்லிய சிரிப்பை உதடுகளில் தவழ விட்டார். இருவரும் தமது இருக்கையில் அமர்ந்தனர். லூனாவைத் தூக்கிப் பிரத்தியேகமாக ஒதுக்கப்பட்ட உலோக மேசையில் நிறுத்தும்படிக்கு வைத்தியர் பணித்தார். சில நிமிடங்களில்

லூனாவுடைய கோப்புகளை தன் மூக்குக்கண்ணாடியை சரி செய்தபடி பார்த்தார். பின்னர் எழுந்து அத்தானை உதவிக்கு அழைத்தார். மிஸ் லூனாவுடைய வாய்ப்பக்கம் கையை வைத்து இருக்கும்படிக்கு சொன்னார். அத்தானுக்கு வைத்தியர் சொன்னது பிடிப்பில்லை "லூனா மிகவும் நல்லவள் ஒரு தீங்கும் செய்யமாட்டாள்" என்று சற்று கவலையோடு சொன்னார்.

டாக்டர் வெறும் தலையை மட்டும் ஆட்டியபடி எதோ ஆராய்ச்சியில் இறங்கியவரைப்போல லூனாவுடைய வயிற்றை சோதனை செய்ய ஆரம்பித்தார். அத்தான் டாக்டருடைய ஒவ்வொரு அசைவையும் நுட்பமாக உள்வாங்கிக்கொண்டிருந்தார். ஒல்லியான அந்த வைத்தியர் தன் மெல்லிய விரல்களால் கோதுமை மாவைப் பிசைவதைப்போல நாயின் வீங்கிய வயிற்றைப் பிசைந்து கொண்டிருந்தார். சற்று வலிக்கும் போது லூனா அனுங்க அத்தான் அவளைத் தடவிக்கொடுத்தார். இன்னும் ஆழமாக பிசைந்தபடியே "எப்போது ஆண் நாயுடன் இணைந்தது நினைவு இருக்கா?" என்று டாக்டர் வாயை சுளித்தபடி கேட்டார். அப்போது அவரது மூக்குக்கண்ணாடி வழுக்கி கீழ் நோக்கி வருவதை அறிந்து வெறுப்போடு சரி செய்துக்கொண்டு அத்தானுடைய பதிலுக்காகக் காத்திருந்தார். அத்தான் சரியாகத் தெரியாது என்று மறுத்துவிட்டார். அத்தானின் பதிலில் அவருக்குத் திருப்தியில்லை. அதை உணர்ந்து கொண்ட அத்தான் வேறொரு பதிலைச் சொல்ல எத்தனிக்க டாக்டர் வலது உள்ளங்கையை விரித்து ஐந்து விரல்களையும் காட்டி *stop* என்கிறார். சோதனையின் முடிவில் எதையோ கண்டுபிடித்த ஆரய்ச்சியாளனைப்போல வயிற்றை பிசைந்துகொண்டிருந்தவர் வெடுக்கென்று ஒரு இடத்தில் மட்டும் கையை அழுத்தமாக பதித்து விரல்களால் தடவி சோதனை செய்தார். வயிற்றில் குட்டி ஒன்றைக்கண்டு பிடித்துவிட்டது. போல அத்தனை பார்த்து சிரித்தார். சீரியசாக இருந்த அத்தான் இப்போது சற்று ஆசுவாசம் அடைந்தார். சோதனைகளை முடித்துக்கொண்ட டாக்டர் வேகமாக கையுறைகளை அகற்றிவிட்டு கைகளை கழுவத் நீர்த்தொட்டியின் அருகில் சென்றார். கையைக் கழுவிக்கொண்டு எதுவும் பேசவில்லை. பின்னர் தன் கதிரையில் அமர்ந்து ஒரு பேனாவைக்கொண்டு வெள்ளைக்காகிதத்தில் குறுக்கும் மறுக்கும் சில வட்டங்களையும் கோடுகளையும் கீறியபடி எதோ சொன்னார். அவர் சொன்ன விடயம் அத்தானை நிலை குலைய

வைத்தது. பின்னால் வந்து யாரோ நடு உச்சியில் சுத்தியலால் அடித்தது போல அதிர்ச்சியில் கதிரையில் அமர்ந்துவிட்டார். சில நொடிகளில் சுதாகரித்து முன்னால் இருந்த குவளை நீரை மடமடவென்று குடித்தார்.

வெட்கமும் அவமானமும் அவரை வாட்டி இருக்க வேண்டும் தடித்த கண்ணாடி ஊடாக அவரைக் கூர்ந்து கவனித்துக்கொண்டிருந்தேன். என்னால் தாங்க முடியவில்லை வெடுக்கென்று தலையைத் திருப்பி விட்டேன். சில நிமிடங்களில் அத்தான் வைத்திய அறையை விட்டு வெளியே வந்தார். அவரது முகம் சிவந்திருந்தது. கோபத்தால் உடல் நடுங்கியது. நான் அவரது கரங்களை பற்றினேன். சிகரட் ஒன்றை அத்தான் புகைக்க ஆரம்பித்தார். அவரது விரல்களின் இடைக்குள் சிகரெட் துடிப்பதை கண்டேன். அவராக சொல்லும் வரை நான் எதுவும் கேட்கவில்லை. பொறுமையாக இருந்தேன். பின் டிக்கியை திறந்து வழமைபோல கம்பிக்கூட்டுக்குள் லூனாவை அடைத்தேன். அத்தான் வண்டியை எடுத்து வேகமாகத் திருப்பினார். வண்டி பிரதான சாலையை அடைந்தது. இருவரும் எதுவும் பேசவில்லை. முன்னால் சென்ற வண்டி அறிவித்தல் செய்யாமல் திடீரென்று நிறுத்திவிட்டான். அத்தானின் கோபம் உச்சிக்கேறியது. பூனா சூனா என்று அவனைத்திட்ட ஆரம்பித்தார். அந்த வெள்ளைக்காரன் கைகளால் சைகை காட்டி தவறை ஏற்றுக்கொண்ட பின்பும் அத்தானிடம் கோபம் தணியவில்லை. வீட்டுக்கு வந்து சேர்ந்தோம். வைத்தியரின் வைத்தியப் பரிசோதனை முடிவு எங்களை ஏமாற்றி விட்டது.

லூனா கர்ப்பம் தரிக்கவில்லை. இதுவரை எதுவித குட்டியும் ஈன்றதேயில்லை. வயிற்றில் பெரிய கட்டி ஒன்று வளர்ந்து பெரிதாகிக்கொண்டு இருப்பதாக வைத்தியர் சொல்லி இருக்கிறார். அறுவைச்சிகிச்சை செய்து கட்டியை அகற்றுவதற்கு அதிகம் செலவு செய்ய வேண்டும். சில வேளை நாயின் உயிருக்கு ஆபத்துக்கூட ஏற்பட வாய்ப்பு இருப்பதாக வைத்தியர் சொல்லி இருக்கிறார். அத்தான் நாயை இனாமாகக் கொடுத்தவர்களை திட்டிக்கொண்டு இருந்தார். எனக்கு என்ன சொல்வதென்று தெரியவில்லை. இதுவரை வாங்கிய முற்பணம், லூனாவுக்கு செலவு செய்த பணம் எல்லாவற்றையும் கணக்குப்போட்டுக்கொண்டிருந்தேன்.

வீட்டின் அழைப்புமணி அடித்தது. எங்களது உரையாடலை நிறுத்திவிட்டு வாயிலைத்தேடிப் போனேன். வாயிலில் ஓர் இளம் வயது மதிக்கத்தக்க பிரெஞ்சுக்காரன் கையில் கம்பிக்கூட்டுடன் நின்றான். எனக்கு ஒன்றும் பிடிபடவில்லை. அத்தானிடம் ஓடிவந்து கேட்டேன். அது யாரத்தான்? அத்தான் மௌனம் கலைத்தார் “அது... அது... நாய்குட்டி எடுக்க வந்திருக்கிறான் ஒரு பிரெஞ்சுக்கார பேமானி” என்று சொல்லி பற்கள் தெரியச்சிரித்தார் .... நான் எழும்பிக் குசினியை நோக்கிச் சென்று விட்டேன். கடைசி வரை வாயில்கதவு திறக்கவில்லை. அத்தான் யாருக்கோ தொலைபேசியில் அழைத்துப் பேசிக்கொண்டிருந்தார். பிரெஞ்சில் சில கெட்ட வார்த்தைகள் சமையலறைக் கதவின் இடைவெளியை ஏமாற்றிக்கொண்டு என் காதுகளுக்குள் வந்து சேர்ந்தன.

•••

கொடித்துவக்கு

இரவு, வெட்டிப்பங்கு போட்ட பருத்த பாலாமையின் வெடில் நாற்றம் நல்ல மழை பெய்தும் முற்றத்தில் இருந்து கழுவிச்செல்லவில்லை. மூன்று தெரு வரை மணந்துகொண்டிருந்தது. நாற்பது கிலோ மதிக்கத்தக்க ஆமையொன்று வலைப்பாட்டு திருக்கைவலையில் சிக்கியதாகப் பேச்சு. சில தினங்களுக்கு முன்னர் இராணுவத்தின் பலத்த பாதுகாப்பைத்தாண்டி திருட்டுத்தனமாக நாச்சிக்குடா ஊடாக கொண்டு வந்து சேர்த்திருந்தார்கள். ஆமை கடலில் பிடிப்பதும் அதை பக்குவமாக குறித்த இடத்துக்குக் கொண்டு செல்வதும் ஒரு கலை என்று சோசை மாமா இரவு முழுவதும் அடித்துக்கொட்டிய லெக்சரில் எனக்கு எல்லாம் தெளிவு. குளிர்ந்த பால் நிலவு முற்றத்தில் அவரோடு ஐயாவும் சம்மாட்டியார் சீமானும் பேசிக்கொண்டிருந்தனர். பின் இரவில் வேறு சிலரும் ஐக்கியமாகி இருக்கவேண்டும். கதை கதையோடு ஐயா சென்ற வாரம் பூசை முடியச்சென்று வாங்கி வந்து எங்கோ ஒளித்து வைத்திருந்த இரண்டு போத்தல் பனஞ்சாராயங்களையும் சோசை மாமாவோடு சேர்ந்து சம்மாட்டி சீமானும் காலி செய்துவிட்டனர். அந்தக்காலத்தில் கூத்து நடிக்கும் போது தாங்கள் போட்டு நடித்த வேடங்களில் இருந்து ஆரம்பித்த கதை பழைய பந்தடிக்கதை வரை நீண்டது கட்டுக்கடங்காமல்

பெருக்கெடுத்த பழைய நினைவுகளை தமக்குள்ளே சுவையாகப் பரிமாறி மகிழ்ந்தனர். நீண்ட காலத்தின் பின்பு ஐயா இவ்வளவு மகிழ்ச்சியாய் இருப்பதை இன்றுதான் பார்த்தேன். ஊரில் எல்லாக் கொட்டில்களிலும் இவர்களது கூத்துப் பாட்டுச்சத்தம் கேட்டு இருக்கும். ஓர் இருபத்தைந்து லீட்டர் மண்ணெண்ணை பரல் வெடிக்கும் வரை பாட்டு அடித்தார்கள். ஐயாவுக்கு வெறும் பனங்கள்ளு மட்டும் தான் குடிக்கலாம் என அம்மா புதுச்சட்டத்தைப் பிரயோகித்து இருக்கிறார். பனங்கள்ளுக்கு பின்னால் பெரிய கதையே இருக்கின்றது.

சென்ற வருடம் முடிந்த பரலோக மாதா கோவில் திருவிழாக் கொடியேற்றத்துக்கு முன்னைய நாள் ஒரு பின்னிரவில் தான் அது நிகழ்ந்தது. ஐயாவும் அவருடைய சகாக்கள், தொம்மை சம்மாட்டி, மலக்கியாஸ் மாஸ்டர், உட்பட பலர் ஐயாவுடன் பெரு நாள் ஏற்பாடு பற்றிய கலந்துரையாடல் செய்தனர். அன்றைய கூடலில் பின்பு நல்ல களிப்பு. எங்களுடைய வீட்டு முற்றத்தில் நிற்கக்கூட முடியாத போதையில் தள்ளாடிக்கொண்டு இருந்த நேரம் மகேந்திரன் தாத்தா வீட்டுக்கு வந்தார். அவருக்கு எந்த குடிப்பழக்கமும் இல்லை. சாதுவான மனிசன் கோபம் வந்தால் ஆளை ஒருவராலும் அடக்கமுடியாமால் போய்விடும். நல்ல சிவலையான மனிசனுக்கு குடிகாரரைக்கண்டால் சரிவராது. நிறை வெறியில் இருந்த தோமாஸ் என்றவன் பாதர் றெக்னோவின் உறவுக்காரன். சரியான ஊத்தையன் குடித்தால் என்ன பேசுவதென்றறியாதவன். குடித்துக்குடித்து குடல் கருகிப்போய் உடல் ஒல்லிக்குச்சுப் போல் ஆகிவிட்டான். “அவன் முட்டா பயலம்மா” என்று ஐயா அடிக்கடி சொல்லுவார். அவனும் சீமான் சம்மாட்டியோடு ஒட்டிக்கொண்டு வந்துவிட்டான். தாத்தா படலைக்குள் காலடி வைக்க “வாங்க பெரிய மனிசன் வாங்க வாங்க எடும் ஒரு கிளாஸ்” என்று பாட்டு மாதிரி இழுத்தான். அப்பவே தாத்தாவுக்குப் பிடிக்கவில்லை குடிக்க மாட்டேர் என்று தெரிந்தும் தன்னை வம்புக்கு இழுக்கிறான் என்று தாத்தாவுக்கு விளங்கிவிட்டது. “ஓ மிச்சம் புடிச்சு மோள்ட சீதனத்துக்கு காசு சேக்கிறேர்” என்று தாத்தாவுக்கு குத்துக்கதை விட்டான். “ஆரயடா சொல்லுறாய் வேச மோனே” என்று பற்களை நறும்பிக்கொண்டு சீறிப்பாய்ந்து ஐயா தோமாசின் கோடான் சேட்டைப் பிடித்து உலுப்பி இரண்டு சாத்து சாத்தினார்.

அவனது சேட்டு கழுத்துப்பக்கத்தில் கிழிந்து பொத்தான்கள் தெறித்துப்போயின. ஐயா தோமாசின் நெஞ்சில் ஏறி மோதி ஒரு உதை விட்டார். தோமாஸ் சுழன்றுகொண்டு சுரண்டி நேர்த்தியாக அடுக்கி வைக்கப்பட்டிருந்த களங்கண்டித்தடிகளுக்கு மேல் தொமார் என வீழ்ந்தான். நீட்டி நின்றவொரு களங்கண்டித்தடியின் கூர் அவனது விலா எலும்பைப் பதம் பார்த்தது. தொப்பென்று தரையில் விழுந்துவிட்டான். இதனால் இந்தப்பிரச்சினை ஊரிலே பெரிய பிரச்சினையாக உருவெடுத்து விட்டது. கோவில் சுவாமிக்கு விடயம் தெரிய அதிகாலையே ஆலயத்தின் முன்றலில் பெரிய விசாரணையைத் தொடங்கினார். "நாளைக்கு விடிஞ்சால் நோவினைத் தொடக்கம் இண்டைக்கு ஊரிலயே பெரிய மனிசர் நீங்களே குடிச்சுப்போட்டு இப்பிடி ஆளை ஆள் சண்டை பிடித்துக்குத்துப்பட்டால் இனி வாற இளஞ்சமுதாயம் என்ன செய்யும் சொல்லுங்க பாப்பம்" என்று திட்டிக்கொண்டிருந்தார். குனிந்த தலை நிமிரவில்லை ஐயா. சுவாமிக்கு ஐயா மீது அளவுகடந்த மரியாதை உண்டு. ஐயாவுக்கு சரியான வெட்கக்கேடு. அன்றுதான் ஐயாவுடைய இறுதிக்குடி. அம்மா சரியான சண்டை போட்டுவிட்டு பெரியம்மா வீட்டுக்கு போய் தங்கிவிட்டார். அதன் பிறகு அம்மாவை சமாதானப்படுத்தி பெரியப்பா வீட்டுக்கு அனுப்பி வைத்தவர். ஐயா இனி குடிக்க மாட்டேன் என்று சொல்லி பரலோக அன்னையின் மீது சத்தியம் செய்துவிட்டார். சில நாட்கள் கழிந்தன.

ஓர் நாள் பொழுது சாயும் நேரம் அம்மா அலுமினியக் குடத்தை இடுப்பில் சொருகிக்கொண்டு குடி தண்ணீர் எடுக்கப் பள்ளர் தெருவுக்குப் போனார். அங்கும் இரவு நடந்த சண்டைபற்றித்தானாம் பொண்டுகள் எல்லாம் கதைபேச்சாம். எங்கட ஐயா மீது தான் முழுக்கப் பிழையாம் வீட்டுக்கு கூப்பிட்டு வச்சு அவமானப்படுத்திப்போட்டேராம். அம்மா வீட்டுக்கு வந்து முற்றத்தில் தண்ணீர்க்குடத்தை தொம் என போட்டு விட்டு ஐயா மீது பத்திரகாளியாட்டம் ஆடினார். அன்றைய நாளை நினைத்தால் இன்றும் ஈரல் குலை நடுங்கும். இப்போது அதை எல்லாம் மறந்து எல்லோரும் ஒற்றுமையாக கதைத்துப்பழகுவதை நினைத்தால் மகிழ்ச்சியாய் இருக்கிறது. கூட்டாக இணைந்து எல்லா நிகழ்வுகளிலும் கலந்து கொள்வதும் செலவுகளைக் கூட ஒருவர் தலையில் போடாமல் பகிர்ந்து செய்வதும் இப்போதெல்லாம் வழமையாகிவிட்டது. சில

வருடங்களுக்கு முன்னர் கடற்படையினர் கடல் ஆமை பிடிப்பதை முற்றுமுழுதாக தடை விதித்து அதற்கான தண்டனையையும் கடுமையாக்கினர். இருந்தாலும் பலர் கடலுக்குள்ளேயே ஆமையை வெட்டித் துண்டாக்கி வேறு மாமிசங்களோடு கலந்து கரைக்கு கெட்டித்தனமாக கொண்டு வந்து சேர்த்துவிடுவார்கள். இவ்வாறான குற்றங்களைச் செய்வோருக்கு குறைந்தது பத்துவருடங்கள் சிறைத்தண்டனை வழங்குவதாக மாமா சொன்னார்.

சாராயத்தின் சுவைக்கு ஆமை இறைச்சித்துண்டுகளை வறுத்து நல்ல உறைப்புடன் அம்மா, மாமாவுக்கு நல்ல சாப்பாடு செய்து கொடுத்துக்கொண்டிருந்தார். தொடர்ந்து மாமா அடித்த லெக்சர் என்னுடைய காதுக்குள் எட்டியவண்ணம் இருந்தது. யாரும் எங்களூரில் அந்தத் தொழிலைச் செய்வதாக நான் கேள்விப்படவில்லை. நான் பல தடவை ஆமை இறைச்சியைச் சுவைத்திருக்கின்றேன். ஆமைகள் வெளி மாவட்டங்களில் இருந்து கடத்தப்படுகின்றன. ஊரில் இருந்து பொரித்து பதப்படுத்திப் புலம்பெயர்ந்த நம்மவர் சிறீலங்கா அரசாங்கத்தை ஏமாற்றிவிட்டு போத்தல்களுக்குள் பதப்படுத்தி ஐரோப்பா, கனடாவுக்கு அனுப்பிவிடுகின்றனர். ஆமை இறைச்சிக்கு எப்பவும் மவுசு தான் பாருங்க. இரவோடு இரவாக கடத்தப்பட்ட ஆமை வெட்டி பங்குபோட்டு முடித்து விட்டனர். ஆமையை வெட்டி பங்கு போட்டுக் கழிவுகளை கடற்கரையோரம் வெட்டிப்புதைத்தாலும் அதன் நாற்றம் போனபாடில்லை. கொட்டில் முழுதும் அதன் ஊண் வாடை வீசிக்கொண்டிருந்தது. இரவு மழை பெய்தும் நிலத்தில் சிந்திய கொழுப்புடன் கலந்த ஆமை இரத்தம் கழுவி ஓடவில்லை, மண்ணுக்குள் உறைந்து கிடந்தது. வெடில் தெறித்த இடங்களிலெல்லாம் ஈக்கள் மொய்த்துக்கொண்டுதான் இருந்தன. சிமினி லாம்பின் குறைந்த வெளிச்சம் முற்றத்தில் மங்கலாகப்பரவிக்கொண்டிருந்தது. கடலிலிருந்து வீசிய மெல்லிய குளிர் காற்று உடலோடு உரசிச்செல்ல சில்லென்று ஆனது உடல். மீண்டும் மழை பெய்ய ஆரம்பிக்க கூரையில் இருந்து வடியும் மழை நீர் சமையல் அலுமினிய கிண்ணங்கள் மீது விழும் சத்தங்கள் “கணீர் கணீர்” என விட்டு விட்டுக் கேட்டுக்கொண்டு இருந்தது.

கனத்த மழையோ என நினைக்கத் தோன்றுகிறது. மாதா கோயில் திருந்தாதி மணி அடிக்க ஆரம்பித்தது. சம்மாட்டியார் சீமான் வீட்டில் மனிதச் சலசலப்பு. அன்றைய நாள் தொழிலுக்கு ஆட்களை அனுப்பத் தயாரானார். அவரது வீட்டு வளவுக்குள் தொழிலாளரின் காலடி அதிர்வு எனது காதுகளை வந்து அடைந்து கொண்டு இருந்தன. சீனியம்மா அலுமினியப்பானைகள் தேய்க்கும் சத்தமும் மணல் மண் நிறைந்த வீதியால் யாரோ வயதானவரின் இருமல் சளியும் உமிழ்ந்து காறி துப்பும் ஓசையும் அருகில் கேட்டது. பறவைகளினது குரல் வானில் தொடர்ந்து ஒலித்துக்கொண்டு இருந்தன. பின் வளவில் இருந்து சத்தம் அது நிச்சயம் டேவிட்டர் வீட்டில் இருந்துதான் வருகின்றது. அந்த தகரக்கூரை அதன் மீது சாத்தி வைக்கப்பட்டு இருக்கும் மரக்கல்கள் தகரங்கள் மீது ஊராய்வினை ஏற்படுத்தியதில் "கிறீச் கிறீச்" என்ற பயங்கரச் சத்தத்தை உண்டாக்கியது. சில வேளைகளில் அந்தச்சத்தம் குடியிருப்பவர்களுக்கு எரிச்சலை உண்டாக்கவும் செய்து இருக்கின்றது. திருந்தாதியின் இறுதி மணி இப்போது தான் அடித்து ஓய்ந்தது. பிளாஸ்ரிக் போத்தல்கள் வெறும் பைபர்கள் ஒன்றோடு ஒன்று மோதுப்படும் சத்தம் மிகவும் அண்மையாய் கேட்டுக்கொண்டு இருந்தன. ஐயாவின் செருமற் சத்தம் கிணத்தடிப்பக்கத்தில் இருந்து வந்தது. ஐயா தொழிலுக்கு தயாராகிவிட்டார்.

நேரம் ஆறு மணி இருக்கும். நேற்று நானும் ஐயாவுடன் தொழிலுக்குப் போயிருந்தேன். முந்த நாள் பாய்ந்த வலையில் நல்ல மீன்பாடு. ஆனால் எதுவும் எங்களுக்குச் சொந்தமில்லை. எங்களது ஐயாவுடன் தொழிலுக்கு வந்த பீற்றர் அண்ணனுக்கு சம்பளம், சாப்பாடு எல்லாம் ஐயா குடுத்தார். ஆனால் உழைப்பில் கிடைத்த பணம் அப்படியே கோயிலுக்கு கொடுக்கப்பட்டது. ஒரு சதக்காசில் ஐயா கை வைக்கவில்லை. அப்பிடியே டோமினிக் பாதரட்ட கொடுத்திட்டேர். டோமினிக் பாதர் எங்கட பங்குக்கு புதுசா வந்த பங்குப்பாதர் சரியான கண்டிப்பானவர். படிக்கிற பொடியள் புள்ளைகள் கடலுக்குள்ள இறங்கக்கூடாது. என்று ஒவ்வொரு பூசையிலையும் தொண்டை கத்திக்கத்தி சொல்லுறவர். ஆனால் சிலர் அதைக்கணக்கில் எடுப்பதில்லை. ஏன் எங்கட ஐயாவும் தான். எனது பாடசாலை விடுமுறை நாட்களில் சில வேளைகளில் ஆட்கள் இல்லாத பட்சத்தில் என்னை உதவிக்கு அழைப்பார். எங்கட குடும்பத்தட

நிலம வேற. ஐயா கலியாணம் முடிச்சதே சரியான லேற்றாம் இப்பவே 55 வயச தாண்டிற்று பாவம் ஐயா தன்ர இரண்டு தங்கச்சிகளையும் கலியாணம் செய்து வச்சு கரசேத்துப்போட்டேர். அது மட்டும் கலியாணக்கதை எடுக்கவிடேலயாம். சின்னமாமி அடிக்கடி சொல்லிப் பெருமப்படுவார்.

சென்ற வாரத்துக்கு முந்தின வாரம் கோயிலில் பொதுக்கூட்டமொன்று நடந்தது. அதில் மிக முக்கியமான ஆலய முடிவுகள் எடுக்கப்பட்டன. எங்களுடைய பங்கு ஆலயத்தின் வயது இந்த வருடத்துடன் நூறு வருடங்களை எட்டப்போவதாக ஐயா சம்மாட்டியார் டேவிட்டுடன் கதைத்துக்கொண்ட நேரம் அறிந்துகொண்டேன். கோயில் கோப்புசம் திருத்து வேலை இருப்பதாகவும் ஓடுகள் எல்லாம் உக்கிவிட்டதாகவும் உடனடியாகத் திருத்த வேண்டும் இல்லாவிட்டால் கோவிலுக்குள் இருக்கும் யேசு நாதர் சிலுவையில் தொங்கிக்கொண்டிருக்கும் அந்தச் சிலை மிகப்பெரியது. மழைதண்ணீர் பட்டு அழிந்து போய் விடும் அபாயம் ஏற்பட்டிருப்பதாகவும் அதைப் புதிதாகச் செய்வதானால் பல லட்சம் செலவாகும் அவ்வளவு பிரமாண்டமான சிலையை யாக்கோபு குடும்பம் கனடாவில் இருந்து முன்னர் காசு அனுப்பி செய்ததாகக் கூறப்படுகிறது. இந்தமுறை டோமினிக் பாதர் கூட்டம் கூடி ஒவ்வொரு சனிக்கிழமையும் கடலில் பிடிக்கப்படுகிற மொத்த உழைப்பையும் கோவிலுக்கு கொடுக்க வேண்டுமெனக் கூறிவிட்டார். எங்கள் ஐயா போன்ற சாதாரண தொழிலாளரின் குடும்பத்துக்கு பலத்த இடி. பெரும் பெரும் சம்மாட்டிமார் டோமினிக் பாதருக்கு ஆமா சாமி போட்டு விட்டார்கள். வேறு வழியில்லை ஐயாவும் சம்மதித்து விட்டார். வேறு தொழிலாளிகளை அழைத்தால் அவர்களுக்கு ஐயா நாள் கூலி கொடுக்கவேண்டும் அது பெரிய பிரச்சினை. நான் தொழிலுக்கு போன அன்று நல்ல மீன்பிடி அப்படியே பணத்தை மஞ்சள் பைக்குள் வைத்து ஆலயப்பணிக்காக ஐயா கொடுத்தார். பின் கொட்டிலில் இருந்து செருமல் கேட்டது.

அது ஐயாவுடைய குரல் தான் உறுதிப்படுத்திக்கொண்டேன். வலைக்கும்பலுக்கு மேல் கிடந்த அலெக்சாண்டரும் சரியான நேரத்துக்கு எழும்பிவிட்டான். தனது முன்னங்கால்கள் இரண்டையும் நீட்டி சோம்பல் முறித்து உடலை உலுப்பி துள்ளி

எழும்பினான். மங்கலான வெளிச்சத்தில் அவனது கண்கள் அச்சத்தை உண்டாக்கின. அலெக்சாண்டர் எனது குடும்பத்தில் ஒருவன். ஊருக்கும் தான் அவனைத் தெரியாத யாரும் இல்லை. மிகப் பிரபலமனவன். ஐயா கொடியில் காய்ந்து கிடந்த தனது கோட்டான் ஜம்பரை எடுத்து உதறுகின்ற சத்தம் கேட்டது. ஒரு ஒலிவ நிறத்திலான மொத்த சுவிற்றர் ஒன்றை எடுத்து பலமாக உதறினார். சுவிற்றரில் இருந்து வந்த காற்று விபூதிப் புதனோடு அம்மா சொருகி வைத்த ஓலைச் சிலுவையை பதம்பார்த்தது. ஐயா குனிந்து மறுபடியும் அதை எடுத்து செத்தையில் ஆழமாகச் சொருகிவைத்தார்.

"அடியே புள்ள செல்வி எழும்படி வல பாயபோகோணும் நேரமாச்சு"

ஐயாவுடைய தடித்த குரல் கேட்டவுடன் அம்மா நித்திரையிலிருந்து எழுந்துவிட்டார்.

பாயிலிருந்த அம்மாவைப்பார்த்து "ஏய் செல்வி எரிக்க லாம்பெண்ணை துண்டா இல்லை சொட்டுத்தான் கிடக்கண்டனி நான் தொழிலுக்கு போகேக்க சரவணன்ர கடையில் சொல்லிப்போட்டு போறன் தம்பியவிட்டு சொல்லி வாங்கு காலமச்சாப்பாட்டுக்கு ஏதும் பாணக்கீண வாங்கு பாப்போம் தொழில் பாடு எப்பிடியண்டு அவள் தங்கச்சி மகள் சுமித்திரா ரெண்டாவது பெட்டை சாமத்தியப்பட்டுட்டாளாம்"

"ஓ அப்பிடியா இது எப்ப நடந்தது?"

"நேற்று.."

"போன கிழமை பூசையிலை பார்த்தப்போவே நினைச்சன் குந்தப்போறா எண்டு அது நடந்திற்று கொஞ்சம் முட்டைகளும் நல்லெண்ணையும் வாங்க வாங்கிக்கொடுக்க வேணும்"

"ம்ம்ம் நேற்று தங்கச்சியட புருசன் சந்தையில கண்டு சொன்னவர் இண்டைக்கு வருவாள் தங்கச்சி அவளோட நீயும் ஒருக்கா போய் குழந்தைய பாத்து நல்ல சாப்பாடு செய்து குடுத்துப்போட்டு வா" என்கிறார் ஐயா.

"ம்ம்ம்ம்" என்று அம்மா அதை ஆமோதித்துக்கொண்டு கொல்லைப்புறம் சென்று கையில் அளவான விறகு ஒன்றை எடுத்துக் கொண்டு வந்து அடுப்புக்குள் செருகினாள். நன்கு

காய்ந்து அளவாக கொத்திவைத்த விறகில் புஸ்ஸ்ஸ் என்று நெருப்புப்பற்றியது. தீச்சுவாலையின் வெப்பம் என்னுடைய படுக்கை வரை வீசியது. ஐயா இன்றைய நாள் விடயங்களை எல்லாம் சொல்லி முடிக்கிறதுக்குள்ள "என்னங்க தேத்தண்ணீ சுடுகுது பார்த்துக்குடியுங்க!" என்று தனது கையில் இருந்த தேநீர்க் கோப்பையை ஐயாவுடைய கைகளில் திணிக்கிறார் அம்மா. சில்வர் டமிளரில் இருந்த தேனீரை ஒரு முறடு உறுஞ்சி இழுத்தார் ஐயா. இஞ்சி அரைத்துப்போட்ட தேனீர் உடலுக்குத் தென்பைக் கொடுத்தது. அம்மாவுடைய இஞ்சித்தேத்தண்ணீ குடித்தால் போதும் உற்சாகத்தில் கூடுதலாக இன்னும் இரண்டு வலைகளை நேர்த்தியாகப் பாய்வார்கள். ஐயா தேநீரின் இறுதி மிறடையும் ஏக்கத்தோடு உறிஞ்சி டம்ளரைக் காலி செய்தார் .

"செல்வி நான் போச்சுவாறன் சொன்னத மறந்திராத தம்பியட்ட சொல்லு"

"ஓமுங்க.."

" நீங்க அந்தோனியாரிட்ட போச்சு மறக்காமல் ரெண்டு மொழுதிரி ஏற்றி வச்சுப்போட்டு போங்க"

"சரி....."

"அலெக்சாண்டர் அலெக்சாண்டர்.....

ஐயா வீட்டு நாயை அழைத்தார். அவன் வாலைச் சுருட்டிக்கொண்டு ஐயாவுடைய நெஞ்சுயரம் வரை பாய்ந்து தன் மகிழ்ச்சியைக் காட்டினான். ஐயா அவனை ஆசையோடு தடவி முத்தமிட்டார். ஐயாவுக்கு கொடுத்த முத்தத்தில் ஏதோ சங்கடம் அதற்கு காரணம் அலெக்சாண்டரின் உடலில் இருந்து வந்த ஒரு நாற்றமாக இருக்கவேண்டும்.

ஐயா சினந்துகொண்டு "புள்ள செல்வி தம்பி எழும்பினோடன அலெக்சாண்டர கடலுக்கு கொண்டு போய் வடிவாக் குளிப்பாட்டச் சொல்லு அதட மயிர் எல்லாம் மணக்குது. ஓட்டு மடத்து சேகர் என்னத்த கவனிச்சானோ தெரியேல சரியான கவனிப்பு இல்ல அப்புடியே தெரியிது வயிறும் ஒட்டிக்கிடக்குது"

ஐயா தொழிலுக்குத் தேவையான முக்கிய பொருட்களை எடுத்துத் தோளில் போட்டுக்கொண்டு விரைந்தார்.

அலெக்சாண்டர் ஐயாவுடைய மெய்க்காவலனைப்போல அவரின் சுவடுகளைப் பின் தொடர்ந்தான். ஒரு விடுமுறை நாளில் வெளியாகின திரைப்படம் ஒன்றைப்பார்ப்பதற்காக யாழ்ப்பாணத்தின் மத்தியில் உள்ள மனோகரா தியேட்டருக்குச்சென்றோம். பார்வையாளர்களால் நிரம்பி வழிந்தது தியேட்டர். அது கப்டன் விஜய காந்தினுடைய அலெக்ஸ்சாண்டர் திரைப்படம். அதில் ஒரு கருத்த நிறமுடைய உருப்படியொன்றை முழு நேரமும் விஜயகாந்த் காவலுக்குத் தன்னுடன் வைத்து இருப்பார். பார்க்கவே ஆசையாக இருந்தது. நான் அப்பதான் முடிவெடுத்தேன். வளர்த்தால் இப்படியொரு நாய் வளர்க்கவேணும் எண்டு. படம் முடிந்த கையோடு ஐயா சைக்கிள் பெடலை மிதிக்க ஆயத்தமான போது. ஐயாவிடம் கேட்டேன்.

" ஐயா ஒரு நாய் வாங்குவோமா அந்தக்கருப்புபோல" என்று கேட்டேன். "முதலில் போடா போடா வேலையப்பாரு " என்றார் ஐயா. நான் சினுங்க ஆரம்பித்தேன். சிணுங்கல் பிடிவாதமாய் மாறி இரண்டு நாட்கள் சாப்பிடவில்லை. ஐயா மனது மனம் இரங்கிவிட்டார்.

ஒரு நாள் தொழில் முடிய கடற்கரையால் வந்து "டேய் தம்பி நாய் வாங்க வெளிக்கிடு போவோம்" என்கிறார். அடக்கமுடியாத சந்தோசம் துள்ளிக்குதித்து சைக்கிளில் ஏறிக் குந்தினேன். சைக்கிள், ஓட்டு மடத்தைத் தேடிச்சென்றது. அங்குதான் சேகர் என்றவன் இருக்கிறான். நாய் ,புறா என பல்வேறுபட்ட பிராணிகளை விற்பனை செய்யும் பெரும்புள்ளி. அவனை நாய் சேகர் என்றால் தான் யாழ்ப்பாணத்தில் அனைவருக்கும் தெரியும். ஐயாவுடன் எப்படியோ பழக்கம் அதை நான் ஐயாவுடம் கேட்கவில்லை. அந்த நேரம் அது அவசியமான ஒன்றாகவும் இருக்கவில்லை. ஓட்டுமடத்தில் நாய் சேகர் வீட்டு வாசலை அடைந்தோம். வாசலில் இரண்டு ஜேர்மன் ஷெப்பேர்ட் உறுமிக்கொண்டு இரும்புக் கதவை பெயர்த்தெடுத்துக்கொண்டிருந்தன. கதவை உலுப்பிக்கொண்டு நின்ற இரண்டு நாய்களையும் பார்த்த போது பயத்தில் நான் ஐயாவுடைய சாறத்தைப்பற்றிப்பிடித்தேன்.

ஆரு...கதவில? ஜிக்கி, ஜிங்கா ஸ்டொப்.....

என்று அதட்டிய வண்ணம் நாய் சேகர் வந்தான். அவன் குறித்ததான எனது கற்பனை உருவம் வேறு. வாயில் வழிந்த வெற்றிலைச்சாற்றைத் துப்பிய படி சேகர் சாரத்தை இடுப்பில் வரிந்து கட்டியபடியே வந்தான். அவனின் அதட்டலில் இரண்டு நாய்களும் பணிந்து தமது கூடுகளுக்குள் அடைந்தன. சடைமுடியோடு இரண்டு நாய்கள் ஒன்றையொன்று பிணைந்து நின்றன. அதைப்பார்த்த போது குபீர் என்று கொடுப்புக்குள் சிரிப்பை அடக்கினேன். அந்த நிலையில் நின்ற நாய்களைக் கல்லெறிந்து பிரித்த நினைவுகள் வந்தன.

"அடே நம்மட தேவராஜ் அண்ணே வாங்கண்ணே வாங்க எங்க இங்காலப்பக்கம் தான் ஒருக்கா வரவேணும் எண்டு நினைச்சுக்கொண்டு இருந்தன். நீங்களே வந்திற்றீங்க எப்பிடி போகுது தொழிற் பாடுகள்..." என்று எங்களைக்கண்டவுடனே குசலம் விசாரித்தார்.

"சும்மா போகுது சேகர் பறவாயில்ல தொழிற்ப்பாடு காத்தடிச்சால்தான் சிக்கல் ஏதோ பரலோக மாதவட அருளாலே சமாளிக்கிறம்" என்கிறார் ஐயா.

"இது மகன் தானே?" "ஆமாம்" என்றார் ஐயா.

என்னுடை கண்கள் அங்கிருந் நாய்க்கூடுகளை நோட்டமிட்டுக்கொண்டு இருந்தன. என்ன விதம் விதமான நாய்கள். எல்லாம் வெளி நாட்டு இனங்களின் வரிசை. பார்க்கவே ஆசையாய் இருந்தது.

"எப்பிடி போகுது தொழில் எல்லாம் சேகர் மனிசிபுள்ளகள் எல்லாம்?"

"மனிசி கர்ப்பிணி அண்ண இப்ப அவவட அம்மா வீட்ட கொண்டு போய் விட்டுட்டு வந்தனான்" என்றார்.

அந்த நேரம்தான் வயிறு வீங்கிய கறுத்த ஆடொன்று என்னைக் கடந்து போனது.

"என்ன அண்ணே இங்காலப்பக்கம்"

ஐயாவிடம் சேகர் கேட்க எனக்கு திக் என்று இருந்தது. ஐயா என்ன சொல்லப்போகிறாரோ என்ற எதிர்பார்ப்பு.... நான் ஐயாவுடைய வாயைப் பார்த்துக்கொண்டு நின்றேன்.

“இல்ல சேகர் இவன்தான் என்ர மகன். தாயோட ஒரே சண்டை போட்டுக்கொண்டு இருக்கிறான். ஒரு நாய்க்குட்டி வேணுமாம் எண்டு பொறடா எண்டா கேக்கிறான் இல்ல. அப்பதான் உன்ர ஞாபகம் வந்தது. சரி ஒருக்கா போய் பாப்பம் எண்டு வந்தனான்”

“அப்புடியா?” என்று கேட்டபடியே எனது தலை முடியைக் கிளறிவிட்டார். அவனது கரங்களிலே இருந்து ஒரு கெட்ட நாற்றம் வீசியது. அது நாய் வாடையா அல்லது மறியாட்டு வாசனையா என என்னால் ஊகிக்க முடியவியலை. நான் நிமிர்ந்து அவரைப்பார்த்தேன். என்னைப்பார்த்துச் சிரித்தார். சேகரின் பதிலுக்காக ஆவலுடன் நின்றோம். சிறிய அமைதி நிலவியது. குருவிகளின் சத்தமும் நாயின் குரைப்பும் புறாக்களின் உறுமலும் மட்டுமே என்னைச்சுற்றி கேட்டன.

“சரி அண்ணே வாங்க பாப்போம்”

என்று எங்களை அழைத்துக்கொண்டு முன்னால் நடந்தான். எனக்கு மனதில் ஏக்கம் எப்படி வெளிப்படுத்துவதென்று தெரியவில்லை. ஐயாவும் சேகரும் ஏதோ யாரைப் பற்றியெல்லாம் கதைத்துக்கொண்டு போனார்கள். எனக்கு எதுவும் புரியவில்லை. புறாக்களின் உறுமல்களும் நாய்களின் குரைப்பும் குறைந்தபாடில்லை. அந்தச் சூழல் பாடசாலைக்காலத்தில் கண்டு களித்த மிருகக்காட்சிச் சாலையை நினைவு படுத்தியது. இரும்பினால் ஆன ஒரு பெரிய கூட்டுக்கு அருகில் சென்றடைந்தோம். அந்தக் கூட்டுக்குள் தான் அலெக்சாண்டரின் அம்மாவைப் பார்த்தேன். கறுத்த உருவம். காதுகள் இரண்டும் கீழ் நோக்கித் தொங்கிக்கொண்டு இருந்தன. லப்ரெட்டொர் வகை நாயென சேகர் சொன்னான். அதன் கருத்த உடல் மினிங்கிக்கொண்டு இருந்தது. பார்க்க அழகாக இருந்தாள். வாயில் ஒரு விதமான ஒலியை எழுப்பி ஸ்டெபி என்று அழைத்து இரும்புக்கதவை திறந்தான்.

ஸ்டெபி வெளியில் ஓடி வந்து பாத்திரத்தில் இருந்த தண்ணீரை மட மடவெனக் குடித்தது. பின்னர் மீண்டும் குட்டிகளைத்தேடிப்போய் அணைத்துக்கொண்டு பால் கொடுத்தது. உள்ளே புகுந்த சேகர் தாயினுடைய முலையைச் சப்பிக் குடித்துக்கொண்டிருந்த பிறந்து ஓரிரு மாதமே ஆன

அலெக்சாண்டரை தாயின் முலையை விலக்கித் தூக்கித் தடவினார். அவனும் தாயைப்போலத்தான் கன்னங்கரி அப்படியே நெஞ்சோடு அணைத்துக் கொஞ்ச வேண்டும் போல் இருந்தது. அவன் கொள்ளை அழகு.

"இவன் மூத்தவன் ஆண்குட்டி அண்ணே"

"ஆண் குட்டி தான் சரி சேகர்" என்று ஐயா இழுத்தார்.

"அப்புடி எண்டால் சரி"

சேகர் அலெக்சாண்டரை வெளியில் எடுத்தார்.

"அண்ணே இன்னும் பால்குடி மறக்க இல்ல ஒண்டு ரெண்டு நாளுக்க சரி வந்திரும் என்ன செய்யப் போறீங்க? உங்கட விருப்பம்" நான் ஐயாவுடைய சறத்தை இழுத்து அனுங்கிக்கொண்டு இருந்தேன். எப்படியாவது இண்டைக்கு கொண்டு போய் வீட்டில் சேர்த்து விட வேண்டும். என்ற மனவோட்டத்தோடு இருந்தேன். ஐயாவுக்குப் புரிந்து விட்டது, எனது நிலைமை.

"என்ன இப்ப கொண்டு போயும் நாங்க பால் கையாலதானே சேகர் குடுக்கவேணும் சரி ரெண்டு நாளால பார்ப்போம்" என்றார் ஐயா.

எனக்கு நெஞ்சு வெடித்தது போல ஓர் உணர்வு. நான் ஏமாற்றுப்படப் போகிறேனோ என்ற மனப்பயம் வாயில் இருந்து சொற்கள் விழுங்கி விழுங்கி வெளியில் வந்தன.

"சரி சேகர் ஒரு குட்டி எவ்வளவு?"

தலையைச் சொறிந்து கொண்டு கையில் ஒரு ஈக்கிலை வைத்து தரையில் ஏதோ உருவம் வரைந்து கொண்டு இருந்தான் சேகர். ஒன்றும் எனக்குப் புரியவில்லை. அவன் வரைந்த அனைத்தும் எனக்கு வெறும் கோடுகளாகத் தென்பட்டன. என்ன விலை சொல்ல போகிறானோ? அல்லது ஐயாவுடைய விலைக்கு கட்டுப்படுமா? ஒரே மனப்பயம். எனது உடலில் இரத்த ஓட்டம் தாறுமாறாய் ஓடிக்கொண்டு இருந்தது.

"அண்ணே எங்கட பக்கம் பாம்பு கீரிகளட அட்டகாசம் கூடயண்ணே ஒண்டும் வளர்க்க ஏலாது போன கிழமை விலை உயந்த புறாச்சாதி கண்டியில இருந்து கொண்டு

வந்தன் சரியான நட்டப்பட்டு போச்சன் கீரியும் பாம்பும் விளையாட்டக்காட்டிற்று போச்சு சரியான கரச்சல் உள்ள வராமல் வலைகளைப்போடுவோம் என்று நினைத்த போது அதுதான் உங்கள நினைச்சன்" என்றார்

"ஓ அப்பிடியா எவ்வளவு வலை வேணும்? என்ன மாதிரியெண்டு சொல்லு சேகர்"

"பாவிச்ச வலையெண்டாலும் பரவாயில்லை இருக்கிறதைக்கொடுங்கண்ணே" என்றான்

நாங்கள் சேகரட வாயைப் பார்த்துக்கொண்டு இருந்தோம்.

"பழசு எண்டாலும் பரவாலத்தான் காணியச்சுத்தி போட்டால் நல்லம் பாதுகாப்பு கூட பாம்பட அட்டகாசத்த நிறுத்தலாம் இல்லையா" என்றார்..

"இப்பிடி கீரியாலும் பாம்பாலும் உனக்கு சிக்கல்தான் ம்ம்ம் எப்ப வருவாய் வலை எடுக்க?"

"ரெடியாக்கிப்போட்டு தகவல் சொல்லுங்க உண்மையா அந்த நாய் இனம் சரியான விலையண்ணே, உங்களுக்காகத்தான் அத தாறன், மகன் வேற அழுகிறான் எண்டனீங்க"

நான் பரிதாபமாக அவரது முகத்தைப்பார்த்தேன் அவர் புன்முறுவல் பூத்தார்.

"சரி சேகர் ஒண்டுக்கும் யோசியாத வெல்லலாம் சரி அப்புடியண்டா நானே வலைகளகொண்டுவந்து தந்திற்று நாய்க்குட்டிய கொண்டு போறன்"

"சரியண்ணே" என்றான் சேகர்

மனம் அந்த வீட்டைவிட்டு வர மறுத்தது. அப்பா என்னைச் சமாதானப்படுத்தி என்னை தூக்கி முன் சைக்கிள் பாரில் இருந்தினார். சரி நாய்க்குட்டிக்கு என்ன பேர் வைக்கப் போறாய்? ஐயா திடீரென கேட்டது என்னை சமாதானப்படுத்துவதற்க்கு என புரிந்து கொண்டேன். நான் லக்கி என்றேன். லக்கி எனது பாலர் வகுப்பு நண்பியின் பெயர் அந்தப்பெயரைத்தான் சித்தியின் வீட்டுப் பெண் நாய்க்கும் வைத்தார்கள். ஒரு நாள் எங்களுடைய வீட்டில் நண்டுக்கோது தின்றுவிட்டு சித்தி வீட்டு வாசலில் செத்துக்கிடந்தது. வாயால் இரத்தம் கக்கிய அந்த நிகழ்வை

நினைத்தாலே ஒரு கலக்கம் ஏற்படும் திடீரென ஐயா “சீ சீ அது ஆம்பிளயடா தம்பி” சிரிச்சுப்போட்டு அலெக்சாண்டர் என்று சொன்னார்.

அப்பதான் நினைப்பு வந்தது. விஜயகாந்தின் படத்தில் வந்த நாயின்ர பெயரை இந்த குட்டிக்கும் வைக்க திட்டமிட்டார் என்று. நானும் தலையாட்டினேன். இரண்டு மூன்று நாட்களில் அலெக்சாண்டர் வீட்டுக்கு வந்துவிட்டான். வீடு நிறைந்த சிறுவர்களின் கூட்டம். அலெக்சாண்டர் மீது எல்லோரும் அன்பு செலுத்த ஆயத்தமானார்கள். அன்றில் இருந்து இன்று வரை அவன் எங்கள் வீட்டிலும் ஒரு சகமனிதன். ஐயாவுக்கு அவன் ஒரு சேவகன் ஐயாவுடன் அதிகாலையே தொழிலுக்குப் போய் வள்ளத்தின் கயிற்றை வாயில் கொடுத்து விட்டால் போதும் இறங்கி இழுத்து கடலுக்குள் தள்ளிவிடுவான். திடமான ஆணின் சம பலம் அவனுக்குண்டு, என தொழிலாளிகள் கூறக்கேட்டு இருக்கின்றேன். ஐயா தொழில் முடித்துவிட்டு கரையேறும் நேரத்துக்கு கடற்கரையில் காத்திருப்பது அலெக்சாண்டருடைய அன்றாட வேலையாக இருந்தது. அவனுடைய செயற்பாடுகளைப் பார்த்து எல்லாரும் ஆச்சரியப்படுவது சாதாரணமாகிவிட்டது. வள்ளமிழுக்கும் நாய் என்று எல்லா ஊருக்கும் அவனத்தெரியும். எல்லாருடனும் அன்பாகப் பழகும் அலெக்சாண்டருக்கு பிடிக்காத சில விடயங்கள் இருந்தன. தனது கழுத்துப்பட்டியை எங்களைத் தவிர வேறு யாரும் தொடலாகாது. அப்படி தொட்டால் விளைவு படு மோசமாக இருக்கும்

இப்படித்தான் சில மாதங்களின் முன்பு எங்கள் பக்கத்து ஊர்க்காரருடன் சாதிச்சண்டை ஒன்று நிகழ்ந்தது. சிறுவர்களது விளையாட்டில் ஆரம்பித்த சண்டை பின்னர் சாதிச்சண்டையாக மாறி அது தீர்ந்தபாடில்லை. அப்போது பங்குச்சுவாமியாக இருந்தவர் ரெக்னோ பாதர் நேரடியாகப் பிரச்சனையில் தலையிட்டார். இரண்டு ஊர்களிலும் உள்ள பெரியவர்களை அழைத்து சமாதானம் செய்ய முயற்சித்தார். அப்போது பேச்சோடு பேச்சாக பிரச்சினைக்கு நடுவில் நின்ற ஒருவன் பக்கத்தில் ஐயாவுடன் கதைத்துக்கொண்டு நின்ற ரெக்னோ பாதரை தாக்க எத்தனிக்க ஐயாவின் காலுக்குள் வாலையாட்டிக்கொண்டு நின்ற அலெக்ஸ்சாண்டர் தாக்க முற்பட்டவனின் கழுத்தை,

எந்த முன்னறிவித்தலுமில்லாமல் பாய்ந்து கவ்வினான். கடி வாங்கியவன் அலறிக்கொண்டு ஓட பெரிய ரகளை ஆகிவிட்டது.

பாதரைப் பாதுகாத்த நாய் என்று எல்லோரும் புகழாராம் சூட்டினார்கள். அதுமட்டுமல்ல பாதர் அந்த வாரப் பூசையில் ஐயாவுக்கு நன்றி கூறினார். இன்னுமொரு சந்தர்ப்பத்தில் எங்களது கடலோரக்கிராமத்தைச் சுற்றி கடற்படையினரும், இராணுவத்தினரும் காவலரண் அமைத்து இறுக்கமான பாதுகாப்பை வழங்கிவந்தனர். தம்மைச்சுற்றி முள் வேலிகளும் வெற்று தகர டப்பாக்கள் என ஆபத்தில் ஒலியை எழுப்பக்கூடிய பொருட்களைக் கட்டித்தொங்கவிட்டு இருந்தனர். பலத்த பாதுக்காப்பு அரண் சாதாரண மீன்பிடித் தொழிலாளர்களது வயிற்றில் அடிக்கவும் தவறவில்லை. பிடிபட்டு வரும் மீன்கள் சோதனை என்ற பெயரிலும் வள்ளங்கள் முகாமுக்குள் உள்ள படையினரால் சோதனையிடப்பட்டு அதில் இருந்து கிலோக் கணக்கான மீன்களைக் கொள்ளை அடிப்பது வழமை ஆகிவிட்டது. சாதிச்சண்டை நடந்து சில நாட்களின் பின்பு அலெக்சாண்டர் மீது கடற்படையினரின் கண்கள் பாய்ந்தன. அதன் திறமை அதன் செயற்பாடுகள் எல்லாவற்றையும் முகாமின் முட்கம்பிகளின் இடைகளுக்குள் நின்று அவதானித்து வந்தனர். அதில் “கொடித்துவக்கு” என்ற சிப்பாய் அலெக்சாண்டரை தினமும் சீண்டிப்பார்த்தான்.

நாயைத் தனக்குத் தரும்படி தொல்லை கொடுப்பதாக ஐயா அம்மாவிடம் சொல்லக்கேட்டு இருக்கின்றேன். தான் விசேட பயிற்சிகள் இன்னும் கொடுத்து சிறீலங்கா இராணுவ சேவையில் அதை இணைக்க விரும்புவதாகவும் சொன்னான். ஒரு நாள் அலெக்சாண்டர் ஐயாவை தொழிலுக்கு அனுப்பிவிட்டு வரும் வழியில் கடற்கரையில் அலைகளை காலால் உதைத்து விளையாடிக் கொண்டிவிருப்பதைக் கண்ட கொடித்துவக்கு அலெக்சாண்டரை பெயர் கூறி அழைக்க அருகில் வந்து வாலாட்டிக்கொண்டு அவனிடம் பணிந்து நின்றான். அப்போது கொடித்துவக்கு அவனின் கழுத்துப்பட்டியை பிடிக்க எத்தனித்த போது அவனைப் பாய்ந்து ஒரே கடி. கொடித்துவக்கு அலறியடித்துக் கொண்டு காவல் அரணுக்குள் ஓடி மறைந்தான். இரத்தம் வலது கையால் பீறிட்டு ஓடியது. அவன் ஓடிச்சென்ற

பாதையில் இரத்தம் உறைந்து கிடந்தன. உள்ளே சென்றவன் வேகமாக தனது துப்பாக்கியை எடுத்துக்கொண்டு ஓடிவந்தான்.

அந்த இடத்தில் அலெக்ஸாண்டர் இல்லாத ஏமாற்றத்தைத் தாங்க முடியாமல் தன்னுடைய துப்பாக்கியால் வானத்தைப்பார்த்து சுட்டான். ஊரே அதிர்ந்து அடங்கியது. பிரச்சனை பெரிதாகி விட்டது. உடனடியாக காணும் இடத்தில் சுட்டுக்கொல் என்று மேலதிகாரியினிடத்தில் இருந்து கட்டளை பிறப்பிக்கப்பட்டது. வீட்டுக்கும் தகவல் அனுப்பப்பட்ட போது நாங்கள் பயந்து போனோம். ஐயாவுக்கு மூளையில் பொறி தட்ட உடனடியாக அலெக்சாண்டரை மீண்டும் நாய் சேகருடை வீட்டுக்கு இரவிரவாக நடத்திகொண்டு சென்று கொடுத்துவிட்டு வந்தார். சில நாட்களின் பின்பு பாதிக்கப்பட்ட சிப்பாயின் நடமாட்டத்தைக் காணவில்லை ஆனாலும் அச்சம் என்பது பிணியாகத் தொடர்ந்து கொண்டு இருந்தது.

“தம்பி எழும்படா நேரத்தப்பாரு பன்ரெண்டு மணியாப்போச்சு எழும்பு ஐயா சொன்னத கேட்டுக்கண்டு கிடந்தனிதானே கெதியா அலுவலப்பாரு உன்னோட ஒத்ததுகள் பள்ளிக்கூடம் லீவு கிடைத்தவுடன் எப்பிடி வீட்டுக்கு உதவி செய்யிதுகள் பாரு இங்க இவன் சுறுண்டு கிடக்கிறான்”

இதுக்கு மேலயும் நான் படுத்துக் கிடக்க முடியாது என்று புரிந்து விட்டது. உடனே எழும்பி பல் துலக்கி முகத்தை கழுவி விட்டு சரவணன் ஸ்ரோருக்குப் போகத் தயாரானேன். அம்மா பிளேண்டீ கொண்டு வந்து கையில் திணித்தாள். நல்ல இஞ்சிப் பிளேண்டீ உடலுக்குப் புது உற்சாகத்தைக்கொடுத்தது. நேரம் பன்னிரண்டைக்கடந்து விட்டது. அப்போது அலெக்சாண்டருடைய நினைப்பு மீண்டும் வந்தது. அவனை அழைத்தேன். ஐயாவை தொழிலுக்கு அனுப்பி விட்டு வந்து வலைக்கும்பலில் நல்ல உறக்கம். எனது குரலைக்கேட்டவன் சில நொடிகளில் எனது கால்களின் கீழ் வந்து வாலை ஆட்டிக்கொண்டு நின்றான். புறப்படத்தயாரானேன். ஐயா சொன்ன அலுவல்கள் எல்லாவறையும் முடித்துவிட்டு கடற்கரையை நோக்கிச் சென்றேன். அலெக்சாண்டர் என்னுடன் பின்னால் வந்தான். வழியில் எனது நண்பனுடன் பேசிக்கொண்டு இருந்து விட்டு திரும்பினேன். அலெக்சாண்டர் கடற்கரையை

தேடித்தேடி ஓடிய போது அவனை நான் தொடர்ந்தேன். சூரியன் உச்சியில் வந்துவிட்டான்.

மீனவர்கள் வள்ளங்களைக் கரைக்கு இழுத்துக்கொண்டு இருந்தனர். கடல் நீர் சுட்டெரித்துக்கொண்டு இருந்தது. அலெக்சாண்டர் கடலுக்குள் இறங்கிக்குளித்தான். நான் உடலில் உள்ள உரோமங்களை தடவித் தேய்த்துவிட்டேன். எரிச்சலில் துள்ளிக்குதித்தோடினான். அதன் உடலில் இருந்த சில உண்ணிகள் இறந்து மிதப்பதைக்கண்டேன். வெயில் சீற்றத்துக்கு முகம் கொடுக்க முடியவில்லை விரைந்து அருகிலுள்ள மீன் வாடியில் இளைப்பாறினேன். அலெக்சாண்டர் கடற்கரையில் சற்று தொலைவில் புள்ளிபோல் தென்பட்டான். ஒரு வள்ளம் கடலில் இருந்து கரைக்கு வந்துகொண்டிருந்தது. அது நிச்சயமாக ஐயாவுடையதாகத்தான் இருக்க வேண்டும் என்று உறுதிப்படுத்திக்கொண்டேன். கரைக்கு வந்த தொழிலாளர்கள் மீன்களை வலையில் இருந்து தெரிவு சந்தைக்கு கொண்டு சென்றுகொண்டிருந்தனர். பருந்துகள் மிகத்தாழ்வான உயரத்தில் காகங்களுடன் பறப்பதைக்கண்டேன்.

அப்போது எங்கிருந்தோ துப்பாக்கி வெடிக்கும் சத்தம் செவிப்பறையைக் கிழித்தது. என்னவோ ஏதோ ஆகிவிட்டது. நிச்சயமாக கடற்கரையை அண்மித்த பகுதியில் இருந்து தான் வெடியோசை வந்தது. டேவிட் ஐயாவுடைய மகன் உயிரைக்கையில் பிடித்துக்கொண்டு என்னைத்தேடி ஓடி வருவதைக்கண்டேன். அவன் அலறிய படியே "தம்பி.... தம்பி கொடித்துவக்கு ஊருக்கு போச்சு லீவில வந்திட்டான் ஐயா வரேக்க யாழ்ப்பாண பஸ்சுக்குள்ள கண்டவராம்" சொல்லி முடிக்க. நான் நடந்ததைப் பட்டென்று ஊகித்துக்கொண்டேன். இடி வீழ்ந்தாற் போல் ஆனது மனம். பதறிக்கொண்டு ஓடினேன். அலெக்சாண்டர் எங்கயடா போச்சாய்? கண் முன் நின்றவனைக்காணவில்லை. ஊர்ந்து சென்ற குழந்தையை காணாது துடிக்கும் தாயைப்போல துடித்துப்போனேன். நிச்சயமாக அவனுக்கு ஏதோ ஆகிவிட்டது என்று உள் மனம் சொல்லிற்று. தூரத்தில் கண்ணுக்கெட்டும் தூரத்தில் சனக்கூட்டம் கும்பலாய் நிற்பதைக்கண்டேன். அங்கே சில படைவீரர்கள் ஆயுதம் தாங்கி நின்றனர். அலெக்சாண்டரின் உடல் சுட்டு முட்கம்பிகளின் நடுவே தொங்கிக்கொண்டு

கிடந்தது. பதறிப்போனேன். ஓடிப்போய் தூக்கி இழுத்து மடியில் வைத்துக் கதறி அளவேண்டும் போல் இருந்தது . அதன் இரத்தம் காவலரணின் தடுப்புச்சுவரெல்லாம் தெறித்துக்கிடந்தது. ஓவென ஒப்பாரி வைத்து அழுதேன். எனது சகோதரனை இழந்துவிட்ட உணர்வு தலையைப்பிய்த்தது. ஐயாவுக்கு என்ன பதில் சொல்லப்போகிறேன் ஆண்டவா.

வள்ளத்தில் இருந்து இறங்கி என்னைக்கண்டவுடன் கையில் இருந்த மீன் கூடை எறிந்துவிட்டு துடிக்கப்பதைக்க கூட்டத்தை நோக்கி ஓடிவந்தார். முட்கம்பியில் தொங்கிக்கிடந்த உருவத்தைப்பார்த்து பின்னால் இருந்த தென்னங்குற்றியோடு மோதிச்சாய்ந்தார்.

"ஐயோ அலெக்சாண்டர் என்ற அலறிய குரல் அது அம்மாவுடையது. சனக்கூட்டத்தின் அழுகையும் ஒப்பாரியும் காற்றோடு பரவிச்செல்கிறது. சில வயதான பெண்கள் கடற்கரையில் மணலை அள்ளி நேவிக்காரன் நிற்கும் திசையைப்பார்த்து தூவி எறிந்து சபித்துக்கொள்கின்றனர்.

"உங்களுக்கு அழிவு காலம் கிட்டிற்று நீங்க அழியப்போறிங்களடா"

என்று சீனியம்மா மண்ணைத்தூவி சாபமிட்டுக் கத்தினாள். மேகங்களின் கூட்டம் கலைந்து செல்கிறது. காகங்கள் கரைந்த வண்ணம் அழுகின மீன்களை தேடி அலைகின்றன. ஆர்ப்பரிக்கும் கடலலை சற்று அடங்கி அலெக்சாண்டருக்காக மௌனிக்கின்றது. அவன் கால் தடம் பட்ட இடமல்லவா? சென்றிப்பொயின்ருக்குள் இருந்து நேவிக்காரர்கள் ஊளையிடும் சத்தம் எனக்குள் எரிச்சலை ஏற்படுத்தியது. அதில் அந்த மிருகம் கொடித்துவக்கின் அலறல் தனியாக என் காதுகளை வந்தடைந்தது. மண்ணை அள்ளி முகாமை பார்த்து வீசிச் சபித்தேன். அம்மா என்னுடைய தோள்களைப் பற்றி இழுத்தாள். "வா தம்பி அவனுகள் வெளிய வர போறானுகள்"

•••

சிலுவைப்பாதை

உணர்வின்றிச் சங்குவான் பாலத்தின் மேலே சிதைந்து கிடந்த என் கால்களை மெல்ல அசைத்துப்பார்த்தேன். அவை அசைந்தன. உடலைத்திருப்பி எழுந்து நிற்க எத்தனித்தேன். வெள்ளை நிறத்தில் படர்ந்து தொட்டால் கரடு முரடாக வலது முழங்கால் சதை பிய்ந்து எலும்புகள் தெரிந்தன. கண்கள் இருண்டு தலை சுற்றியது. மூச்சு வாங்க வீதிப்பாதுகாப்புத் தூணின் மீது சாய்ந்து மெல்லக் கண்களை மூடினேன்.

“தம்பி இப்பயெல்லாம் நேரத்துக்கு இருட்டுதடா கவனம் சைக்கிள் ஓடும்போது மெதுவா ஓடு அடையானுகள் வெறியப்போட்டுக் கண்முன் தெரியாமல் கார் ஓடுவானுகள் நாமதான் விலகிப்போகவேணும். தம்பி கெல் போடு மறக்காமல்”

கைகளால் சக்கர நாற்காலியின் சக்கரங்களை சுழற்றியபடியே வைத்திய சாலை பார்வையாளர் அறையிலிருந்து வெளியேறும்போது அம்மா சொன்னதும் நான் அலட்சியத்தோடு சைக்கிளை ஊன்றி மிதித்து சாலைக்கு ஏறியதும் நினைவுக்கு வந்தது. உடல் வியர்த்துக்கொட்டியது. கோபத்தோடு அம்மாவே எழுந்துவந்து பழுத்த இரும்புக்கம்பியால் நெஞ்சில் சூடு வைத்தது போல ஓர் உணர்வு. வியர்வை நெற்றியின் வழியே

வழிந்து கன்னத்தைத் தடவியதும் சுள்ளென்று எரிந்தது முகம். கையை உதறி எழுந்தேன். உள்ளங்கையில் குருதி பிசு பிசுத்தது. தலைக்கவசத்தைத் தேடினேன். அது வீதியின் மறுபக்கம் சிதைந்து போய் கிடந்தது. அதன் ஒரு பகுதியை எடுத்துக் கொண்டு அருகில் வந்து உதவிட ஒருவர் எத்தனித்தார். நெளிந்து போன மிதிவண்டியை உருட்டி என் அருகில் நிறுத்தினாள் நடைப்பயிற்சிக்கு வந்த இளம் பெண்ணொருத்தி. கண்கள் எரிந்தன,தொலைபேசியில் இலக்கங்களை அளைந்து மனைவியை அழைத்தேன்.

பதறியடித்து நான் நின்ற இடத்துக்கு அவளும் வந்து சேர்ந்துவிட்டாள். வீதியில் சென்றுகொண்டிருந்த சில வாகன உரிமையாளர்களிடம் விபத்துக்குறித்ததான எந்த எண்ணமும் இல்லாமல் எதையும் கண்டுகொள்ளாதவர்களாய் பயணத்தைத்தொடர்ந்தனர். சேதமடைந்த மிதி வண்டியை அவளும் உருட்டிப்பார்த்தாள். ம்ஹிம்... கம்பிகள் உடைந்த முன் சக்கரம் வளைந்து வேறு திசைக்கு இழுத்துச்சென்றது. தாமதிக்காமல் விரைந்தவள் அதை ஒதுக்குப்புறத்தில் நிறுத்திவிட்டு வேகமாக ஓடி வந்தாள். நான் அவளின் தோள்களைப் பிடித்து வண்டியில் ஏறிக்கொண்டேன். நடந்தவற்றை விபரமாகச் சொன்னேன். அவளது முகம் கோபத்தில் சிவந்து வார்த்தைகளை விழுங்கிக்கொண்டிருந்தாள். வண்டி வைத்திய சாலையை நோக்கி விரைந்தது. போகும் வழியில் "அம்மா வந்திற்ராவா சைலா?" என்று கைகளால் குருதியில் தோய்ந்த காயங்களைப் பொத்திக்கொண்டு அடைத்த குரலில் கேட்டேன். எரிச்சலோடு மறுத்து, இல்லை என்று சொன்னாள்.

"இப்ப அம்மாவுக்கு தெரிஞ்சால் இன்னும் பிரஷர் ஏறும் என்ன சொல்றண்டு தெரியேல"

வண்டியின் ஸ்டேரிங்க்கை இடித்தபடி சினந்தாள். நான் ஒன்றும் சொல்லவில்லை. அவளது முகம் கோபத்தால் சிவந்திருந்தது.

"சின்ன ரெஸ்ட் எடுத்துப்போட்டு அம்மாவை மத்தியானம் அம்புலன்ஸிலே கொண்டு வாரண்டு தானே சொன்னவங்க காலமை நான் கேட்டனான்" .

“ஆமா இந்தக்கோலத்தில உங்கள அம்மா பாக்கவா? இண்டைக்கு அம்மா வர வேணும் எண்டு நிக்கிறிக?” என்று சொன்ன படி அடுத்த கியரைப் போட்டு எஞ்சினை வேகப்படுத்தினாள். நேரம் செல்லச்செல்ல உடலினல் எரிச்சல் உண்டாகிவிட்டது. அம்மாவை நினைத்துக்கொண்டேன். நேற்று, துண்டு வெட்டி வீட்டுக்கு அனுப்பி வைப்பதாக வைத்தியர் உறுதியளித்தவர். இவ்வாறு இரண்டு முறைகள் கூறி ஏமாந்து போயிருக்கிறோம். அம்மாவுடைய வரவு தாமதமடைந்ததைக் குறித்து விசனம் கொண்டேன். எனக்கு வைத்திய சாலைக்குச் செல்லும் எண்ணமெதுவுமில்லை.

“சுடு நீரால் ஒத்தடம் பிடித்து பிளாஸ்ட்ரை ஒட்டினால் சரியாகிடும் ஆஸ்பத்திரி தேவ இல்ல” என்று உறுதியாய் சொன்ன போது மனைவி கடிந்து கொண்டாள்.

“உங்கட வருத்தம் உங்களுக்குத்தான் தெரியும் என்னவோ செய்யுங்க! இப்ப என்ன செய்ய?”

“வண்டியை நேராக வீட்ட விடு” என்றேன்.

மறுப்பின்றி வண்டி வேகமாக வீட்டுக்கு முன்னால் சென்று தரிப்பிடத்தில் நின்றது. வண்டியை விட்டு இறங்கி சைலஜாவின் தோள்களைப் பற்றி மெல்ல அடியெடுத்து வைத்தேன். வாயிலில் அக்கா குழந்தைக்கு உணவு ஊட்டிக்கொண்டு நின்றாள். என்னைக்கண்டவுடன் உணவு மேசையில் உணவுத்தட்டை வைத்துவிட்டு பதறிக்கொண்டு என்னை நோக்கி ஓடி வந்தாள். நான் எதுவும் பேசவில்லை. நேராக உள்ளே சென்று குளியலறையில் வேலை உடையை வேகமாக உருவிப் போட்டேன். சொர்ர்ர்ர் என சூடு நீர் உடலில் பட்டதும் எரிச்சல் தாங்க முடியவில்லை. என்னை அறியாமல் சிறு நீர் பிரிந்தது. அக்கா உணவைத் தயார்ப்படுத்திவிட்டு என்னை வந்து அழைத்தாள். ஒரு தேநீர் மட்டும் போதும் என்றேன். சில நிமிடங்களில் மனைவி ஒரு கையில் தேநீர் மறுகையில் பச்சை நிற முதலுதவிப்பெட்டியுடன் வந்தாள். அக்கா கையை பிடித்து கட்டிலில் இருந்து தூக்கிவிட்டு வெளியேறினாள். சூடான தேநீர் உடலுக்குள் இறங்க இதமாக இருந்தது. அணிந்திருந்த பியாமாவை கழற்றி அம்மணமாக்கி காயம் ஏற்பட்ட இடங்களில் எல்லாம் மருந்துகளைப் பூசி மெல்லிய துணியினால் என்

நிர்வாண உடலைப் போர்த்துவிட்டுப்போனாள். பருத்தித்துணி உடலில் இதமாக இருந்தது.

சற்று கண்ணயர்ந்தபடி ஒழுங்கற்றுக்கிடந்த என் நினைவடுக்குகளைச் சரிப்படுத்தினேன். முன்பொரு முறை அம்மா என்னை நிர்வாணமாக்கி இதே போன்றதொரு வெண்மையான பருத்தித்துணியினால் என்னுடைய நிர்வாண உடலைப் போர்த்துவிட்டது நினைவுக்கு வந்தது. ஆயிரத்து தொள்ளாயிரத்து எண்பத்தொன்பது காலமாக இருக்க வேண்டும். அப்போது எனக்கு பதின் மூன்று வயதே ஆகியிருந்தது. அந்த வருடம் மழை துப்பரவாகப் பெய்யவில்லை. தோட்டக்கிணறுகள் வற்றி யாழ்ப்பாணத்தில் புகையிலைப் பயிர்ச்செய்கையுட்பட அனைத்துப் பயிர்களும் வரட்சியால் அழிந்துபோய் மலை நாட்டுப்பகுதியிலிருந்து வெங்காயம் உட்பட சில காய்கறிகள் இறக்குமதி செய்யப்பட்தாகக் கூறுவர். வரட்சியோடு கூடிய இன்னுமொரு பெரிய பிரச்சனை குடா நாட்டில் சின்னமுத்து வியாதி. அதி தீவிரமாகப் பரவிக்கொண்டிருந்தது. நானும் சின்னமுத்து வியாதியால் பாதிக்கப்பட்டு இருப்பதாக வசந்தி மிஸ், வீட்டுக்கு செய்தி அனுப்பி வைக்க பாடசாலையின் இறுதி மணி அடிப்பதற்குள் அப்பா சைக்கிளில் ஏற்றிக்கொண்டு நேரடியாக சிற்பித்தரையில் உள்ள அந்தோனியார் தேவாலயத்துக்கு அழைத்துக்கொண்டு போய் விட்டார். அம்மா ஏற்கனவே எனக்காக அங்கே காத்திருந்தார். அந்தோனியாரைப் பக்தியோடு வேண்டிக்கொண்டு அம்மா என் கழுத்தில் பொக்கணியை முட்டுகின்ற அளவில் ஒரு பழுப்பு நிறச் செபமாலையை அணிவித்து அந்தோனியார் தேவாலயத்தின் விறாந்தையில் பனம்பாய் விரித்து உறங்கச்செய்தார். ஏழு நாள் நேத்திக் கடனை முடிப்பதற்காக வறண்ட காலத்திலும் அள்ள அள்ள நீர் சுரக்கச்செய்யும் அற்புதர் அந்தோனியாரின் கிணற்றில் பிசகில்லாமல் எண்ணி முப்பது வாளித் தண்ணீரை என் தலையில் ஊற்றி நேற்றியை சிறப்பாக முடித்து வைத்தார் அம்மா. அன்று காலையிலே நிறைவான ஆசிகளோடு அந்தோனியாரின் உண்டியலுக்குள் கையில் கிடந்த காசுகளையெல்லாம் காணிக்கையாகப் போட்டுவிட்டு வீட்டுக்கு வர அம்மாவுடைய உடல் முழுவதும் அம்மை போட்டுக்கிடந்தன. அப்பா விசனப்பட்டு அம்மாவை வேப்பங் குளைகள் மீது கிடத்தி வெள்ளைப்பருத்தித்துணியால் போர்த்து

நெற்றியில் திரு நீறு பூசிவிட்டார் அப்பா. அன்று அம்மா ஒரு கண் தூக்கமில்லாமல் அந்தோனியாரிடம் மன்றாடி மன்னிப்புகேட்டுக்கொண்டே இருந்தாள். அதிகாலையே கடுஞ்சீற்றம் கொண்டு அப்பாவைத் திட்டிக்கொண்டிருந்தாள். அதைப்பார்த்த அப்பா எந்தப்பதட்டமுமின்றி அது நிச்சயமாக அம்மனின் சீற்றம் என்று உறுதியாகச் சொன்னது இப்போது நினைவில் நிழலாடியது. அம்மா சரியான கண்டிப்பு மிக்கவர்.

இன்று வீட்டில் நின்று இருந்தால் "சொல் கேளா புள்ளை வீட்டுக்கு உதவாது" என்று ஏதாவது பழமொழியைப் புதுமையாகச் சொல்லித் திட்டிக்கொட்டிருப்பார். அம்மாவை நினைத்தவுடன் கண்ணில் நீர் முட்டியது. அப்போது என்னுடைய மனைவி அறை மின் விளக்கை போட்டாள். என் கண்ணில் அரும்பியிருந்த நீர்த்துளியை அவள் பார்ப்பதற்கு முன் போர்த்தியிருந்த பருத்தித்துணியால் துடைத்தெடுத்தேன்.

"எழும்பிச்சாப்பிடுங்க குரக்கன் மாப்புட்டவிச்சிருக்கு" என்றாள்.

காயங்கள் கட்டில் மெத்தையில் அழுத்தி நோகாதவண்ணம் துணியை விலக்கி மெல்ல எழும்பி கட்டிலில் அமர்ந்தேன். சுவரில் ஓடிக்கொண்டிருந்த கடிகாரத்தைப் பார்த்தேன். நேரம் இரவு எட்டு மணி பதினோரு நிமிடத்தை காட்டியது. உணவு உண்பதற்கான மனம் துண்டாக இல்லை. சன்னல் வழியே தாராளமாக தெரு வெளிச்சம் எட்டிப்பார்த்தது. அப்போது பெரிய இரைச்சலோடு ஒரு வாகனம் வீட்டுக்கு முன் வந்து பிரேக் அடித்து நின்றது. அக்கா என்னுடைய அறையை நோக்கி ஓடி வந்தாள். என்னுடைய மனைவியோ வாகனத்தை நோக்கி ஓடினாள்.

"தம்பி அம்மாவ கொண்டு வந்திறங்கடா நீ இரு எழும்பாத. உனக்கு ஏலாது நாங்க கூட்டிக்கொண்டு வாறம்" என்றாள். என்னால் இருப்புக் கொள்ள முடியவில்லை. என்னுடைய போர்வையை முழுவதுமாக விலக்கி விட்டு சாறத்தை எடுத்து வேகமாக அணிந்து கொண்டு வெளியில் வந்தேன். வீடு முழுவதும் மின் விளக்குகள் பிரகாசமாக ஒளிர்ந்தன. ஊர்த்திரு விழா போல விறாந்தை முழுதும் கலகலப்பு. எல்லோடைய முகங்களிலும் மகிழ்ச்சி பொங்கிக்கொண்டிருந்தது. நான்

வெளியில் வரவும் தம்பியும் அவனது மனைவியும் எங்கள் வீட்டு வாசலுக்குள் ஏறவும் நேரம் சரியாக இருந்தது. அக்கா அம்மாவுடைய அறையை வேகமாக துப்பரவு செய்து கட்டிலை செம்மைப்படுத்தி புது மெத்தை விரிப்பை விரித்தாள். பின் அம்மாவுக்கு பிடித்த வெள்ளையில் பச்சை நிறத்தில் மணி பிளாண்ட் வரைந்த சன்னல் திரைச்சீலையை திருத்தமாக மாட்டிவிட்டாள். தம்பியுடைய மனைவி தலையணைகளுக்கு புதிய உறைகளை மாட்டுவதில் உற்சாகமாக இருந்தாள். அக்கா வேகமாக குசினிக்குள் ஓடிப்போய் சுடு நீர் வைப்பதற்காக கேத்திலைத் தட்டிவிட்டாள். அங்கே வந்து நின்ற அம்புலன்ஸ் ஊழியர்கள் ஏதோ சைலஜாவிடம் சொல்ல அவள் வேகமாக என்னை நோக்கி ஓடி வந்தாள்.

"என்னங்க அம்மாவை கூட்டிக்கொண்டு இப்ப உள்ள வருவினம்" என்றாள்

அம்மாவை மீண்டும் வீட்டுக்குள்ப் பார்ப்பதில் எல்லாருக்கும் அளவிட முடியாத மகிழ்ச்சி. வெள்ளையும் குருத்துப் பச்சையும் கலந்த நிறத்தில் சீருடை அணிந்த நான்கு பேர் அம்மாவைச் சக்கர நாற்காலியில் வைத்து பாதுகாப்பாக அழைத்து வந்தார்கள். அம்மாவுடைய மூக்கில் மெல்லிய வெண்குழாய்கள் செருகப்பட்டிருந்தன. அம்மாவைப் பார்க்க எல்லோரும் முண்டியடித்துக்கொண்டு முன்னே வந்தார்கள். அம்மாவுடைய அறையை நெருங்கியதும் பின்னால் வந்துகொண்டிருந்த பெண் ஒருத்தி,

"தூஸ் மோ தூஸ் மோ" என்றாள்.

அவளது எடுப்பான நடவடிக்கை அவளை ஒரு பெண் வைத்தியர் எனச் சந்தேகம் கொள்ள வைத்தது. அவளது அருகில் இன்னுமொரு பெண் அம்மாவுடைய ஒக்சிஜன் இயந்திரத்தை இழுத்து வந்தாள். அம்மா கட்டிலின் மீது பத்திரமாக இறக்கி விடப்பட்டார். அம்மாவுடைய வீங்கி வெளுத்த முகத்தில் கண்கள் சிறுத்துப்போய் மஞ்சள் நிறத்தில் இருந்தன. சுற்றி நின்றவர்களைப் பார்த்து தெத்துப்பல் தெரிய மென் சிரிப்பை உதிர்த்து விட்டாள். அம்மா என்னுடைய ஒரு வெள்ளைக்கோடான் சேட்டையும், சைலஜாவுடைய கருப்பு நிறத்தில் வெள்ளைப் பூ போட்ட ஜீன்ஸையும், காலில் தம்பி

மனைவியின் நாவல் நிற காலுறையையும் அம்மா விரும்பி கேட்டு வாங்கி அணிந்து கொண்டாராம். பாவாடை பிளவுசுக்கு முழுக்குப்போட்டு விட்டு சற்று மேலைத்தேயப்பாணியில் அவரது ஆடையலங்காரம் இருந்ததை குறிப்பாகச்சொல்ல வேண்டும். ஆனாலும் அது சற்றுப் புதுமையாகவும் வழமைக்கு மாறாக ஆச்சரியப்படும்படியாகவுமிருந்தது. அப்போதுதான் உள்ளே வந்த தம்பி ஓடிச்சென்று அம்மாவுடைய ஒக்சிஜன் இயந்திரத்தை பொருத்தமான இடத்தில் வைத்துவிட்டு அதன் நீண்ட குழாயை எடுத்து மடிந்து விடாமல் சரிப்படுத்தினான். எதோ நினைப்பு வந்தவள் போல அக்கா வெடுக்கென்று தலையில் கையை வைத்துக்கொண்டு குசினியை நோக்கி ஓடினாள்.

ஒக்சிஜன் மோட்டர் வேலை செய்யும் போது அடுப்பு பற்ற வைக்க கூடாது என்ற வைத்தியரின் அறிவுறுத்தல் அப்போதுதான் அவளுக்கு உறைத்தது. சைலஜா குழந்தையை அம்மாவிடம் கொடுக்க அவனைத் தூக்கி உச்சி முகர்ந்து முத்தமிட்டாள். குழந்தையும் அம்மாவுடைய குறும்புச்செயல்களை பார்த்து லயித்துப்போய் சிரித்துக்கொண்டிருந்தது. தம்பியின் மனைவி தன் கைத்தொலைபேசியில் காட்சிகளை முறையாகப் பதிவு செய்துகொண்டிருந்தாள். சுற்றி நின்ற சிலர் அம்மாவை மேலும் கைதட்டி உற்சாகப்படுத்திக்கொண்டிருந்தனர். சிரிப்பொலிகளுக்குள் அம்மாவுடைய கண்கள் என்னைத் தேடின. இறுதியாய் என்னைக்காணாத போது கடலலையில் குழந்தையை தவற விட்ட தாயின் ஏக்கத்தோடு கருணை நிறைந்த கண்களைச் சுழற்றி பதட்டத்தோடு வாசலுக்கு வெளியே எட்டிப்பார்த்தாளர். அங்கும் நானில்லை.

"எங்க அவன் மூத்தவன் உன்ர புருசன் எங்க பிள்ளை" என்று கேட்டார்.

அம்மாவுடைய சத்தம் எனக்கு கேட்டது. அதற்கிடையில் அக்கா "ம்ம்ம்ம் வந்திருக்கிறேர்" என்றாள்.

"காலம உங்கள ஆஸ்பத்திரியில பாத்துப்போட்டு வேலைக்கு போச்சு சாப்பிட வரேக்க ஆரோ வந்து கறுப்புக்கலர் காரால இடிச்சுப்போட்டு போச்சாங்கள்"

"என்னடி சொல்றாய்?" அம்மாவுடைய முகம் பயத்தால் சிவந்துபோய் பதட்டத்தில் அவளது காய்ந்து வெடித்திருந்த உதடுகள் துடித்தன. அம்மா பலமாக இரும ஆரம்பித்தார். அவரது தொடர்ச்சியான இருமல் சூழ நின்றவர்கள் அனைவருக்கும் ஒரு வித அச்சத்தை உணர வைத்தது. ஒரு நாளிலே ஒரு யுகத்தின் வேதனையைக் கக்குவது போல பலமாக இருமினார். காய்ந்து போன சளி வளையங்கள் தொண்டைக்குழியை வழுக்கிக்கொண்டு வெளியே வந்தன. அம்மாவுடைய இருமலுக்கான காரணத்தை இலங்கையில் உள்ள வைத்தியர்களால் சரியாக கண்டுபிடிக்க முடியவில்லை. அவர்கள் கண்டுபிடித்த காரணம் கடுமையான சளி உடலில் பரவியிருப்பதால் இவ்வாறு தொடர்ச்சியான இருமல் ஏற்படுவதாக இறுதியாக நவலோகா வைத்தியசாலையின் பிரதான வைத்தியர் டாக்டர் அபய சிறி ரிப்போர்ட் கொடுத்திருக்கிறார். அம்மா பிரான்சுக்கு வந்தவுடன் இங்குள்ள வைத்திய சாலையில் அபய சிறியின் வைத்திய சான்றிதழைச்சமர்ப்பித்து, மீண்டும் மேலதிக பரிசோதனை செய்த வைத்தியர் அதிர்ந்து போன டாக்டர் எழுதிக்கொண்டிருந்த பேனாவை கோபத்தோடு குத்திக்கொண்டு இல்லவே இல்லை அபய சிறி போலியான வைத்தியர்தான் என உறுதியாகச்சொன்னார்.

இவ்வாறான வைத்தியர்களை தண்டிக்க வேண்டும் அதுமட்டுமல்ல வைத்தியசாலைகளுக்கு எதிராக தவறாமல் வழக்குப்போட சம்பந்தப்பட்டவர்கள் அச்சப்படாமல் முன் வர வேண்டுமென்று அக்கறையுடன் வேண்டிக்கொண்டார். எங்களுக்கு ஒன்றும் சரியாகப்பிடிபடவில்லை. பொறுமையாக விபரத்தைக்கேட்டு அறிந்த போது எங்களுக்கொரு ஆச்சரியம் காத்திருந்தது. அம்மாவுடைய சுவாசப்பை எதிர்காலத்தில் சுவாசிக்க முடியாமல் செயலிழந்து போய் விட்டதாகவும் சரியான நேரத்துக்கு நோயைக்கண்டு பிடித்து வைத்தியம் செய்திருந்தால் நோயை முற்றாக ஒழித்திருக்கலாம் என்று, கவலையோடு சொன்னார். ஆனாலும் செயற்கைச்சுவாசத்தின் மூலம் மட்டுமே இனிச் சுவாசிக்க முடியும் என்றும் அம்மாவுக்கு பொருத்தமான சுவாசப்பை கிடைக்கும் வரை நீங்கள் பொறுமையாக இருக்க வேண்டுமென்று கேட்டுக்கொண்டார். எல்லோரும் தங்களுடைய ஆறுதல் வார்த்தைகளால் அம்மாவைப் பலப்படுத்திக்கொண்டிருக்கின்றனர்.

ஒவ்வொரு முறையும் அம்மா நெஞ்சு வலிக்க இருமும் போது தன்னில் பிரிந்து செல்லும் உயிரை தன் மொத்த சக்தியையும் ஒன்றிணைத்துப் பிடித்திழுத்து மீண்டும் தன் நோயுற்ற உடலுக்குள் செலுத்தி உயிர் தரித்துவிடுகின்றார். திடீரென அம்மா உள்ளிழுக்கும் பிராண வாயுவின் அளவு அதிகரிக்க மோட் டரின் தொடுதிரை அபாய ஒலியை எழுப்பியது. தம்பி அக்காவை ஒருக்கா முறைத்து பார்த்தான். அந்த முறைப்பில் எல்லாம் அக்காவுக்கு புரிந்து விட்டது.

"இல்லயம்மா அவனுக்கு ஒண்டும் ஆக இல்ல சின்ன கீறல் காயம் தான் அவன்ர மனிசி இப்பதான் மருந்து போட்டு விட்டவள். எல்லாம் ஒக்கே ஆயிரும்" என்றாள்.

நான் மெல்ல அடியெடுத்து அறையை நோக்கி வந்தேன். என்னுடைய நடையின் சத்தத்தை வைத்து நான் வருவதை அறிந்துகொண்டவள்.

"டேய் இங்கால வா!" என்று அதட்டினாள் அம்மா.

தவறு செய்த குழந்தையைப்போல சிறிய நடுக்கத்தோடு நான் அம்மாவுடைய முகத்தைப் பார்த்தும் பார்க்காமல் கட்டிலில் கால்களை பார்த்துக்கொண்டிருந்தேன். கட்டில் கால்களின் இடையால் ஓடும்

ஒக்சிஜன் குழாய்கள் என்னுடைய கண்களுக்குள் அகப்பட்டது. அதன் அளவைப் பார்த்தேன். அது வழமையை விடச் சற்றுப் பெருத்திருந்தது. இயங்கிக்கொண்டிருந்த ஒக்சிஜன் இயந்திரத்தை கூர்ந்து நோட்டமிட்டேன். அதுவும் வழமைக்கு மாறாக அதன் உருவத்தில் பெரிதாக இருந்தது அச்சத்தோடு அம்மாவுடைய கட்டிலுக்கு அருகில் அமர்ந்தேன். அம்மாவுடைய இதயம் அடிக்கும் வேகத்தை என்னால் புரிந்து கொள்ள முடிந்தது. அம்மா என்னை திட்ட ஆரம்பித்தார். அவரது வாய் மட்டும் அசைகின்ற மாதிரி இருந்தது. அவரது உடலின் அங்கங்கள் கோபத்தால் அதிர்ந்துகொண்டிருந்தன. நான் எதுவும் பேச முடியாமல் நிறுத்தி வைத்த பொம்மை போல் அமர்ந்திருந்தேன். சற்று தலையை நேராக நிமிர்த்திப்பார்த்தேன். அம்மாவுடைய முகம் சிவந்து கோபத்தில் சிவப்பு நரம்புகள் தாறுமாறாக ஓடுவதைக் கண்டேன் நெருங்கிப்போய் கட்டிலின் விளிம்பில் அமர்ந்தேன். புண் அழுத்துப்பட ஸ்ஸ்ஸ்ஸ் என்ற சத்தம்

என்னையறியாமலே வாயில் இருந்து வந்தது. என்னுடைய தொடையில் தேய்ந்திருந்த புண் கட்டில் விளிம்பில் உரசியவுடன் வலித்தது. நான் காட்டிக்கொள்ளவில்லை. அம்மாவை நெருங்கிச் சென்று அமர்ந்தேன். அம்மாவின் உடலில் இருந்து புது வாசனை எழுந்தது. அது அம்மாவின் உடல் வாசனை இல்லை. ஏதோ வைத்திய சாலைக்குள் நுழைந்து விட்ட உணர்வு. ஆமாம் அந்த வாசனை எனக்கு அந்நியமாகப்பட்டது. அதே இடத்தில் இருந்து பேச எனக்கு வார்த்தைகள் வரவில்லை. எழுந்து செல்ல வேண்டும் போல ஒரு உணர்வு என்னைப் பீடித்தது.

அம்மாவை சுற்றி இருந்தவர்கள் எல்லோரும் அம்மாவுடைய குறும்ப்புப்பேச்சுக்களையும் நடப்பிப்புகளையும் ஆர்வத்தோடு பார்த்துக்கொண்டிருந்தனர்.

“தம்பி இரவு எனக்கு என்னமாதிரி எல்லா ஒழுங்கும் சரியா? வெளிச்சத்துக்குத் தலை மாட்டுக்குள்ள வைக்கின்ற உன்ர ரெபில் லாம்பை வைச்சுப்போட்டு துணியால மூடு! மற்றது என்ற தையல் மெஷினுக்கு கொஞ்சம் மெஷின் ஒயில் விட்டு வை நான் நாளைக்கு சில சாரி பிளவுஸ் தைக்க வேண்டி இருக்கு இதோ பாரு இந்தப்பக்கம்! அதுதான் அந்த பிளாஸ்ட்டிக் பெட்டியை ஒருக்கா கையில எடுத்து தா” என்ற சொன்ன படி அணிந்து இருந்த சேட்டை சரி செய்தாள். சைலஜா அம்மாவை பார்த்து மெல்லிய புன்னகையை உதிர்ந்து விட்டாள்.

வைத்தியசாலைக்கு சென்று வருவதென்றால் அம்மாவுக்கு வேப்பெண்ணேய் குடிப்பது போன்ற உணர்வு. சென்ற நத்தார் தினத்திலே அம்மாவை உடற்பரிசோதனை செய்வதற்காக வைத்திய சாலைக்கு அழைத்திருந்தார்கள் அம்மா மறுத்துவிட்டார். “என்ன லூசனுகள் வருஷம் நத்தார் தெரியாத மொக்கனுகளா இருக்கிறானுகள்” என்று அம்மா திட்டி அந்த முறை சிகிச்சையை தட்டிக்கழித்துவிட்டார். அம்மாவுக்கு தன் உடலின் வேதனையையும், அலைக்கழிப்பும் தெரியும். ஆனால் அதன் தீவிரத்தன்மையைபற்றி அறிந்திருக்கவில்லை. நாங்கள் மனிசி கவலைப்படும் என்று சொல்லவில்லை. அம்மா சரியான பிடிவாதக்காரி. இன்று இந்த நிலைக்கும் அதுதான் காரணம் இந்த வருத்தத்தோடு சமையல் கட்டுக்கு போகாத கொம்மா என்றால் கேட்க மாட்டார். எப்படி கோபமாக சொன்னாலும் காதில் எடுத்துக்கொள்ள மாட்டா. பிறகு இரவு நித்திரைப்பாயில்

கிடந்து பூமி அதிரும்படி இருமி எல்லோருடைய தூக்கத்தையும் கெடுப்பதுதான் வேலை.

"உடனே வைத்தியசாலைக்கு போவம் எழும்பண" என்றால் எனக்கு நோர்மலாச்சு என்று சொல்லுவாள். அப்படியும் வற்புறுத்திச்சொன்னால் ஏதாவது வைத்தியரை நொட்டல் கதை சொல்லிப்போட்டு இருமலுக்கு வீட்டிலே சுடுதண்ணியைக் குடித்துவிட்டு பேசாமல் படுத்துவிடுவார். என்ன ஆச்சரியம் இன்று தான் முதன் முதல் அம்மா ஒரு வைத்தியசாலை நிர்வாகத்தையும், குறித்த வைத்தியரையும் பாராட்டி பாராட்டுப் பத்திரம் கொடுத்திருந்தார். சென்ற மாதம் அம்மா வைத்திய சாலையில் அனுமதிக்கப்பட்ட போது அம்மாவுக்கு சிகிச்சை வழங்கிகொண்டிருந்த வைத்தியர் முறைப்பாடு வழங்கியிருந்தார். அது பற்றி அம்மாவிடம் விசாரித்த போது அம்மா கடுமையாக வைத்தியரையும் திட்டித் தீர்த்து விட்டார். 'டீசண்ட் டிசுப்பிளின்' தெரியாத வெள்ளைக்காரன். அடுத்த முறை அந்த டொக்டர் தான் என்னை பார்ப்பார் என்றால் நான் அங்கே செல்ல மாட்டேன் என்று அம்மா உறுதியாக சொல்லிவிட்டா. டீசண்ட் டிசுப்பிளின் என்ற வார்த்தைகள் அன்றில் இருந்து பிரதானமாக எங்களது குடும்பத்துக்குள் பேசு பொருளாகிவிட்டது. ஒரு முறை அம்மா நல்ல மூட்டில் இருக்கும் போது தெளிவாகக் கேட்டு அறிந்துகொண்டேன். அம்மா சென்ற முறை வைத்திய சாலையில் அனுமதிக்கப்பட்ட போது தினமும் அம்மாவை நித்திரையில் இருந்து எழுப்புவது ஆபிரிக்க தாதிப்பெண் தனக்கு கொடுக்கப்பட்ட பணியை அவள் திருத்தமாகச் செய்து முடிப்பவள். மருந்து குளிசைகள் கொடுப்பது அதோடு ஒரு குவளையில் நீர் கொடுப்பது இரவு வேளைகளில் கட்டிலில் பொருத்தப்பட்டு இருக்கின்ற அவசர தேவைப் பொத்தானை அழுத்தினால் அது எந்த நேரமானாலும் உடனடியாகப் பதிலளித்து நோயாளியின் தேவையை பூர்த்தி செய்ய வேண்டும். அம்மாவுக்கு நிமிடத்துக்கு ஒரு முறை உதவி வேண்டும் அம்மா நோயில் படுத்த பின்பு அம்மா அடிக்கொரு முறை அழைத்து உதவி கேட்பது எங்களுக்குச் சாதாரண விடயமாகிவிட்டது.

இதை வைத்தியர் எனக்குச் சொன்ன போது எந்த ஆச்சரியமோ கோபமோ வரவில்லை. குறித்த பெண் தாதி விடுப்பில் வீடு

சென்றாலோ அல்லது வேறு கட்டிடத்துக்கு மாற்றப்பட்டாலோ அதற்கு பதிலாக வேறு பெண் தாதியை பணிக்கு அமர்த்துவது வைத்திய சாலையில் வழமையானது. அன்று நடந்தது வேறு விடயம் அந்த விடயம் நினைவுக்கு வரும் போதெல்லாம் அம்மா கோபத்தின் உச்சத்துக்குச் சென்று இரும வெளிக்கிட்டுவிடுவார். எப்போதெல்லாம் இருமல் அதிகமாகி சுவாசிக்க கடினமாகும் போதெல்லாம் அம்மா தன்னுடைய கை மருத்துவத்தைச் பிரயோகித்து விடுவார். அதில் ஏலக்காய், மிளகு, இஞ்சி, உள்ளி, இன்னும் பல அடங்கலாக அனைத்தும் கட்டிலுக்கு குறித்த நேரத்துக்குள் வந்துவிட வேண்டும். இல்லா விட்டால் கத்திக் கூப்பாடு போடுவார். “டேய் உடனடியா ரிக்கெட் போடடா நான் வந்த மாதிரி திரும்பி எனக்கு தனியா போகத் தெரியும். நாட்டுக்கு போய் ஊரோட செத்துப்போறன்” என்று சொல்லி சிணுங்க ஆரம்பிப்பார். அன்று வைத்திய சாலையில் பெண் தாதிக்கு பதிலாக நாற்பத்து ஐந்து வயது மதிக்கத்தக்க ஆண் தாதி சேவைக்கு அனுமதிக்கப்பட்டதும் அவன் வழமையின் பிரகாரம் தனது பணிகளைச் செவ்வனே செய்தான். குளிக்கும் நேரம் வந்ததும் அவன் அறையை விட்டுப் போகும் வரை அம்மா பொறுமையாக இருந்தார்.

தனக்கு சொல்லி இருக்கிற அறிவுறுத்தலுக்கு அமைவாக அம்மாவைக் கைத்தாங்கலாக குளியலறைவரை அழைத்துச்சென்றவன். அங்கிருந்து உடனடியாக வெளியேறுவானென்று அம்மா நினைத்தார். அவன் வெளியேறவில்லை. அம்மாவுடைய ஒக்சிஜன் வயரை சரிபடுத்திவிட்டு துடைப்பதற்கு துணி ,ஷம்போ போன்றவற்றைத் தண்ணீர் படாமல் எடுத்து மாற்றிவிட்டு வெளியேறும் முனைப்பில் துவாயை எடுத்த போது அவனது வலது கரம் அவனையறியாமல் அம்மாவுடைய இடதுபக்க முதுகில் தொட்டு விட்டது. உடனடியாக அவன் சுதாகரித்துக்கொண்டு பிரெஞ்சில் மன்னிப்பு கேட்டுவிட்டு வெளியேற எத்தனித்தான். அதன் பின்னர் நடந்தது வேறு அம்மாவுடைய பத்திரகாளியாட்டம் அரங்கேறியது.

“ஸ்டூப்பிட் உனக்கு டீசண்ட் டிசுப்பிளின் தெரியாதா?” என்று முகத்துக்கு முன்னால் கேட்ட போது அவனது முகம் சுருங்கிப்போனது. அம்மா பெரிய சத்தம் போட்டு தமிழாலும்

அவனைத்திட்டி தீர்த்து விட்டாள். அவன் ஏதோ குற்றம் செய்தவன் போல ஒடுங்கிப்போய் ஒரு மூலையில் நின்றான். அம்மாவுடைய அறைக்குள் ஆட்கள் கூடிவிட்டார்கள். அப்போது அம்மா தனக்கு தெரிந்த ஆங்கிலத்தால் போட்டுத்தாக்கி விட்டார். நிலைமையை புரிந்துகொண்ட அதிகாரிகள் குறித்த பரிதாபத்துக்குரிய ஆண் தாதியை உடனடியாக வெளியேற்றிவிட்டு எனக்கு அழைத்துப் பேசினார்கள். பிரதான வைத்தியர் தாழ்மையான குரலில் உடனடியாக வைத்தியசாலைக்கு வரும்படி கேட்டுக்கொண்டார். நான் மறுத்துப்பேசவில்லை. இயந்திரமாய் இயங்கி வேலைத்ததளத்தில் அரை நாள் விடுப்பு எடுத்துவிட்டு வைத்தியசாலைக்கு ஓடினேன். அம்மா குமர்ப் பெட்டை போல விம்மி விம்மி அழுதுகொண்டிருந்தார். எனக்கு பரிதாபமாக இருந்தது.

பின்னர் வைத்தியரை அணுகி நிலைமையை குறித்து அவர்களுடன் பேசி அனைவரும் சமாதானமானோம். அம்மா கைகளை நெட்டி முறித்துக்கொண்டு "இந்த முறை ஆஸ்பத்திரியில் நல்ல கவனிப்பு தம்பி ஒரு அடச்சியை என்ர ரூமுக்கு விட்டவங்க நான் எத்தின மணிக்கு பட்டினை அழுத்தி கூப்பிட்டாலும் கெதியாய் வந்துவிடுவாள் நல்ல பெட்டை" என்றார். அக்கா என்னை ஒரு மாதிரியாய் பார்த்தாள். அந்தப்பார்வையில் ஏதும் அர்த்தம் இருக்கத்தான் செய்தது. யாரும் பதில் சொல்லவில்லை. வீட்டு அழைப்பு மணி அடித்தது. அம்மாவுடைய ஆக்சிஜன் கலங்களை நிரப்புவதற்காக இரண்டு வெள்ளைக்காரர்கள் வந்திருந்தார்கள்.

அம்மாவின் மடியில் இருந்த குழந்தையை தூக்கி எடுத்தாள் அக்கா. அம்மாவுக்கு தேவையான சுடு தண்ணீர் அளவான பாத்திரத்தில் பக்குவமாகப் பரிமாறப்பட்டது. சுடு நீர் நிரப்பப்பட்ட பாத்திரத்தை உள்ளங்கையில் வைத்து அழுத்திக் கைகளை கததப்பாக்கிக்கொண்டிருந்தார் அம்மா.

போர்வையை விலக்கி கால்களை நீட்டி தலையணையில் சாயும் போது மெல்ல சுடுநீர் பையினால் வாடி வதங்கிப்போயிருந்த அம்மாவுடைய முதுகு கால்களை பக்குவமாக ஒத்தடம் பிடித்து விரல்களை நெட்டி முறித்துக்கொண்டிருந்தாள் அக்கா. அம்மாவுக்கு பிடித்தமான செய்முறைகள் அதில் உண்டு.

அதை ஒழுங்காக செய்தால் குறித்த நேரத்துக்குள் அம்மா உறங்கிவிடுவார். அன்று அம்மா உறங்கவில்லை.

"தம்பி பெரியவன் வாடா இங்க என்ர தலை மாட்டில வந்து இரு ! தம்பி எங்க" அவன் கடைக்கு போச்சானம்மா என்றேன். மூன்று வாரங்கள் பிரிந்திருந்த தன் கைத்தொலைபேசியை அன்று தான் பரிசாக கிடைத்த நத்தார் பரிசைப்போல மகிழ்ச்சியோடு முன்னும் பின்னும் புரட்டிப்பார்த்து மடியில் அழுத்தி அதன் தொடு திரையைத் துடைத்துச் சுத்தம் செய்துகொண்டிருந்தாள்.

கட்டிலின் எதிரே அம்மாவுடைய கண்கள் என் மீது படும்படியாக அறைச்சுவரில் முதுகை சாய்த்துக்கொண்டு அம்மாவுடைய கண்களைக் கூர்ந்து கவனித்துக்கொண்டிருந்தேன். நான் தன்னருகில் வந்தமரவில்லையென்றதற்கான அதிருப்தியை அவளது உடல்மொழியால் அறிந்துகொண்டேன். ஏனோ தெரியவில்லை ஏதோவொன்று என்னை அருகில் செல்ல விடாமல் தடுத்தது. தூக்கம் கண்களை அரித்துக்கொண்டிருந்தது. மெல்ல எழுந்து அடுத்த அறைக்கு செல்ல எத்தனித்த போது "ம்ம்ம் போறான் பாரு தலை மாட்டில வந்து கொஞ்ச நேரம் இரு எண்டால் என்ன கொள்ளை இவனுக்கு? ஓடுறான் ஓடுறான்.... இவனுக்கு சரியான பயம் புள்ள" என்றார்.

அம்மா அப்படி சொன்னது என்னுடைய காதில் விழுந்தது. ஆனால் அதை நான் அந்தக்கணம் பெரிதாகப் பொருட்படுத்தவில்லை. இப்போதைக்கு எனக்கு தூக்கமும் கொஞ்சம் ஓய்வும் தேவைப்பட்டது. கட்டிலில் போய் சுருண்டு படுத்துவிட்டேன். "இவனுக்கு சரியான பயம் புள்ள" என்ற அம்மாவுடைய வார்த்தைகள் மீண்டும் மீண்டும் அசரீரியாக நான்கு சுவருக்குள்ளும் கேட்டுக்கொண்டிருந்தது. அந்த வார்த்தைகளுக்கான அர்த்தத்தை எனக்குள்ளே தேடிக்கொண்டிருந்தேன்.

சற்று நேரத்தில் மனைவி, குழந்தையை எனக்கு அருகில் படுக்க வைத்து ஒரு தலையணையால் என்னோடு சேர்த்து அணைத்துவிட்டுப்போனாள். பக்கத்து அறையில் இருந்து மனிதர்களின் பேச்சொலிகள் கேட்டுக்கொண்டிருந்தன. பழைய கதைகள் புதுக்கதைகள்,ஆஸ்பத்திரி பம்பல்கள் என நீட்டிக்கொண்டே போன அந்த இரவு முழுவதும் பேசிய

பேச்சுகள் அத்தனையும் அடை மழை போல் கேட்டு மறைந்தன. உடல் அடித்துப்போட்டது போல இருந்தது. நான் மகனை அணைத்துக்கொண்டு உறங்கி விட்டேன். சிரிப்பொலி அதிகமாக வெளிவரும்போதெல்லாம் யாரோ தட்டியெழுப்புவது போல உணர்வு. அரைத்தூக்கத்தில் பழைய நினைவுகள் என்னை ஆட்க்கொண்டன. இரண்டு வருடங்களுக்கு முன்னர் தனியாக அம்மா பரிசுக்கு வந்து இறங்கிய போது நான் விமான நிலையத்தில் இருந்து அழைத்து வந்தேன்.

இவ்வளவு சிக்கலுக்குள்ளும் அம்மா துணிந்து விமானம் ஏறியதை ஊரில் எல்லாரும் பெருமையாகப் பேசிக்கொண்டார்கள். அப்போதும் அம்மாவுக்குச் செயற்கைச் சுவாசம் தேவைப்பட்டிருந்தது. எப்படி அம்மா விமானமேறி பிரான்சுக்கு வந்தாள் என்று பலர் கேள்வி கேட்டனர். இதுதான் அம்மாவுடைய முதல் விமானப்பயணம். விமான நிலையத்தினுள் இருந்து ஓர் ஊழியர் அம்மாவை சக்கர நாற்காலியில் வைத்து தள்ளிக்கொண்டு வந்தார். அம்மா மெலிந்து வாடிப்போய் காணப்பட்டார். அம்மாவை இருபது வருடங்களின் பின்பு அன்றுதான் முகம் முகமாக பார்த்தேன். சக்கர நாற்காலியில் இருந்து இறங்கி நடந்து மின் தூக்கியில் முதன் முதலாக கால்களை வைத்த போது மழையில் நனைந்த ஆட்டுக்குட்டி போல அம்மாவின் தொடைகள் நடுங்கிக்கொண்டு நின்றதும் குழந்தையைப்போல அம்மாவை தூக்கி கவனமாக நிறுத்தியதும் நினைவுக்கு வந்தது. அப்பா இறந்து ஆறு ஏழு வருடங்கள் ஆகிவிட்டது. அம்மா தனிமையில் எவ்வளவு போராட்டம் போராடி விட்டு வெளி நாடு வந்திருக்கிறாள். அதை நினைத்தால் நாங்கள் வாழும் இந்த வாழ்க்கை எல்லாம் வாழ்க்கையா? என்று எண்ணத்தோன்றுகின்றன.

சைலஜா அறை விளக்கை அணைத்துவிட்டு மீண்டும் அம்மாவுடன் கதைப்பதற்காகச் சென்று விட்டார். அப்போது நேரம் நள்ளிரவைக்கடந்து இருக்க வேண்டும். அம்மா கழிப்பறைக்கு செல்ல ஆயத்தமானால் அதற்கு முன்பதாக இருமல் வராமல் இருக்க முன் ஏற்பாடுகள் செய்வார். விக்ஸ் இனிப்புகளை உண்பதும் ஏலக்காயை வாயில் போட்டு மெல்லுதல் போன்ற செயல்களை அடிக்கடி செய்வதை நான் பார்த்து இருக்கிறேன். அதை அக்கா கண்டிக்கும் வகையில்

“நே கொம்மா இங்கிலீஸ் வைத்தியம் பாத்துக்கொண்டு இருக்கும் போது நீ இப்பிடி ஏலக்காயும் கருவாப்பட்டையும் திண்டுகொண்டு இருந்தால் என்ன பிரயோசனம்?

“அடி போடி விசரி இந்த இங்கிலீஸ் மருந்து புள்ளா ஏலக்காய், கிராம்பிலதான் செய்யிறாங்க அது தெரியுமா உனக்கு?”

என்று கேட்டு அக்காவுடைய வாயை அடைத்து விடுவார். வெளியில் சல சலப்பு ஒலிகள் கேட்டன. தம்பி வேலையால் வந்துவிட்டான். அம்மா கட்டில் கம்பியை பிடித்துக்கொண்டு யாருடைய உதவியும் இல்லாமல் கழிப்பறைக்கு செல்கிறாள். அம்மா அப்பிடித்தான்.

“கடைசி மட்டும் கட்டிலில் கிடந்தாலும் என்ர புள்ளைகளுக்கு நான் பீ மூத்திரம் எடுக்க வைக்க மாட்டன்”

என்று அம்மா சொல்லுவார் எப்பவும் அப்படித்தான் யாராவது உதவிக்கு வந்தால் திட்டிவிடுவது அம்மாவுக்கு வழக்கம். இன்று வேலையால் வந்த கையோடு அம்மாவிடம் வாங்கிக்கட்டி இருக்கிறான் தம்பி.

கழிப்பறையில் இருந்து அம்மா வெளியில் வர அரை மணி நேரம் எடுத்தது. அனைவரும் கட்டிலுக்கு அருகில் அம்மாவுக்காகக் காத்து நின்றனர். இருமிக்கொண்டே வெளியேறிய அம்மா ஒக்சிஜன் குறைந்து செல்ல சைலஜா ஓடிச்சென்று ஆக்சிஜன் குழாயை அம்மாவுடைய மூக்குக்குள் திணித்த போது அம்மா சாதாரண நிலைக்கு வந்து விட்டார். எல்லோரும் பதட்டத்தோடு பேசிக்கொண்டிருந்தனர். அதன் பின்னர் நடந்த எந்தச் சம்பவமும் எனக்கு தெளிவாக இல்லை. உடல் அடித்துப்போட்டது போல் கிடந்தேன். குழந்தை என்னருகில் நெளிந்து கொண்டு கிடந்தான். அம்மாவுடைய அறையில் யார் யாரோவெல்லாம் பேசிக்கொண்டிருந்தார்கள். திடீரென போர்வை என்னுடைய உடலில் இருந்து சற்று வழுக்கிச்செல்வதை உணர்ந்தேன்.

சைலஜா போர்வையை இழுத்து தன்னுடைய கால்களை மூடிக்கொண்டிருந்தாள். சற்று விசனத்தோடு கண்களை திறந்து திட்ட ஆரம்பித்தேன்.

“கொஞ்சம் எனக்கும் போக்க பெட்ஸிட தாங்க” என்று கேட்டு அனுங்கினாள். “என்ன செய்தனி இவ்வளவு நேரமும் நித்திரை கொள்ளாமல் அந்த மனிசிய களைக்க வச்சதுதான் மிச்சம்?”

“அம்மா ஆஸ்பத்திரிக்கு போச்சா இப்பதான் அம்புலன்ஸ் வந்து ஏத்திக்கொண்டு போனது” என்றாள்.

எனக்கு முகத்திலை ஓங்கி அறைஞ்சது போல இருந்தது. ஏண்டி என்னை எழுப்ப இல்லை என்று கேட்டு திட்ட ஆரம்பித்தேன். கோபம் உச்சிக்கு ஏறியது. வழமையாக அம்மா என்ன தேவை என்றாலும் என்னை எழுப்புவா ஏன் இண்டைக்கு என்னை எழுப்பவில்லை. ஏன் அம்புலன்ஸ் வந்து நாலு பேர் வந்து தூக்கி கட்டிலில் ஏற்றிக்கொண்டு போனபோதும் உங்களுக்கு எதுவும் தெரியாதா? இல்லை தெரியாது.... ஏன் இப்படி? அம்மா ஒரு வார்த்தை சொல்லி விட்டு போக அம்மாவுக்கு தோன்றவில்லை? என்னையே நான் சபித்து நொந்து கொண்டேன். என்னையறியாமலே கண்களில் நீர் பெருகியது. சைலஜா என்னுடன் கதைத்துக்கொண்டிருக்க எல்லோரும் அறைக்குள் வந்துவிட்டனர். மற்றவர்களையும் திட்ட ஆரம்பித்தேன்.

“ஏலாமல் கிடக்கிறிங்க ஏன் எழுப்புவான் அம்மா நாளைக்கி திரும்பி வந்திருவா தானே அதுதான் எழுப்பவில்லை”

என்று தம்பியின் மனைவி என்னைச் சமாதானப்படுத்தினாள். நான் சமாதானம் ஆகவில்லை. மனதுக்குள் மிகப்பெரிய கொந்தளிப்பு. ஏதோ பாரதூரமான குற்றம் செய்து விட்டது போல் உணர்வில் உழன்றுகொண்டிருந்தேன். உதடுகள் துடித்தன. தொட்டால் வெடித்து அழுது கொட்டிவிடுவேன். அதைத் தவிர்ப்பதற்காக விறு விறுவென்று எழுந்து வீட்டுக்கு வெளியில் வந்துவிட்டேன். அயல் வீடுகளில் இருந்து நாய்களின் குரைப்பு ஓயவில்லை. அம்புலன்ஸ் சென்ற திசையைப் பார்த்து அவை குரைத்துக்கொண்டிருந்தன.

வானில் எஞ்சி இருந்த நட்சத்திரங்களும் தள்ளி நகர்ந்துகொண்டிருந்தன. பார்வையைத் தாழ்த்தி அம்புலன்ஸ் சென்ற வழியைப் பார்த்துக்கொண்டு நின்றேன். வெளியில் எந்த ஆள் நடமாட்டமும் இல்லை. அப்போது நேரம் அதிகாலை

இரண்டு மணியைக் கடந்துவிட்டது. ஆம்புலன்சில் ஏற்றும் போது அம்மாவின் கைகளை பிடித்து "அம்மா ஒன்றும் கவலைப்படாதயண நாளைக்கு விட்டுருவாங்க" என்று சொன்ன போது அம்மா அதை மறுத்து ஒரு மாதிரி தலையாட்டியதாக தம்பி சொன்னான். சைலஜா வைத்திய சாலையைக்கு தொடர்பு கொண்டு விசாரித்த போது அம்மா பிடிவாதம் பிடித்து வீட்டுக்கு வந்தவ என்ற உண்மை தெரிய வந்தது. அம்மாவின் உடல் நிலை பற்றி அறிந்த வைத்தியசாலை நிர்வாகம் வீட்டுக்கு அனுப்பி வைத்ததாகச் சொன்னார்களாம். அம்மாவிடம் இந்த பிடிவாதம் ஒரு போதும் ஒழிந்து போகப்போவது இல்லை என்பதை அப்போதும் சொல்லித் திட்டினேன். நாங்கள் ஒருவரும் நித்திரை கொள்ளவில்லை. அம்மா தன்னுடைய தலை மாட்டில வந்து ஒருக்கா இரு எண்டு சொன்ன போது நான் பொருட்படுத்தாமல் சென்று தூங்கிவிட்டேன். நான் எவ்வளவு அதிஸ்ரம் இல்லாத முட்டாள் என்பதை அந்த நொடி எனக்கு உணர்த்தியது. சைலஜா நான் நிற்கும் இடத்தை தேடி ஓடி வந்தாள். திரும்பிப்பார்த்த போது ஏதோ முக்கியமான செய்தியோடு வந்தது தெரிந்தது. வைத்தியர்கள் சிகிச்சை அளித்துக்கொண்டு இருக்கிறார்களாம் தற்போது உடலில் முன்னேற்றம் ஏற்பட்டுள்ளதாக சொன்னார்களாம். என்று கூறினாள். எல்லோரும் செபிக்க ஆரம்பித்தார்கள். என்னால் எதுவும் செய்ய முடியவில்லை.

கடந்த மாதம் நடந்து முடிந்த சம்பவம் ஒன்று என்னுடைய மண்டைக்குள் ஓட ஆரம்பித்தது. வேலைத்தளத்தில் என்னுடைய முதலாளியுடன் ஏற்பட்ட தகராறில் அவன் வேலையை விட்டு நில் என்ற சொல்லை மிகச்சாதாரணமாகச் சொல்லிவிட்டான். அதுவும் பதினைந்து வருடங்கள் பணி செய்த இடத்தில் நேற்று வந்த தொழிலாளிக்கு முன்னால் இப்படி சுடு சொல்லை சொன்னது பிடிக்கவில்லை. எரிச்சலோடு வீட்டுக்குள் நுழைவதற்குள் அம்மா "தம்பி என்ர ஒப்பிறேசன் எப்பயடா? இப்பிடி நாளைக் கடத்திக்கொண்டு போனால் எங்க போய் முடியப்போதோ தெரியேல்ல உனக்கு இதில அக்கறை இருக்கா இல்லையா" என்று கேட்டபோது நெஞ்சில் பெரிய கத்தியை செருகியது போல இருந்தது. சற்று முன்னர் இதே சொல்லைத்தான் முதலாளியும் சொன்னான். அழுகிப்போன தக்காளிப் பெட்டியை தன்னிடம் சொல்லாமல் குப்பைக்குள்

போட்டு விட்டேன். இது நான் இந்த ரெஸ்ரோரண்டில் செப் ஆக தரமுயர்த்தப்பட்ட நாளில் இருந்து செய்து வருகின்ற வேலைதானே இது என்ன புதிதாக இவன் என்னை ஒரு மாதிரி கேள்வி கேக்கிறான் என்று விசனப்பட்டேன்.கோபம் தலைக்கேறியது. கையில் வைத்திருந்த பிளாஸ்ரிக் தட்டை வீசிவிட்டு சிகரெட் ஒன்றை வாயில் கௌவிக்கொண்டு வெளியில் வந்துவிட்டேன். இப்போது அம்மா இப்படி பேசியதை என்னால் பொறுத்துக்கொள்ள முடியவில்லை. வாய்க்கு வந்த சுடு சொற்களால் திட்டிவிட்டேன் .

“என்னை உடன அனுப்பு ஊருக்கு, நான் ஆருக்கும் பாரமா இருக்க இல்லை அங்க போய் ஊரோட கிடந்து செத்துபோறன்”

என்று சொல்லிவிட்டு வெடித்து அழ ஆரம்பித்துவிட்டார். என்னால் அதை சகிக்க முடியவில்லை. ஷைலஜா அம்மாவை சமாதானப்படுத்த அம்மா அனுமதிக்கவில்லை திட்டி அனுப்பி விட்டாள். அம்மாவுடைய அறுவைச்சிகிச்சைக்கு பொருத்தமான சுவாசப்பை இன்னும் கிடைக்கவில்லை என்று கடிதம் வந்து இருந்தது. அதை அம்மாவிடம் காண்பிக்கவில்லை. அம்மா கோபம் கொண்டால் அவளுடைய உடலுக்கு நல்லதில்லை. நான் உண்மையில் குற்றவாளிதான். அன்று இரவு அம்மா தூங்கி இருக்கமாட்டார். தினமும் நித்திரையால் என்னை எழுப்புவது அம்மாதான் மருந்துகள் குடிக்கும் வயிற்றுக்கு எரிச்சல் உண்டாகும் வெறும் பிளேண்டீயும் பணிசும் எடுத்து கொடுத்தால் ஓரளவுக்கு அம்மா சமாதானமடைவாள். அடுத்த நாள் காலையில் அம்மா என்னை எழுப்பவில்லை. சிறு நீர் கழிக்க எழுந்து செல்லும் வழியில் வழமை போல அம்மாவுடைய அறையையில் ஆக்சிஜன் அளவுகளை சரி செய்ய அறையை எட்டிப்பார்த்தேன் .

நித்திரைத்தூக்கம் மங்கலான வெளிச்சத்தில் அம்மாவுடைய கட்டிலைபார்த்தேன். வெள்ளைப் போர்வையால் அம்மாவை மூடி இருப்பது போல ஒரு தோற்றம் நெஞ்சு படபடத்தது. அம்மா கால்களை நீட்டி கைகள் இரண்டையும் கோர்த்துக்கொண்டு படுத்து இருக்கும் முறையும் என்னைப் பயமுறுத்தியது. இது என்ன பிரமையா? பயமாய் கிடந்தது. பின்னர் சுதாகரித்துக்கொண்டேன். அம்மா ஏதோ நாடகம் ஆடுவதாக நினைத்தேன். அம்மா பிளாக் மெயில் பண்ணுவதில்

கெட்டிக்காரி என்ற விடயம் எனது மூளையில் அப்போது பொறியாய் தட்டியது. சென்ற வாரம் வெற்றி நாயகி கோயிலுக்குப் போய்விட்டு அங்கு நடந்த விருந்துணவை முடித்துவிட்டு குறித்த நேரத்துக்கு வீட்டுக்கு வரவில்லை. தாமதத்துக்கான காரணத்தை சொல்லி விரைவில் வந்து விடுவதாகவும் குரல் செய்தி அனுப்பி இருந்தேன். அம்மா அதைக் கேட்கக் கூட இல்லை. அம்மாவுக்கு தேவையான உணவையும் தவறாமல் கொண்டு வந்துவிட்டோம். ஆனால் அம்மா நீண்ட நேரம் அறையில் இருந்த எதையும் உண்ணாமல் இருந்து இருக்கிறார். வீட்டுக்கு வந்து உணவைக்கொடுத்த போது கோபத்தில் உணவுத்தட்டை விட்டெறிந்தார். உணவுத்தட்டு வெள்ளைச்சுவரை அழுக்காக்கியது. அது மட்டுமல்ல அன்று இரவு முழுவதும் உண்ணாமல் மருந்து எதுவும் உட்கொள்ளாமல் உண்ணாவிரம் இருந்து சாதித்து விட்டார். அதை நினைத்துப்பார்த்த போது கழிவறையில் இருந்தபடி குபீர் என்று சிரித்துவிட்டேன்.

சில நிமிடம் கழித்து வெளியில் வந்து மீண்டும் அம்மாவைப் பார்த்தேன். என்ன ஆச்சரியம் அம்மா இப்போது நீல நிறப் போர்வையால் மூடிக் கால்களை மடித்து நெச்சில் கைகளை வைத்து வழமை போல ஆழ்ந்த உறக்கத்தில் கிடந்தாள். நான் பதறிப்போனேன். எதுவும் பேசவில்லை. விறு விறுவென்று என்னுடைய படிப்பறைக்கு சென்று ஒரு புத்தகத்தை திறந்து படிக்க ஆரம்பித்தேன். அதிகாலை அம்மாவின் அழைப்புக்காகக் காத்திருந்த பொழுது என்னை அழைக்காமல் சைலஜாவை அழைத்திருக்கிறாள். அம்மாவுடைய முகம் அழுது வீங்கி இருந்ததாக சைலஜா சொன்னாள்.

“ஏன் வருத்தக்கார மனுசியை இப்பிடி வதைக்கிறீங்க”

என்று கேட்ட போது பதிலெதுவும் கூற முடியாமல் தொண்டை இறுகிப்போனது. அந்த நாளுக்கு பிறகு நான் சரியான கவனமாக இருக்க கற்றுக்கொண்டுவிட்டேன். எப்போதும் அம்மா தனிமையை வெறுப்பவர். அம்மாவுக்குப் பிரெஞ்சு சுத்தமாக வாயில் நெளியாது. அவளைச்சுற்றி மொழி தெரியாதவர்கள் என்ன என்னவோ எல்லாம் பேசிக்கொண்டு இருப்பார்கள். மொழி தெரியாமல் என்ன செய்து கொண்டு இருப்பாள். ஒரு ஆறுதலுக்கு நான் அங்கு இல்லையே அவளை

தனியாக அனுப்பிய பாவியாகிவிட்டேன். எப்படியெல்லாம் வேதனைப்படுவார். என்னால் என்னை கட்டுப்படுத்த முடியவில்லை உடைந்து அழுதுகொண்டிருந்தேன். விடியும் வரை காத்துக்கொண்டிருந்தேன். இன்று மட்டும் ஏன் இந்த இரவு நீண்டிருக்கின்றது. இரவை வெறுத்துத்துப்பினேன். அப்போது சைலஜா என்னை உள்ளே அழைத்தாள். அவளது முகம் வியர்த்துக்கொட்டியது. உதடுகள் நடுங்கின. அம்மாவுக்கு கொஞ்சம் சிரியஸா இருக்காம். எங்களைப் பிரேயர் பண்ணவாம் தங்களால் முடிந்த ட்ரீட் மேட் செய்வதாக டொக்டர் சொன்னவை. என்னால் எதுவும் பேச முடியவில்லை. துக்கம் கௌவிக்கொண்டது. பின்னால் இருந்த கதிரையில் அமர்ந்துவிட்டேன். அம்மாவின் பத்துவருட கொடுமை நிறைந்த சிலுவைப்பாதை இவ்வளவு சீக்கிரத்தில் முடிவுக்கு வரும் என்று நான் கனவிலும் நினைத்துப்பார்க்கவில்லை. அங்கு நடப்பது எதுவும் எனக்குக் கேட்கவில்லை. கண்களில் நீர் கோத்து இருண்டது. சொற்கள் திக்கின.

“ஒண்டும் கவலைப்படாதீங்க அம்மா திரும்ப வருவா” “அந்த மனிசி சரியான துணிச்சல்க் காரி இத்தின வருசமா இந்த வருத்தத்தோட போராடினவ” நல்லவங்களை மாதா கைவிட மாட்டா! இவ்வளவு கஸ்ரப்பட்டு புள்ளைகளை வளர்த்த மனிசிக்கு புள்ளைகள் நல்லா வந்த பின்பு பாக்கிறதுக்கு கட்டாயம் திரும்ப வருவா பாருங்க!” என்று யாரோ சொல்லி மூக்கைச் சீறியது மீண்டும் என்னைக் கலங்க வைத்தது. யாரோ என்னுடைய தோளை உலுப்ப நினைவுகள் திரும்பின. கண்களை விரிவாக திறந்து பார்த்தேன். வீட்டுக்கு நிறைய ஆட்கள் வந்து குவிந்து விட்டார்கள்.

எனது இருண்ட கண்களில் மங்கலாக உருவங்கள் தென்பட்டன. யார் யாரோவெல்லாம் என்னைக் கட்டிப்பிடித்து ஒப்பாரி வைக்க ஆரம்பித்து விட்டார்கள். “மாமி எங்களை விட்டுட்டு போச்சிங்களா?” என்று கீச்சிட்டு என்னை மோதிக் கட்டிக்கொண்டு கதறியள ஆரம்பித்தாள் சைலஜா. என் மூச்சு அடங்கி எனது ஆவி பிரிவது போல உணர்வு. நான் அவளை உதறிவிட்டு எழுந்து அம்மாவுடைய கட்டில் இருக்கும் அறையை நோக்கிச் சென்றேன். அறையின் மூலையில் கருப்பு

துணியால் மூடப்பட்ட மேசை விளக்கில் இருந்து மெல்லிய மஞ்சள் வெளிச்சம் அறையை நிறைத்துக்கொண்டிருந்தது.

அப்போதுதான் அம்மா போர்வையை விலக்கி எழுந்து சென்ற தடயங்களோடு அறை காணப்பட்டது. அவரின் உடலின் வெம்மையோடு கூடிய ஆஸ்பத்திரி வாசனை அந்த அறையை விட்டு இன்னும் அகலவில்லை. அம்மாவின் கருப்பு நிற உறை போட்ட தலையணையை எடுத்து என் மடியில் வைத்து மென்மையாகத் தடவிக்கொண்டிருந்தேன். தலையணையில் ஒட்டியிருந்த அவரின் வெண்ணிற முடிகளைப் பிரித்தெடுக்க மனமில்லாமல் தேம்பி அழுதுகொண்டிருந்தேன். யாரோ அறைக்கதவை ஓயாமல் தட்டிக்கொண்டிருப்பதை என் காதுகள் கேட்டன.

●●●

வயல் மாதா

வளைவுகள், குட்டிப்பாலங்கள் கடந்து, நதி நீரின் சலசலப்பு பறவைகளின் ஒலிகளுடே மின் விளக்குகளே இல்லாத காட்டுப்பாதையில் வண்டி சென்றுகொண்டிருந்தது. வண்டியின் கணப்பிலிருந்து வந்த வெப்பம் முகத்தை எரித்தது. “இன்னும் ரெண்டு கிலோ மீற்றரிலை எங்கட அடுத்த யாத்திரை ஸ்தலம் வந்துவிடும்” என்கிறார் சிலுவையர். வண்டியில் உறங்கிக்கொண்டு இருந்த அய்வரும் சோம்பலுடன் கண்களை விரித்து வண்டியின் வெளியில் பார்த்தனர். வானளவு உயர்ந்த மலைகள் இராட்சச விலங்குகள் போல நகர்ந்து கொண்டிருந்தன. யாத்திரை ஸ்தலம் நெருங்க நெருங்க என் மனதுக்குள் ஒருவகையான கிளர்ச்சி ஏற்படுவதை உணர்ந்தேன். ஓட்டுநர் இருக்கை அருகில் அமர்ந்திருந்த எஸ்தாக்கியார் வெக்கை தாங்க முடியாமல் முன் கண்ணாடியை மெல்ல இறக்கினார். மெல்லிய குளிர் காற்று உடம்பைச் சிலிர்க்க வைத்தது.

டியூனிங் கொலர் வைத்த வெள்ளை நிறச் சட்டையை அணிந்த சிலுவையர் வாய்க்குள் எதையோ முணுமுணுத்துக்கொண்டு

ஓட்டுநர் இருக்கையில் அசைவாடிக்கொண்டிருந்தார். வாகனம் தன் பாட்டில் ஓடிக்கொண்டிருந்தது. சிலுவையருக்கு கணக்கான நல்ல சிவலை உடம்பு. மீசை, தாடி சொட்டுமில்லாமல் மழித்த முகம். தலைமுடியைக் கொஞ்சம் நீளமாக வளர்த்து வெள்ளை மயிருக்கு டை அடிச்சு இடைக்கிடை குடும்பி கட்டி விட்டிருப்பார். அது அவருக்கு எடுப்பாக இருக்கும். பின் இருக்கையிலிருந்து மங்கலான புகை வெளிச்சத்தில் சிலுவையரைப் பார்க்கும் போது கண்களுக்கு தூய ஆவியானவர் போல காட்சியளித்தார். இந்தக் காட்சியை சிகரெட் புகைக்கும் இடைவெளியில் அவரிடம் சொன்ன போது அதைக் கண்டு கொள்ளாதவர் போல் வான் நோக்கி சிகரெட் புகையை சுழி சுழி வடிவாக வெளியேற்றினார்.

அதை நான் எஸ்தாக்கியிடம் சொன்ன போது கருப்பு நிறப் பருத்த உடம்பை மெல்ல அசைத்து இலகுவாக்கி, விழிகளை உருட்டியபடி நெஞ்சுக்குள் இருந்த சளியை இழுத்து நாவில் உருட்டி அருகில் இருந்த முட் செடியைப் பார்த்துத் துப்பினான். "டேய் பேயா விசர்க் கதை கதைக்கிறாய்" என்று விட்டு எதோ யோசித்தவனாய் "நடந்த விசயம் அறிஞ்சால் இப்பிடிக் கதைக்க மாட்டாய்?" என்றான். "சரியான தூமைத் துண்டு" என்று சற்றுக் கோபத்தோடு சொன்னேன். எஸ்தாக்கி சொற்களோடு சளியையும் விழுங்கியபடி "நேற்று சிலுவையர் குடும்பச் செபமாலை முடித்துவிட்டுப் படுக்கப்போன போது மரியன்னை அவரை அழைத்திருக்கிறாள். அதைச் சிலுவை எனக்கு விபரமாகச் சொல்லவில்லை, 'சிலுவை, சிலுவை, சிலுவை' என்று மூன்று முறை கீச்சுக் குரலில் அழைத்து 'மணி ஒலித்து ஓய்வதற்கு முன், நேரம் தாமதிக்காமல் என்னிடம் வா...!' என்ற அழைப்பு முதலில் அவரைக் குழப்பமடையச் செய்ததாகவும், பின் மணி என்றவுடன் அவருக்கு மூளையில் பொறி தட்டியதாம் மனுசன் உடனே ஊகிச்சுப்போட்டேர் அது வயல் மாதாவுடைய ஏவுதல் தான் என்று உடனடியாகப் பயணத்துக்குத் தயாராகி டீசல் செலவுக்கும், நெடுஞ்சாலைக் கட்டணத்தையும் சமாளிக்க எங்களை கூட்டிக் கொண்டுவாரார் கண்டியே?"

"அவருக்கு மட்டும் மாதாவுடைய எல்லாம் முன் கூட்டியே?"

"என்ன வியர் கத கதைக்கிறாய்? இந்த நிலைக்கு வர சிலுவையர் இருபது வருடங்கள் என்ன பாடுபட்டவர் எண்டு,

எப்பிடி எல்லாம் கஸ்ரப்பட்டவர் விசா இல்லாமல் எவ்வளவு வருடங்கள் கோயிலே தஞ்சம் எண்டு கிடந்தவர் இண்டைக்கு மனுசனைப் பார்! பிரான்சில் கத்தோலிக்க ஆன்மிகப் பணியகம் ஆல மரம்போல வளர்ந்து நிக்க முக்கிய காரணம் அந்தாள்தான். ஆனால் சிம்பிளாய் நம்மளுக்கு றைவர் வேல பாக்குது" என்று கூறி பெருமூச்சொன்றை விட்டான்.

இன்று பிரான்ஸ் போர்கோன் மாகாணத்தில் உள்ள கத்தோலிக்கக் குருக்கள் தொடக்கம் குரு முதல்வர்கள் வரை சிலுவை மரியானைத் தெரியாதவர்கள் மிகவும் சொற்பம். அந்தச் சொற்பமானவர்களும் நகருக்கு வெளியே வாழ்பவர்களாகவே இருப்பார்கள். யார் அந்த சிலுவை மரியான்? என்ற கேள்வி எழுந்தால் சிலர் அவரைக் கத்தோலிக்க வரலாற்று ஆசிரியன் என்பர். சிலர் ரோமாபுரி தவற விட்ட சின்ன போப் என்பர். பிரான்சில் உள்ள தேவாலயங்களின் திருவிழாக்கள் அதன் தேவாலய வரலாற்று சிறப்பு நிகழ்வுகளை தரவுகளுடன் சொல்வதற்கு அவரை அடிக்க பிரஞ்சுக்காரரிலும் கூட ஆரும் இல்லை. பிரான்சில் உள்ள தமிழ் கத்தோலிக்க ஆன்மிகப்பணியகத்தின் மிக முக்கியமான புள்ளி. "உங்கள சிலுவை அல்லாமல் எதுவும் அணுகாது" என்பார்கள் அவரைப்பற்றி நன்கு அறிந்தவர்கள். சிலுவையர் சிலாபத்துறையில் இருந்து செக்கோஸ்லாவோக்கியா வந்து அங்கு அவருடைய போலிக்கடவுச்சீட்டு பிடிபட்டு சிறையிலிருந்தவர். அங்கிருந்து தப்பிப் பிரான்சின் போர்கோன் நகருக்கு வந்தவர்.

சிலுவை மரியான் போர்கோன் நகரில் கால் பதித்தபோது அங்கே ஓர் ஆசியக் கண்டத்தினரும் இருக்கவில்லையாம். ஆனால் அவர் அங்கு வந்து சேர்ந்ததே எதேச்சையானது. பரிசிலிருந்து சுவிஸுக்குப் போவதுதான் அவரின் திட்டம். சுவிஸ் செல்லும் வழியில டிஜோன் நகருக்கு இடையில நல்ல ஊர் மனையாப் பார்த்து அவரை வண்டியிலிருந்து தள்ளி இறக்கி விட்டுப் போனார்களாம் என்பார்கள். வண்டியின் பின் இருக்கையில் இருந்து பார்க்கும் போது நீண்ட சம தரையான பச்சைப் புல் வெளிகளாய் விரிந்திருந்த நகரம் எதுவென்று அவருக்கு தெரியவில்லை. வயல் ஓரங்களில் புல் மேய்ந்து கொண்டிருந்த பசுமாடுகளை கண்டவுடன் அங்கே பிழைத்துபோய் விடலாம் என்ற எண்ணம் வர "இங்க வயல்

கரையாப் பார்த்து இறக்கி விடுங்கோ அண்ணே" என்று அவராகவே கேட்டு இறங்கிக் கொண்டார் எனச் சொல்பவர்களும் உண்டு. அப்படியாக அவர் வந்து சேர்ந்த இடம் பூஸ் நகரம். இப்ப இங்க உள்ள பூஸ் குட்டிகளிடம் சிலுவை மரியானைத் தெரியுமா என்றால் மியாவ் என்று கத்துமாம். அப்படியாகப் பூஸ் நகரின் வரலாற்றில் அவரும் கலந்துவிட்டார்.

இங்க வந்த புதிதில் சிலுவையர் வேலைக்காகத் தினமும் ஒவ்வொரு ஆலயமாக ஏறி இறங்கி தங்குமிடம் கேட்டு வந்திருக்கிறார். யாரும் அவருக்குக் கொடுக்கவில்லை. கோவில் வாசலில் நின்று தனக்கு தெரிந்த ஓரிரு பிரெஞ்சுச் சொற்களைத் திரும்பத் திரும்ப ஜெபம்போலச் சொல்லிக்கொண்டிருந்தாராம். இவருடைய பிரெஞ்சு ஆர்வத்தைக் கண்ட சிஸ்ரர் கத்தரின் பியர் என்ற கன்னியாஸ்திரி, அவருக்கு ஒரு பிரெஞ்சு பள்ளியில் பிரெஞ்சு கற்க வழி செய்தாராம். பின்னர் ஓரிரு வருடங்களில் சிலுவையர் பிரெஞ்சு மொழியைத் தட்டாமல் பேசக் கற்றுத் தேறி விட்டாராம். ஒரு பங்குத் தந்தை அவருக்கு அகதி விசா கிடைக்கச் சகாயம் செய்தாராம். "நோர்த்தடாம் ஸ்பேஸ்" என்ற தேவாலயத்தில் தனது ஆன்மிகப்பணியை ஆரம்பித்தார் சிலுவையார்.

ஒரு நாள் தேவாலயக் கழிவறையில் இருந்து தன் நாட்டு மக்களைப்பற்றியும் அவர்களது ஆன்மிக பின்மாற்றம் குறித்தும் சிந்திக்கத் தொடங்கினார். தன் மொழி பேசுகின்ற மக்களை இணைத்து ஒரு பணியகத்தை ஆரம்பிக்க வேண்டும் என்ற எண்ணம் அவருக்குள் பேய் போல புகுந்தது. இது நடந்த ஆண்டு ஆயிரத்துத் தொள்ளாயிரத்து எண்பத்தொன்பதாம் ஆண்டு. அடுத்த வருடமே அந்த பங்கு பிஷப் மூலம் ஆன்மிகப்பணியகமாக உருவெடுத்தது. பிரான்சில் முதலாவது ஆன்மிகப்பணியகம் போர்கோன் மாநிலத்தில் உருவாக்கப்பட்டது இது வரலாறு. இதை மறைக்க பலர் முயற்சி செய்து கொண்டு இருப்பதாக சிலுவை மரியானுக்குச் சிலர் மீது கடுங்கோபம். ஏதாவது கொண்டாட்டத்தில் குடித்துவிட்டு வெறி ஏறினால் "இந்தச் சிற்றிக்கி வந்த முதல் குடி மகன் நான் தான்" என்று மார்தட்டிச் சொல்வதை நானும் பல முறை கேட்டிருக்கிறேன். செபதேயு மரியான் அவரது உண்மையான பெயர். உறங்கும் போதும் அவர் கழுத்தில் மாட்டு சைசில சிலுவை அணிந்துகொண்டுதான்

உறங்குவார். இதனாலேயே இவருக்கு சிலுவை மரியான் என்ற பெயர் வந்ததாகச் சொன்னார்கள் .

அண்மையில் காட்டு மாதா கோயில் திருவிழாவில் பீடத்தில் எடுபிடி வேலை செய்து கொண்டிருக்கும் போது நடந்த சம்பவம் அவரைத் தலை குனிய வைத்தது. அதிலிருந்து அதிகமாக குடிக்க ஆரம்பித்து விட்டார். பாரிஸில் பிரபலமான குழுச்சண்டை பொலிஸாரினால் கட்டுப்பாட்டுக்குள் கொண்டு வரமுடியாமல் போனதும், கோவில் சொத்துக்களை சேதப்படுத்திய சம்பவத்தையும், சேதப்படுத்தப்பட்ட பொருட்களின் விபரங்களை விஷப் மஞ்சள் காகிதத்தில் குறிப்பெடுத்துக்கொண்டு வந்து தரவுகளோடு வாசித்துக்கொண்டு இருக்கும் போது ஆலயத்தின் பின்பகுதியில் நின்று யாரோ பிரசங்கத்தை குழப்ப எத்தனித்ததை அறிந்த விஷப் கடும் சீற்றத்தில் கையில் இருந்த தனது பைபிளை கை தவறி கீழே போட்டு விட்டார். எதிரே முன் வாங்கில் வெட்கத்தோடு தலையை நிலத்தில் தொங்க போட்டுகொண்டு கைகளை கூப்பிய வண்ணம் இருந்த சிலுவையர் காற்றைக் கிழித்துக்கொண்டு வெடுக்கென்று பாய்ந்து புனித வேதாகமத்தை ஏந்த எத்தனித்தார். அவர் கைக்குள் வேதாகமம் சிக்கவில்லை. சிலுவையரது கூப்பிய கைகள் இரண்டும் குருவானவரின் காலைப் பதம் பார்த்தன. "எக்ஸ்கியூஸ்முவா பர்டோன் பர்டோன் என்று குறுகுறுத்தார். சிலுவையரின் கனிந்த குரல் அங்கு நிறுத்தி வைக்கப்பட்டு இருந்த ஒலி பெருக்கிகளில் ஒலித்தன குருவானவர் என்ன செய்வதென்று அறியாமல் தனது கால்களை அகட்டி சிலுவையைத் தொட்டு விடாமல் விலகி நின்றார் .

சம்பவத்தை பார்த்த உதவி குருக்கள் பீடத்தில் இருந்து வெருண்டடித்துக்கொண்டு ஓடி வந்தனர். வேதாகமத்தின் உள்ளே வைக்கப்பட்டு இருந்த குறிப்பு காகிதங்கள் வீசிய காற்றுக்கு பறந்து போனது . எழுந்து ஓடிப்போய் குருவானவரின் மஞ்சள் நிறக் காகிதம் சிலுவையரது கைக்குள் சிக்கியது கண்கள் பனிக்க பீடத்தில் குருவானவரிடம் கொடுத்து விட்டு ஆலயத்தின் மத்திய பகுதியில் நின்று தனது தலையை முழங்கால் வரை பணிந்துவிட்டு இருக்கையில் அமர்ந்தார். அப்போது சிலுவையர் நெற்றியில் இருந்து வழிந்த வியர்வையை வெள்ளை நிற துணியால் துடைத்தார். அவரது கண்கள்

சிவந்து போய் தொட்டால் வெடித்து அழுத்திடுவார் போல் அசையாமல் இருந்தார். சம்பவம் அனைத்தும் தேவாலயத்தை சுற்றி பொருத்தப்பட்டு இருந்த அகண்ட வெண் திரையில் ஓடிக்கொண்டிந்தது. பின் நாளில் அந்த வெண் திரையை ஒரு அவமானச்சின்னமாக அறிவித்தாராம். இதை சொல்லி முடித்து விட்டு எஸ்தாக்கி மீண்டும் காய்ந்த நெஞ்சுச் சளியை வற்புறுத்தி நாவிலெடுத்து எட்டத் துப்பினான். துப்பிய சில துளிகள் எதிர்காற்றில் அவரது மூஞ்சியில் தெறித்தது. ஓத்த சளி என்று தன்னையே சபித்தார்.

அதிகாலை எட்டு மணியை எட்டியது. வாகனத்தின் இயந்திரம் ஒரு தரிப்பிடத்தின் முன் மெதுவாக நின்றது. சிலுவையர் விரல்களை நெட்டி முறித்து இடுப்பை நெளித்து சோம்பலை முறித்துக்கொண்டார். பின்னர் தன் வெள்ளை நிற சட்டைக்குள் இருந்து குருத்துப்பச்சை நிறத்தில் ஒரு செபமாலையை சட்டைக்குள் இருந்து வெளியே எடுத்து விட்டார். நாங்கள் எல்லாரும் வண்டியில் இருந்து பட படவென்று வரிசையாக இறங்கிவிட்டோம். எங்கள் முன்னால் உயர்ந்த மலையின் மீது ஒரு சிறிய ஆலயம் இருந்தது. ஆலயத்தின் முகப்பில் கருணையின் வடிவிலான கன்னி மரியாளின் திருச்சொரூபம் வைக்கப்பட்டு இருந்தது. மலையைச் சுற்றிய பிரதேசம் எல்லாம் பச்சைக்கம்பளம் விரித்தாற் போல வயல் வெளிகள் அந்த சூழல் என்னை ஆசிர்வதித்துக்கொண்டது போல உணர்வு அப்போது “இறையன்பில் பிரியமான எனது சகோதரர்களே நீங்கள் தற்போது தரிசிக்கும் இந்த ஆலயம் பல நூற்றாண்டுகளை கடந்து இன்றும் பல சரித்திர நிகழ்வுகள் பல புதுமைகளை நிகழ்த்திக்காட்டும் எங்களுடைய வயல் மாதா இங்குதான் பிரசன்னமாக இருக்கிறாள். என்று தேவாலயத்தின் சுற்று மதிலின் வெளிப்புறத்தில் நின்று சிறிய பிரசங்கத்தை எடுத்தார் . நாங்கள் முதலில் அவளை பய பக்தியோடு வணங்கிக்கொள்வோம்” அனைவரும் இயந்திரமாக இயங்கி சற்று முன் சென்று சொரூபத்துக்கு முன்பாக மண்டியிட்டனர் .

ஓர் அருள் நிறைந்த மரியாளே செபத்தைப் பய பக்தியோடு சொல்லி விட்டு நிமிர்ந்த போது சிலுவை மரியான் சிற்றுரை ஒன்றை ஆற்றினார். அனைவரும் மெல்ல உரை சொல்லப்படும் திசையை நோக்கி கண்களை ஏறெடுத்தனர். அருமைச்

சகோதரர்களே! இதோ நீங்கள் பார்க்கின்ற தேவாலயத்தில் பூட்டி இருக்கின்ற ஆலய மணியை யாரும் தொட்டதில்லை! இது இதுவரை எண்ணிச்சொல்லக்கூடிய எண்ணிக்கையில்தான் ஓசையை எழுப்பி இருக்கிறது இதன் பின் ஒரு வரலாறு உண்டு. பல நூறாண்டுகள் பழமை வாய்ந்த இந்த தேவாலயம் யாரால் கட்டப்பட்டது என்று யாருக்கும் தெரியாது.

பல படையெடுப்புக்கள் முதலாம் இரண்டாம் உலக மகா யுத்தங்களின் போதும் எதுவித சேதமும் சிறு சேதமும் இல்லாமல் வயல் மாதா தனது தூதர்களை கொண்டு பாதுகாக்கிறாள். ஒரு முறை இந்த ஆலயத்தின் மணியை திருத்தி வர்ணம் அடிக்க இரு போர்த்துக்கல் ஊழியர்கள் மேலே ஏறி இருக்கிறார்கள். அப்போது நினையா பிரகாரம் அந்த மணி ஓசையை எழுப்பி இருக்கின்றது. அன்றிலிருந்து இன்றுவரை அந்த மணிக்கு பெயின்ற் பூசுவதை நிறுத்தி விட்டார்களாம். இன்னுமொரு சம்பவம் ஸ்பெயினில் வாழ்ந்த வயல் மாதாவுடைய பக்தர்கள் வருடா வருடம் தமது கோடை விடுமுறைக்கு "இதோ பாருங்கள் என்று தன்னுடைய ஆட்காட்டி விரலால் அங்குள்ள செரிஸ் மரம் ஒன்றை சுட்டிக்காட்டி அதன் கீழ் முக்கோணி வடிவில் ஒரு கொட்டில் அமைத்து அங்கே தான் அந்த ஸ்பானிய விசுவாசிகள் தங்கி அன்னையை வழிபட்டார்களாம். என்றொரு கதை உண்டு. அவர்கள் ஒரு முறை பசுபிக் சமுத்திரத்தை கடக்கும் போது பெரிய ஆபத்து ஒன்றை எதிர் நோக்கினார்களாம். அந்த சடுதி நேரத்தில் வயல் மாதாவை வேண்டிக்கொண்டார்களாம். இதைச்சொல்லிக்கொண்டு இருக்கும் போது சிலுவையர் தன்னை ஒரு பிரெஞ்சு வரலாற்று ஆசிரியர் போன்று தன்னை கற்பனை செய்து கொண்டார்.

அவர்களை அந்த நொடிப்பொழுதில் வயல் மாதா அவர்கள் முன் காட்சி கொடுத்து இரட்சித்தாள் என்று அவர்களே அதை குறித்து நேரில் வந்து மாதாவுடைய கோயில் திருத்தலத்தில் முன்பாக மண்டியிட்டு அடித்து சாட்சி சொன்னார்களாம். அப்போது அதை இடை மறித்து சேகர் அண்ணன் சந்தேகத்தோடு நேசரி பிள்ளை போல கையை தூக்க "ஏய் மாதாவை சந்தேகிக்காதே! பொறு உன்னுடைய சந்தேகம் எதுவென்று எனக்கு தெரியும் தீர்த்து விடுகின்றேன் என்று உரிமையோடு சேகரை பேச விடாமல் கண்டித்தார். மீண்டும் சொல்ல

ஆரம்பித்த போது சிலுவையர் முகம் சற்று கலவரப்பட்டு இருந்தது .அன்று அந்த ஸ்பானிய குடும்பம் வயல் மாதாவை வேண்டி அவர்கள் கத்திய போது இங்கே இதோ உங்கள் முன்னால் இருக்கும் இந்த ஆலய மணி தன் பாட்டில் அடித்ததாம். அவர்கள் சமுத்திரத்தில் கத்திய நேரமும் இங்கு கோயில் மணி அடித்த நேரமும் ஒன்று ஒன்று என்று இங்கு வாழ்ந்த பாதிரியார் செபஸ்ரியன் ரவுல் உறுதிப்படுத்தினாராம்.

திடீரென்று சேகரை சுட்டிக்காட்டி உன்னைப்போல சிலர் இந்த புதுமையை நம்ப வில்லை என்பதால் அன்று இரட்சிக்கப்பட அதே ஸ்பானிய குடும்பம் அடுத்த வருடம் இங்கு வந்து சாட்சி கூறினதாம். அவர்கள் சொன்ன சாட்சி கால நேரப்படி கரெக்டாக இருந்ததாம். இறுதியாக மடு மாதா கோவில் மீது நடத்தப்பட்ட எறிகணையத்தாக்குதலின் போதும் இந்த தேவாலய மணி அடித்து ஓய்ந்ததாம் என்று சொல்லி பெருமூச்சு ஒன்றை விட்டபடி தன்னுடைய பையில் இருந்து போத்தலைத்திறந்து ஒரு மிரடறு தண்ணீர் குடித்து விட்டு தொடர்ந்து சொல்ல ஆரம்பித்தார். அதனாலே வத்திக்கான் இந்த ஆலயத்தை பிரான்சில் உள்ள பன்னிரண்டு யாத்திரை ஸ்தலங்களில் ஒன்றாக பிரகடனம் செய்ததாக சிலுவையர் சொல்லி முடித்தார். இதைக்கேட்டதும் அங்கிருந்த எஸ்தாக்கி கைகளை தூக்கி வானத்தை பார்த்து மாதாவே வான ராக்கினியே எங்களுக்கும் இரங்கும் என்கிறார்.அப்போது வானத்தில் சில கழுகுகள் தென்பட்டன. பின்னர் ஒரு நிமிடமும் தாமதிக்காமல் ஆலயத்தின் பிரதான வாயிலை திறந்தபடி உள்ளே எங்களை அழைத்துச்சென்றார். அங்கே பெருந்திரளான மக்கள் கூடி செபித்துக்கொண்டிருந்தனர். சிலர் கண்ணீர் மல்க மண்டியிட்டு செபித்துக்கொண்டிருந்தனர் சிலர் அங்கே பொருத்தப்பட்டு இருக்கின்ற மணியை உற்று நோக்கிக்கொண்டிருந்தனர்.

ஒரு தாடிக்காரப் பாதிரியார் சில விசுவாசிகளுடன் மிகவும் ஸீரியஸாக விவாதித்துக்கொண்டிருந்தார். அவரது வலக்கையில் பரிசுத்த வேதாகமும் இடக்கையில் வெள்ளை நிறச் செபமாலையும் காணப்பட்டது. எங்களோடு வந்த சிலுவையை திடீரென காணவில்லை. ராஜ சேகரன் சனக்கூட்டத்தில் சிலுவையை கண்டுபிடித்து எனக்கு காட்டினான். பாதிரியாருடன் ஏதோ சீரியஸா பேசிக்கொண்டு இருந்தவர். திடீரென விசுவாசிகள்

பெருந்திரளானவர்கள் கூடி நின்ற இடத்தில் தொப்பென்று வயல் மாதாவுடைய சொருபம் இருக்கும் திசையை பார்த்து ஓவென்று கத்தி முழந்தாள் இட்டு கூப்பாடு போட்டார். எங்களுக்கு ஒன்றும் புரியவில்லை ஸ்தலம் அமைதியாய் அடங்கிப்போனது. திடீரென் நிமிர்ந்தவர் வாயில் வந்த பாஷைகள் எல்லாவற்றாலும் எதையோ சொல்லி பிதற்றிக்கொண்டிருந்தார் .இத்தாலியா னோ,போர்த்துக்கல்,பிரெஞ்சு, இறுதியாக, ஆங்கிலத்தில் வாக்கியத்தை சொல்லி முடித்தார்.கூடி நின்ற வெளி நாட்டு விசிவாசிகள் கண்ணீர் மல்க மாதாவை துதிக்க ஆரம்பித்தனர். சிலர் உணர்ச்சிகொதிப்பில் தமது ஆண் நண்பர்களை கட்டி அனைத்து முத்தமிட்டனர். பின்ன எங்கிருந்தோ வந்து எனக்கு பின்னால் முதுகை சுரண்டினான் எஸ்தாக்கி. என்ன விடயம் என்று கேட்ட போது என்னை சிறு நீர் கழிக்கும் இடத்துக்கு அழைத்துபோனான். மச்சி இப்ப நம்புறியா? என்னடா? விளக்கமா சொல்லு என்று கேட்தபோதுதான் உண்மையை சொன்னான். நேற்று சிலுவையாருக்கு தரிசனத்தில வந்து இங்க போ என்று சொன்னது இந்த வயல் மாதாதான் மச்சி இப்ப எல்லா விபரத்தையும் இந்த பங்கு பாதர் ஒண்டு விடாமல் சொல்லிபோட்டேர். தான் விபரத்தை உடனடியாக போப்பாண்டவருக்கு அறிவித்து விரைவில் மிஸ்யுர் சிலுவை மரியானை வத்திக்கானுக்கு அனுப்பி தலைமைப்பீடத்தை சந்திச்சு வர ஏற்பாடு செய்யப் போவதாகச் சொன்னார் . எனக்கு சலக்கடுப்பு வந்திற்று இரவு குடிச்சது பைப் தண்ணீ எண்டு இப்பதான் நினைப்பு வந்தது.

02.

அனைவரும் எழுந்து பிதா சுதன் பரிசுத்த ஆவி எனச் சொல்லி விரல்களினால் அடையாளம் இடும் வேளை சிலுவை மரியானுடைய தொலைபேசியில் மாதாவே துணை நீரே உம்மை வாழ்த்தி போற்றி.... என்று இசை அழைப்பு மணி இடையில் அறுந்து போனது. தொலைபேசியை எடுத்து மீண்டும் அழைத்த சிலுவையர் முகம் நொடியில் மழையில்லாத வறண்ட நிலம் போல மாறியது. முகத்தில் ஒரு சென்னல் நரம்புகள் புடைத்துக்கொண்டு வந்தது. மாதா எனக்கு நடக்கபோறத நேத்தைக்கே காட்டித்தந்திற்றா ... ஏசு மரி சூசை துணை என்று

பெரிய சத்தமாய் கத்திக்கொண்டு கோயில் வளவை தாண்டி வெளியில் ஓடி வந்து ஒரு மறைவுக்குள்ளே நின்று

"புண்டையாண்டிகளா...ஆருக்கு ஓ...... என்று சொல்லி துடையை தட்டிக்கொண்டு நிமிர்ந்து பார்த்தார். அப்போது அவரது கண்ணுக்கு எட்டும் தூரத்தில் ஒரு பருந்து வீழ்ந்து ஒரு பட்சியைத் தூக்கி உயர எழுந்தது மறைந்தது. சிலுவையர் அன்று முழுவதும் தொலைபேசி உரையாடலில் கலவரப்பட்டு பீபி மருந்தை அதிகமாகக் குடித்துக்கொண்டிருந்தார்.

செட்டிக்குளத்தில் வைத்து ஒரு கன்னியாஸ்திரி கடத்தப்பட்டு காணாமல் போயுள்ளதாக தகவல் சிலுவையருக்கு கிடைத்தது. அவரது கோபத்துக்கும்,இரத்த அழுத்தத்துக்கும் காரணம் அதுவே

"இது சாதாரண விடயமல்ல ரோமன் கத்தோலிக்கத்தில் கை வைத்தால் எவ்வளவு பிரச்சனை வரும் என்பதை மறந்து விட்டார்கள்.போல சரியான பாடம் படிப்பிக்கத்தான் வேணும்" பற்களை நறும்பிய படி சிலுவையர் சொன்னார். "யாருண்ணே இந்த வேலை பாத்திருப்பாங்க?"

"நேவியா? இல்ல இந்த வெள்ளை வேன் காரங்கட வேலையாத்தான் இருக்கும்" என்றான் எஸ்தாக்கி.

"இல்லை இந்த புண்டையாண்டி ரணில் இருக்கிறானாலோ அவன்தான் இதுக்கு காரணம் அடேய் இருபது வருசமடா இருபது வருஷம் அந்த புள்ள சிஸ்ரறா போய் சைக் இப்பிடி செய்து போட்டங்களேடா" என்று மேலும் நொந்துகொண்டிருந்தார். சிலுவையர். தன்னுடைய உடன்பிறந்த சகோதரி காணாமல் போனது போல பாவனையில் அவரது முகம் சஞ்சலப்பட்டு இருந்தது. நகங்களைக் கடித்துக்கொண்டு குழப்பத்துடன் விறு விறு என்று வயல் மாதாப் படிகளில் நடந்து திரிந்தார்.

"அண்ணே சிஸ்ரர்ட உடுப்போடையா தூக்கி போட்டாங்கள் இல்ல இரவு நைட்டியோ ?என்று இன்னும் ஒருத்தன் கிண்டலா கேட்க அருகில் இருந்தவர்களுக்கு குபீர் என்று சிரிப்பு வந்துவிட ஆளை ஆள் வாயில் கையை வைத்து சிரிப்பை அடக்கிக்கொண்டிருந்தனர் . நான் பத்தைக்குள்ள சிறு நீர் கழித்துகொண்டு நிற்கும் போது எஸ்தாக்கி ஒரு கதை சொன்னான். காணாமல் போன உந்த சிஸ்ரர்ட பெயர்

மரிய கொரட்டி சிஸ்ரர் மடத்துக்குள்ள முக்கியமான புள்ளி சிலாவத்துறையில் இருந்து இறை பணிக்குப் போன முதலாவது கன்னியாஸ்திரியாம் சிலுவையருக்கு வேண்டப்பட்ட ஆளாம். சின்ன வயசில இருந்து படிப்பிலையும் இறை பணியிலும் நன்கு சித்தி அடைந்து இருந்த மரிய கொரட்டி சிறிய வயதிலேயே அவரது தகப்பனார் தெய்வேந்திரன் அவளை மடத்துக்கு அனுப்ப வேணும் எண்டு கனவு கண்டவர்.கொரட்டி பூப்பெய்thuvaதற்கு முன்னரே ஒரு ஊர்ப்பையன் கண்ணுக்குள்ள வச்சிற்றானாம். நேரம் பார்த்து நைசா நைற் கிளாசில வச்சு அவளுக்கு காதல் கடிதம் கொடுத்து விட்டான். இந்த விடயம் வீட்டுக்கு தெரியாமல் பாத்திருக்கு அந்தப் பெட்டை. அந்த பெடியன் அவளைச் சுற்றி வர இருந்தவர்கள் எல்லாருடைய கண்களுக்கும் மண்ணைத்தூவிவிட்டு அந்த பெட்டையைப் பார்க்க கோவில் முடிந்த பின்பும் காத்திருப்பான்.

அவள் திரும்பிப்பார்த்த மாதிரி இல்லை. கோயில் பெரு நாளுக்கு முதல் கிழமை ஊரில் விழித்திருந்து வாசாப்பு பார்ப்பார்கள். பெட்டை தாயுடன் இருந்து விட்டு அவசரமாக சலம் கழிக்க போன நேரம் இவன் கையை புடிச்சு இழுத்து கொஞ்சி இருக்கிறான். பயந்து போன பெட்டை போட்டு இருந்த பாவாடையோட மூத்திரம் போச்சு. அவள் கத்தி ஊரைக் கூப்பிடவில்லை. அடுத்த ஓரிரு வாரங்களில் அவள் வீட்டில் சாமத்திய வீடு நடந்தது. பின்னர் பெட்டைக்கி சாட மாடவா பெடியனில விருப்பம் வந்திற்று ஒரு நாள் பள்ளிக்கூடத்தில் வைத்து பகிடிக்கி எதோ சினிமா பார்த்துவிட்டு

“என்ர பேரை உன்ர உடம்பில பச்சை குத்து பார்க்கலாம்” என்று பகிடிக்கி அந்தப் பெட்டை சொல்லி இருக்கு அடுத்தநாள் அவனது வலது கால் தொடையில் “மரியா”என்ற பெயரை பச்சை குத்தி விட்டு முன்னால் வந்து நின்றான். இந்த விடயத்தை யாரோ அந்த பெட்டையின்ர தகப்பனுக்கு ரகசியமாக சொல்ல தெய்வேந்திரன் இரவு இரவா நீர்கொழும்பில் உள்ள மரிஸ்ரேலா சிஸ்ரர் மடத்தில கொண்டுபோய் சேர்த்து விட்டேர். அதற்கு பிறகு மரிய கொரட்டி ஊர் பக்கம் வரவே இல்லை பெடியனும் அப்பிடியே இத்தாலிக்கு கப்பல் வேலைக்கு போய் விட்டானாம். இதை சொல்லிக்கொண்டிருக்கும் போது கோயில் கதவைத்திறந்து வெள்ளைக்கார பாதிரி வயல் மாதா கோயிலுக்குள் வந்தார்.

அதுவரை சிகரெட் புகைத்துக்கொண்டிருந்த சிலுவையர் சிகரட்டை தரையில் போட்டுவிட்டு கால்களால் மிதித்துவிட்டு கிழட்டுப் பாதிரி வரும் திசையை நோக்கி ஓடினார். நாங்கள் தரையில் இருந்து ஓரிரு பாறைகளைப் பற்றி ஏறி ஒரு சமனான நிலத்தை கண்டு பிடித்தோம். அங்கிருந்து இடது பக்கம் சற்று சாய்வாக ஒரு மரத்திலான கதவு தெரிந்தது. அதைத்திறந்த போது அறை முழுவதும் இருள் மண்டிக்கிடந்தது. அவசரமாக வெளியில் வந்துவிட்டோம். தூரத்தில் சிலுவையர் நடந்து வருவது தெரிந்தது. அவரது முகம் கலவரத்தால் நிறைந்திருந்தது

"செய்வினை செய்து தூக்கி இருக்கிறானுகள் வேசை மக்கள்" என்கிறார். எங்களுக்கு ஒண்டும் பிடிபடவில்லை.

"இவனுகளை சும்மா விட மாட்டன் இந்த பிரச்சனையை ரோம் வரை கொண்டு போய் இந்த நாறல் கூட்டத்தை வேரோட அழிக்காமல் இந்த சிலுவை மரியான் ஓய மாட்டான்" என்று சொல்லி ஏழு சீற் வேனில் அடித்து சத்தியம் செய்தார். "இது என்ன ஓத்த கதை சிஸ்ரருக்கு செய்வினையே நல்ல கதை உடுரினம்'' என்றான் மலக்கியசின் மூத்த மகன். நல்ல வேளை சிலுவையின் காதில் விழவில்லை.

சிலுவையர் ரெலிபோன் இலக்கங்களை அழுத்தி யாரோ பங்கு பாதருக்கு தொடர்பை ஏற்படுத்தினார். "பாதர் அவனுள் குடும்பத்தோட ஊர்ல எந்த நல்ல கெட்ட ஒரு காரியத்திலையும் பங்குபற்ற விடக்கூடாது. ஊர்ல இருந்து அவனுகளை ஒதுக்கி வைக்க வேணும் இது ஊருக்கு வெக்கக்கேடான விசயம் நான் இவனுகளை சும்மா விடமாட்டன். வத்திக்கான் வரை போவேன் பாதர்" என்று கூறிவிட்டு தொலைபேசி தொடர்பை துண்டித்தார்.

ஓரிரு நாட்கள் கழிந்தவுடன் எஸ்தாக்கியை ஒரு துருக்கிய கெபாப் கடையில் சந்தித்து பேசினேன். போர்தொ வைன் ஒன்றை இருவரும் வாங்கிப் பருகிய படி நான் அவனிடம் பேச்சைக்கொடுத்தேன். அவன் சொன்ன செய்திகள் என்னை வியப்பின் உச்சிக்கு சென்று தொங்க விட்டது.

"மச்சி சிஸ்ரரை ரணிலும் கடத்தை இல்லை, வெள்ளை வேனும் கடத்திக் கொண்டு போகவில்லை ஏன் செய்வினையும் யாரும் செய்யவில்லை.

"என்ன புண்டைக்கு செய்வினை என்றான் சிலுவை?" அப்போது நாங்கள் மூன்றாவது வைன் போத்தலை உடைத்துக் குடிக்க ஆரம்பித்தோம்

"ம்ம்ம் நான் விசயத்தை சொன்ன பிறகு நான் ஒரு வீடியோ காட்டுறேன் பாரு உனக்கு எல்லாம் புரியும்" என்றபடி வைனில் ஒரு உறுஞ்சல் உறிஞ்சினான் .

மச்சி இந்தக் கொரோனா வந்து மனுசனுக்கு அழிவை கொடுத்துதோ இல்லையோ பலருடைய குடும்பியை அறுத்திட்டு போயிருக்கு என்றான். எரிச்சல் தாங்காமல்

"விளக்கமா சொல்லுடா என்று அவனை வற்புறுத்தினேன்..."

"எல்லாம் பழைய ஓத்த லவ் தாண்டா ...."

என்னடா சொல்லுறாய்? ம்ம்ம்ம் அந்த இத்தாலி கப்பல் காரன்தான். அந்த பெட்டைக்கி சாமத்தியப்படுறதுக்கு முன்னமே கடிதம் கொடுத்தவன் அவன் தான் சிஸ்டரை ஆட்களை வைத்து தூக்கி இருக்கிறான். தூக்கினதுக்கு உடந்தையா இருந்தது அவனுடைய பழைய பிரெண்டாம் அவன்தான் சிஸ்ரரை கொழும்பில உள்ள ஒரு லொட்ச்சுக்கு கொண்டு போய் மறைத்து வைச்சு அப்பிடியே நீர்கொழும்பு மூலம் இத்தாலிக்கு கப்பல் ஏத்தி விடுறதுதான் திட்டம் விசியம் எப்பிடியோ வெளியில கசிஞ்சு போச்சு பத்து பாதிரியார் அடங்கலாக உடனடியாக போலீசுக்கு புகார் கொடுத்து சிஸ்ரரை தேடி இலங்கை முழுவதும் போலீசார் ராணுவத்தை கொண்டு தேடுதல் நடத்தினார்கள். இடையில் மறித்து என்ன மசிருக்கு என்று அவனிடம் கேட்டேன் .... அவன் சிகரெட் புகையை விட்டபடி தலை ஆட்டினான். எனக்கு ஒண்டும் பிடிபடவில்லை என்னடா இது சிஸ்ரருக்கு செய்வினை சூனியம் எண்டானுகள் இப்ப ? பொறு அப்ப அந்த சிஸ்ரருக்கு விருப்பம் இல்லையோ? என்று கேட்டேன். தன் தோள்களை குலுக்கிவிட்டு

கையில் வைத்திருந்த தொலைபேசியின் தொடு திரையை தட்டி ஒரு வாட்ஸாப் வீடியோவை தட்டி இயங்கச்செய்தான். போதை மயக்கத்தில் கண்கள் சற்று தடுமாறியது என்னை நிதானப்படுத்தி அந்த வீடியோவை உன்னிப்பாக பார்க்க முயற்சித்தேன் .

ஒரு பொது நிறத்தில் சற்றுப் பருமனான முப்பத்தைந்து வயது மதிக்கத்தக்க பெண் சிவப்பு நிறத்தில் சட்டை அணிந்து கழுத்தில் மெல்லிய கருப்பு நாடாவுடன் வீடியோவில் காட்சி தந்தாள். மேசைக்கு முன்னால் இருந்து பேசிக்கொண்டு இருக்கும் போது அவளது மார்பு அளவு உயரத்தை விட சற்று தாழ்வான மேசை மீது அவளது மார்புகள் தூக்கி நிறுத்தி நிற்க கண்களை அழுத்தி துடைத்துக்கொண்டு மீண்டும் கலங்கிய கண்களால் ஊடுருவிபார்த்த போது அவளது கூந்தல் கன்னங்கரியாக இருந்தது. அழகிய பல்வரிசை எல்லாம் வெளுப்பாக இருந்தது. பார்த்தவுடன் புரிந்துகொண்டேன். அவள் தான் இவர்கள் தேடி அலைகின்ற சிஸ்ரர் என்று கிளியராச்சு அவள் பேசும் சொற்களை உன்னிப்பாகக் கேட்டு ஒவ்வொன்றாக எண்ணிக் கொண்டிருந்தேன். அவளும் எழுதிக் கொடுத்த கூத்துக் கொப்பியை இரவு மனனம் செய்ததை முழுவதுமாக அண்ணாவியார் முன் எழுத்து பிழையின்றி ஒப்புவித்துக்கொண்டிருந்தாள். கொஞ்சம் துக்கம் கலந்த குரலில் கிளிப்பல் தெரிய இடையிடை சிரித்தபடி அவளது முகம் பிரகாசமாக வெளிப்பட்டது. அவளது பேச்சு பதினெட்டு வயது பெட்டையின் குரல் போல கனிவாக இருந்தது. மிகவும் ஆர்வத்தோடு கேட்டுக்கொண்டிருந்தேன்.

சிஸ்ரர் மரிய கொரட்டி சொன்னது ...

அம்மா அப்பா அண்ணாக்கள் எல்லாருக்கும் முதலில் *sorry!!!!!*

என்று முதலில் இவ்வாறு ஆரம்பித்தாள். நான் செய்த விடயம் உங்களுக்கு கோபத்தையும் இழுக்கையும் கொண்டு வந்துவிட்டதாக ஊரில் எல்லாரும் தவறாக சொல்லிக்கொண்டு திரியிறினம் என்னை யாரும் வற்புறுத்தி தூக்கவில்லை யாரும் என்னை கடத்தவும் இல்லை நான் நிதானமாக சுய விருப்பத்தோடதான் இப்படி செய்தனான். பெரிய அண்ணா உங்களிடம் ஒரு கேள்வி ரெண்டு வருடங்களுக்கு முன்னர் நான் உங்களுக்கு கடிதம் போட்டனான். எனக்கு இந்த பணியை தொடர்ந்து செய்ய முடியாத மன நிலைக்கு வந்துவிட்டேன்.இது குறித்து எனக்கு பொறுப்பான பெரிய சிஸ்ரருக்கு அறிவித்தல் கொடுத்துவிட்டேன். அவ சொன்னவ உங்களுடைய வீட்டுக்காரர் வந்து கூட்டிக்கொண்டு போனால் பிரச்சனை இல்லை என்று

சொல்லுறினம். அண்ணா எப்ப வந்து என்ன கூப்பிட போறீங்க? என்று எத்தனை முறை கடிதம் போட்டு இருக்கிறேன். பெரிய அண்ணா நீங்கள் கனடாவில் இருக்கிறீங்கள். உங்களுக்கும் என்னைப் புரிந்து கொள்ள முடியாமல் போச்சு என்று நினைக்கத்தான் சரியான கவலை. ஏன் அண்ணா உங்களுக்கு வெக்கமா? அண்ணன் நான் வெளியில வந்தால் என்னுடைய உணர்வுக்கு மதிப்பு குடுக்க மாட்டிங்களா? உங்களுக்கு ஊரில சாதி சண்டையும் உங்கட இனம் சனம் என்ன சொல்லும் எண்டதுதான் முக்கியம் என்னை கவனிக்க இல்லை.

நான் ரெண்டு வருடங்கள் பொறுமையாக இருந்தேன். இனியும் என்னால் இருக்க முடியாது என்று வெளியில் வந்துவிட்டேன். நான் சந்தோசமாக இருக்கின்றேன் கர்த்தரின் கிருபையால். நீங்கள் என்னை வெறுத்து விடுவீர்கள் என்று எனக்கு தெரியும் இருபது வருடங்கள் என்னுடைய வாழ்வு கோவில் கட்டிடத்துக்களே தொலைந்து விட்டது. தயவு செய்து என்னைப் புண்படுத்த வேண்டாம்! என்னை தேடாதீர்கள்! எனக்கு பிடித்த வாழ்க்கையை வாழ விரும்புகின்றேன். நான் உங்களுக்கு தெரிந்த எங்கள் ஊர் பெடியனைத்தான் திருமணம் செய்ய போகின்றேன். அவன் என்னை நல்ல முறையில் பார்ப்பான். என்ற நம்பிக்கை இருக்கு அந்த குடும்பத்தை பழி வாங்க புறப்பட்டு இருக்கின்றீர்கள். பிழையான தகவலை பரப்புகின்றீர்கள். ஒரு துறவியைப் பிசாசு பில்லி சூனியம் தாக்கும் என்றால் பின்ன எதற்கு இந்த கன்னியாஸ்திரி பாதர் வேஷம் கொஞ்சம் அறிவு பூர்வமாக சிந்தியுங்கள். ஒரு இருவர் செய்த தவறுக்கு அந்த குடும்பத்தை ஊரில் இருந்து ஒதுக்கி வைக்க வேண்டும் என்று கங்கணம் கட்டி நிற்கின்றீர்கள். உங்களுக்கு அறிவு இல்லையா?

உங்களது சுய கௌரவத்துக்காக தவறாக போலீஸ் அரசாங்கத்தை பயன்படுத்துகின்றீகள். எங்கள் பொறுமைக்கும் எல்லை உண்டு என்னை ஏற்றி வந்த அப்பாவி ட்ரைவர்ப் பெடியனை நடுச்சாமம் போய்த் தொந்தரவு செய்கின்றீர்கள் அவன் மீது ஆட்கடத்தல் வழக்கு போட்டு இருக்கின்றீர்கள் இது அசிங்கமான செயல் எங்களால் மற்றவர்கள் துன்பப்பட கூடாது என்ற காரணத்தால் தான் நான் இந்த வீடியோவை வெளியிடுகின்றேன். இதோடு நிறுத்துங்கள் உங்களது நாடகத்தை.

கர்த்தருக்கு ஸ்தோத்திரம் என்று சொல்லி அந்தப்பெண் வீடியோ பதிவை நிறுத்தி வைத்தாள்.

"ரெண்டு வருஷம் முன்னர் கடிதம் போட்டு இருக்கிறாள். அந்த ரெண்டு வருசமும் சும்மா பேய்க்காட்டல் தான் மச்சி நல்ல வேளை கடவுளுக்கு வெளிச்சம்" என்றான் எஸ்தாக்கி.

இந்த விடயத்தில் நீ எப்பிடி பாக்கிறாய் மச்சான் என்று கேட்டான் எஸ்தாக்கி.

நான் கடிகாரத்தை பார்த்தேன். அவன் என்னைப்பார்த்து மச்சி இந்த வீடியோ பார்த்ததாக யாரிடமும் சொல்லாதே! என்றான் நான் மெல்லிய புன்னகையை சிதற விட்டேன். அவனிடம் விடை பெற்று என்னுடைய பாரிஸ் செல்லுகின்ற தொடருந்தைப் பிடிக்கவும் நேரம் சரியாக இருந்தது. ரயிலின் நடை பாதையில் பயணிகள் முண்டியடித்துக்கொண்டு தமது பயணப்பொதிகளுடன் அங்குமிங்கும் அலைமோதிக்கொள்கின்றனர். என் தலை கிறுகிறுத்தது. என் கண்களில் தட்டுப்படுகின்ற பெண்கள் எல்லோருடைய முகம் சிஸ்டர் பெட்டையின்ர முகச் சாயலிலே இருந்தன. தலையை உதறி முகத்தை கரங்களால் அழுத்தித்துடைத்துக்கொண்டு என்னைச் சுதாகரித்துக்கொண்டேன். சில நொடிகளில் இது பிரம்மையென்பதை உறுதிப்படுத்திக்கொண்டேன். தலை மெல்லச் சுற்ற ஆரம்பித்தது. தொடருந்தில் ஏறிக்கொண்டேன். பேஸ் புக்கில் மரிய கொரட்டி என்று தேடினேன். அந்தப்பெயரில் எந்த முக நூல்கணக்கும் இல்லை என்று தகவல் கிடைத்தது. என்னையே நொந்துகொண்டேன். தொலைபேசியை எடுத்து எஸ்தாக்கியின் தொடர்பிலக்கத்தை அழுத்தினேன். ஒரு சில நிமிடங்களில் அழைப்பு அறுந்து போய் ஒரு பெண் குரல் ஒலித்தது. தொலைபேசியை துண்டித்துவிட்டு. தமிழில் உள்ள ஆகப் பெரிய கெட்ட வார்த்தையால் அவனைத்திட்டினேன்.

●●●